AF756745

अशक्त हृदयांना सामर्थ्य देणाऱ्या ज्योतीचा

हसरा संघर्ष

डॉ. प्रतिभा देशपांडे

सकाळ प्रकाशन

सकाळ प्रकाशन

Ashakta Hrudayanna Samarthya Denarya Jyoticha

Hasara Sangharsha

अशक्त हृदयांना सामर्थ्य देणाऱ्या ज्योतीचा

हसरा संघर्ष

लेखिका	:	डॉ. प्रतिभा देशपांडे
प्रथम आवृत्ती (हसरा संघर्ष)	:	नोव्हेंबर २०२२
प्रथम आवृत्ती (सुहृद ज्योती)	:	जुलै २०२२
मुखपृष्ठ	:	मधुमिता शिंदे
मुद्रितशोधन व मांडणी	:	अश्विनी महाजन
प्रकाशक	:	सकाळ मीडिया प्रा. लि. ५९५, बुधवार पेठ, पुणे ४११ ००२
ISBN	:	978-93-95139-43-4
संपर्क	:	०२०-२४४० ५६७८ / ८८८८८ ४९०५० sakalprakashan@esakal. com

पराकोटीचा जन्मजात हृदयदोष आणि अंधकारमय जीवन असतानाही
सकारात्मक राहून आनंदी जीवन जगणारी
आमची लाडकी ज्योती

ज्योतीचे प्रिय अण्णा आजोबा
स्वर्गीय हिराजी नारायण तुपे
आणि
जन्मजात हृदयदोष असणारे
आणि तरीही, अडथळ्यांवर मात करून जिद्दीने, आनंदाने जीवन जगणारे
अशा सर्वांना हे पुस्तक अर्पण

स्वत:ला सामान्य म्हणणारी 'असामान्य' ज्योती

श्वास घ्यायला त्रास होत असताना तोंडाला ऑक्सिजन मास्क लावून एखादी व्यक्ती भजी तळताना तुम्ही पाहिली आहे?

मी पाहिली आहे. इतकंच नव्हे, तर ती भजी खाल्लीदेखील आहेत. अतिशय स्वादिष्ट आणि रुचकर भजी ज्योतीने मला आग्रह करून खायला घातली.

"मावशी, ताव मारा मस्त! भजी खाताना दिलखुलासपणे खावीत."

फेब्रुवारी महिना, २०१० वर्ष! माझ्या *आई* पुस्तकासाठी मला ज्योतीवर लेख लिहायचा होता. त्या निमित्ताने तिच्याशी गप्पा मारायला मी तिच्या घरी गेले होते.

तिच्या आईने दार उघडलं. समोर सोज्वळ आणि अतिशय भावूक असा चेहरा!

तिचे बाबा पुढे येत म्हणाले, "या ताई!"

फोनवर बाबांचा उल्लेख करताना ज्योती म्हणाली होती, "मला दोन आया आहेत. माझे बाबाही माझी आईच आहे."

पहिल्यांदाच तिला भेटत होते. पण पठ्ठीने असं काही जिंकलं, की वाटलं ही तर फार पूर्वीपासून माझ्या आयुष्याचा एक भाग आहे. चार्ली चाप्लीनचं *हसरं दु:ख* पुस्तक वाचताना सारखं वाटायचं, यार! या व्यक्तीला भेटायला हवं होतं. आयुष्याकडे एका वेगळ्या दृष्टीनं बघता आलं असतं. पण ज्योतीला भेटले आणि वाटलं, ही तर नेमकी अशीच आहे.

आई पुस्तक प्रकाशित झालं. ज्योतीची ओळख झाली खरी; पण काही कारणाने ती फारशी वाढली नाही. अर्थात, याचा संपूर्ण दोष माझ्याकडे जातो. त्यानंतर अधूनमधून ती भेटत राहिली; पण दोन-तीन मिनिटांसाठीच! भेटली की तिच्याबद्दलचा विचार परत सुरू व्हायचा; पण थोड्या वेळासाठीच! कधी-कधी

खंत वाटायची, स्वतःचा रागही यायचा. हिच्यासाठी काहीतरी करायचंय, या नुसत्या विचारातच काळ पुढे सरकत होता. थोडाथोडका नाही, तर तब्बल आठ वर्षं...

आणि अचानक एके दिवशी ज्योतीच्या आई-बाबांचा फोन आला, नको ती बातमी देणारा...

दुःख तर होतंच; पण त्याबरोबर गिल्टही वाढलं, 'राहून गेलं या हसऱ्या मुलीसाठी काहीतरी करायचं.'

आठ दिवसांनी परत फोन...

काय भाग्य माझं!... आता तर मला दैवानं संधी दिली, ज्योतीला अमर करण्याची!... आणि ती मी निश्चितच गमावणार नव्हते.

''ताई, ज्योतीवर पुस्तक लिहायचं आहे. तुमचं नावं समोर आलं.''

''मी लिहिणार, नक्की लिहिणार. ज्योतीला आपण जिवंत ठेवू या. ती घराघरांत पोहोचली पाहिजे. प्रत्येकाच्या आयुष्यात तिच्या आठवणींच्या रूपाने हसरे रंग भरले पाहिजेत. अहो, तुम्हांला माहीत नाही, तुम्ही माझ्यावर किती उपकार केले आहेत ते!''

मग लागले कामाला! कोण छापणार? नव्हतं माहीत. मी ज्योतीचा हसरा संघर्ष वाचून सगळ्यांना जगण्याची उमेद मिळावी म्हणून लिहिणार होते.

ज्योतीने स्वतः लिहून ठेवलेली हस्तलिखितं तिच्या आई-वडिलांनी माझ्या स्वाधीन केली. त्यावरून तिचा जीवनाकडे बघण्याच्या दृष्टिकोनाविषयी थोडीशी कल्पना येत होती. परंतु मधली बरीच वर्षं गायब होती. मग एक कल्पना सुचली. तिच्या कुटुंबीयांना लिहितं करायचं. आई-बाबा, बहीण, भाऊ, वहिनी सगळ्यांनी भरभरून लिहिलं... त्यातून ती मला अधिक उलगडत गेली.

ज्योतीचं व्यक्तिमत्त्व समजून घेण्यासाठी माझा मानसशास्त्राचा अभ्यास कामी आला. मला तिच्या दृष्टिकोनातून जीवन जगायचं होतं. ज्या यातना, वेदना मी कधी अनुभवल्या नव्हत्या, त्या अनुभवून मला तिला लिहितं करायचं होतं.

जसं लिहित गेले तशी ज्योती माझ्यासोबत वावरू लागली. हळूहळू तिच्या प्रत्येक कृतीचा अर्थ मला समजू लागला. तिची अतृप्त इच्छा, मरणाची संकल्पना, जगण्याची जिद्द सगळ्यांचा अर्थ उमगत गेला.

मला नेहमी वाटतं, जीवनाचा उपभोग घेताना आखीवरेखीव जगण्यात गंमत नाही. प्रत्येकाने थोडं शहाणं असावं; पण किंचितसं किंवा बरंचसं वेडंही असायला

हरकत नाही. कधी मूर्खासारखं वागावं, तर कधी बंडखोर असावं; कधी मनाला बेधुंदपणे निसर्गाच्या हवाली करावं, तर कधी कविता करून त्या जगण्याचा प्रयत्नही करावा; तर कधी सामाजिक बांधिलकीच्या नात्याने समाजाच्या उपयोगी पडावं...

ज्योती असं जीवन जगणाऱ्या व्यक्तींपैकी एक! जीवनाच्या विविध रंगांचा उपभोग घेणारं तिचं व्यक्तिमत्त्व... भरभरून देणारी आणि जगण्यात स्वतःला झोकून देणारी व्यक्ती... की जीवनाचा अर्थ पुरेपूर जाणणारी व्यक्ती!

काय गंमत आहे बघा! ज्योती समजायला लागली तसं जाणवलं, ती तर यापुढेही जाऊन जगली आणि वेळ आल्यावर त्याच उन्मादात तिने जीवनाचा निरोप घेत मरणाला कवटाळलं... हसतमुखाने! अगदी त्याला प्रियकराचा मान देऊन!

'मी सामान्य आहे' म्हणणारी ती असामान्य होती.

अशा असामान्य व्यक्तीचं जीवन काही काळ का होईना, पुस्तक लिहिण्याच्या प्रक्रियेत मला जगायला मिळावं यासारखं दुसरं भाग्य नाही.

ज्योती, तुला असंख्य सलाम!

सकाळ प्रकाशन, तुमची शतशः आभारी! तुमच्या प्रयत्नांमुळे ज्योतीचा हसरा संघर्ष सतत अनेकांना प्रेरणा देत राहील.

डॉ. प्रतिभा देशपांडे

मानसशास्त्रज्ञ / समुपदेशक

मोबाइल : ९८९०१ ६९५५

pratibhadilip@yahoo.com
dilippratibha@gmail.com

तिने मरणावर हृदय तोलले...

आमची मुलगी ज्योती कोणी असामान्य व्यक्ती नव्हती; तर मग तिच्यावर एखादं पुस्तक लिहिण्यासारखं काय आहे, असा प्रश्न सहजच कोणालाही पडू शकतो. परंतु ज्योतीमध्ये जन्मत:च हृदयदोष असल्याने तिच्या जन्मापासून तिचा आणि आमचा जीवन-संघर्ष सुरू झाला, तो तिच्या शेवटच्या श्वासापर्यंत सुरूच राहिला. या जीवनप्रवासात तिने आणि आम्ही असंख्य चढउतार अनुभवले. वेळोवेळी पराकोटीच्या वेदना होत असतानाही त्या हसतमुखाने सहन करून ती आनंदी जीवन जगण्याचा प्रयत्न करत असे. इतका असाध्य आजार असतानाही ती निराशा झटकून आनंदी राहण्याचा प्रयत्न करत असे.

वाढत्या वयाबरोबर हालचालींना मर्यादा असतानाही तिने अनेक अशक्य गोष्टी जिद्दीने आणि आत्मविश्वासाने करून दाखवल्या. वणीचा डोंगर आणि सिंहगड चढणं, शिवनेरी आणि लेण्याद्री चढणं, सोनमर्ग-गुलमर्गचा आनंद लुटणं, ऑक्सिजन सिलिंडरसह रोहतांग पासला भेट, गोवळकोंडा किल्ला चढणं, बँकॉक-पट्टायाला समुद्रात पॅरासेलिंग करणं, यातून तिने जीवनाचा आनंद लुटला. जन्मजात हृदयदोष असणाऱ्या रुग्णांना आनंदी जीवन जगण्याची प्रेरणा मिळावी आणि रुग्णांच्या पालकांना असे रुग्ण सांभाळण्याची स्फूर्ती मिळावी म्हणून हा पुस्तक प्रपंच!

ज्योतीला तिच्या आजाराचे अनुभव समाजापर्यंत पोहोचवायचे होते. तिने तिच्या हयातीत आपल्या जीवनाबद्दल लिखाण केलं होतं. खरं तर तिला तिच्या हयातीतच पुस्तक लिहायचं होतं; पण नियतीला ते मान्य नसावं. ज्योती आम्हांला सोडून गेल्यानंतर काही दिवसांनी तिची खोली आम्ही आवरायला घेतली तेव्हा तिने लिहिलेली अनेक कात्रणं आणि दैनंदिन्या सापडल्या. एक पुस्तक होईल इतकं साहित्य नक्कीच होतं. आता तिचं पुस्तक लिहिण्याचं स्वप्न पूर्ण करण्याची

जबाबदारी आमच्यावर येऊन पडली. तिच्या लिखाणाला योग्य न्याय देईल अशा व्यक्तीचा शोध सुरू झाला; आणि डॉ. प्रतिभा देशपांडे यांचं नाव समोर आलं.

२०१०मध्ये डॉ. स्नेहलता देशमुख आणि डॉ. प्रतिभा देशपांडे यांच्या *आई* पुस्तकात त्यांनी ज्योतीवर लेख लिहिला होता. तो सर्वांना खूप आवडला होता. आम्ही फोन करून त्यांना ज्योतीच्या निधनाची बातमी सांगितली तेव्हा त्या सुन्न झाल्या. त्यांना पुस्तकाबद्दल विचारले असता त्यांनी विनामोबदला पुस्तक लिहिण्यास तत्काळ होकार दिला. त्यांनी आम्हां सर्व कुटुंबीयांना लिहितं केलं आणि पुढचा सारा इतिहास पुस्तकरूपाने आपल्यासमोर आहे. डॉ. देशपांडे यांच्या प्रयत्नांमुळे हे सुंदर पुष्प पूर्णत्वास आलं, त्याबद्दल त्यांना खूप-खूप धन्यवाद आणि त्यांचे मनापासून आभार!

ज्योतीच्या आयुष्यात तिला अनेकांनी अनेक प्रकारची मदत केली. त्या सर्वांचा नामोल्लेख या ठिकाणी करणं केवळ अशक्य आहे. परंतु त्यातील काही महत्त्वाची नावं म्हणजे डॉ. एम. एस. हिरेमठ, डॉ. जगदीश हिरेमठ, डॉ. भूषण शुक्ला, डॉ. गडगे, दिवंगत ज्येष्ठ अभिनेते डॉ. श्रीराम लागू, ज्येष्ठ अभिनेत्री दीपा लागू, नसीमादीदी, डॉ. आशुतोष हर्डीकर, डॉ. रणजीत जगताप, डॉ. विल्यम नोव्हिक (संस्थापक अध्यक्ष, इंटरनशनल चिल्ड्रन्स हार्ट फाउंडेशन, अमेरिका), डॉ. संपत डुंबरे-पाटील, डॉ. उमा व डॉ. सुभाष गव्हाणे, अभिनेते मोहन जोशी, शिल्पा बल्लाळ, रवी कुलकर्णी, तिचे सर्व मित्र-मैत्रिणी आणि सर्व नातेवाईक, ए. व्ही. रानडे (सी.ए.), तिचे प्राथमिक शाळेपासून कॉलेजपर्यंतचे सर्व शिक्षक, या सर्वांचे आम्ही ऋणी आहोत. या सर्वांचे मनापासून आभार मानतो.

ज्योतीने १३ ऑक्टोबर २००३ रोजी 'दै. सकाळ'मध्ये लेख लिहिल्यापासून तिच्या सामाजिक कार्याला शेकडो लोकांनी भरघोस आर्थिक मदत केली. रीतसर संस्था स्थापन करण्यापूर्वी आणि 'हृदय-ज्योत परिवार संस्था' स्थापन केल्यानंतरही मदत मिळत राहिली. त्यामुळे संस्था शेकडो मुलांच्या हृदय शस्त्रक्रियांसाठी आर्थिक मदत करून त्यांना जीवदान देऊ शकली. त्या सर्व ज्ञात-अज्ञात देणगीदारांचे आम्ही मनापासून आभार मानतो. तसेच तिच्या सामाजिक कार्यात ज्यांनी प्रत्यक्ष-अप्रत्यक्ष हातभार लावून तिला प्रोत्साहन दिले, त्या सर्वांचेही आम्ही आभारी आहोत. 'हृदय-ज्योत परिवार न्यास'च्या सर्व विश्वस्तांचे, त्यांच्या सहकार्याबद्दल अंतःकरणापासून आभार! ज्योतीच्या समाजकार्याला वेळोवेळी प्रसिद्धी देऊन

लोकांपर्यंत पोहोचवण्याचे काम केल्याबद्दल दै. *सकाळ*, दै. *लोकमत*, दै. *पुढारी* आणि अनेक मासिकं व पाक्षिकं यांचेही आभार!

ज्योतीच्या शस्त्रक्रियेसाठी लागणाऱ्या खर्चाची तजवीज करून आम्ही चेन्नईला गेलो. तिथे काही रुग्णांना एक-दोन कोटींपर्यंत खर्च आल्याचे कानांवर पडले. असा प्रसंग आपल्यावर आल्यास आपण कमी पडू असं वाटल्याने आम्ही लोक-वर्गणीचं (क्राउड फंडिंग) आवाहन सर्व हितचिंतकांना केलं. ज्योतीवरील प्रेमापोटी महिन्याभरात देश-विदेशांतून भरघोस आर्थिक मदत मिळाली. त्या सर्व देणगीदारांचे आम्ही अत्यंत ऋणी आहोत.

शेवटी, ज्योतीची कहाणी समाजापर्यंत पोहोचवण्याचा भार आपल्या खांद्यावर घेतल्याबद्दल डॉ. प्रतिभा देशपांडे आणि सकाळ प्रकाशनचे शतशः आभार!

– ज्योतीचे बाबा
(डॉ. हरिभाऊ मुंगसे)

मन व्याकूळ करणाऱ्या आठवणी

ज्योतीच्या हाका सारख्या सुरू होत्या...

"बाबा, ज्योती हाका मारतेय बहुतेक! बघा बरं काय हवंय तिला! कदाचित चहा हवा असेल."

तेवढ्यात तिची हाक आलीच, "आई, चहाऽऽऽ!"

"करते हं, सोन्या!... बाबा, तुम्ही घेणार घोटभर?"

ज्योतीच्या वडिलांना मी बाबा म्हणते; ज्योतीचे बाबा म्हणून संपूर्ण घराचे बाबा!

"शीला, बस अशी माझ्याजवळ! आज आपल्या ज्योतीचा वाढदिवस!" यांनी हळव्या स्वरात म्हटलं.

मी भानावर आले. डोळे अश्रूंनी डबडबले. आता यापुढे मूकपणे रडण्याशिवाय आमच्या हातात काहीच उरलं नव्हतं. रात्र-रात्र झोप नसायची... सारखा भास व्हायचा तिच्या असण्याचा... स्वप्नात तर सतत यायची.

पण...

पण आता उरल्या होत्या फक्त आठवणी.

आम्ही दोघांनी एकमेकांचे हात हातात घेतले. अश्रुधारा तशाच वाहू दिल्या... न आवरता. आता फक्त आठवणीच उरल्या आहेत का?

"यापुढे फक्त आठवणीच जपायच्या का हो आपण? आपल्याला ज्योती कधीच दिसणार नाही का?" मी व्याकुळतेने विचारलं.

"हं... नाही ग दिसणार परत! पण असा विचार करू या का आपण... की ती आहेच आपल्यापाशी! या घराच्या प्रत्येक कानाकोपऱ्यांत ती आहे... तिचा

आवाज घुमतो आहे... आणि हो! तेच खळखळून हसणं!... तेच आठवायचं, अश्रू पुसायचे आणि तिच्या हास्यात आपलं हसणं मिसळायचं, अगदी मोठ्याने... जशी ती हसायची, तसंच आपण हसायचं...

हाऽहाऽहाऽहाऽऽऽ

– ज्योतीची आई

(शीला मुंगसे)

अनुक्रमणिका

विभाग १ : आनंदी जगण्यासाठी सारं काही... **१५**

- आनंदी जगण्यासाठी हसरा संघर्ष १६
- माझी जीवनगाथा १८
- आयुष्याचा नव्याने विचार ७९
- फायनल कॉल १३९

विभाग २ : या ज्योतीसम हीच... **१६१**

- उत्साहपूर्ण ऊर्जेचा झरा... १६२
- स्मृती ठेवून जाती... १७५
- अनोख्या मैत्रीचा प्रवास १८७
- कौटुंबिक जिव्हाळा... १९७

परिशिष्ट **२३९**

- न्यासाची स्थापना आणि कार्य २४०
- लाभले अनेकांचे सहकार्य... २५३
- ज्योतीच्या लेखनातील काही नोंदी २५७
- ज्योतीशी संबंधित वर्तमानपत्रात प्रसिद्ध झालेल्या काही बातम्या २६६
- ज्योतीने सादर केलेला प्रबंध २७२
- ज्योतीचा जीवनपट २७८
- ज्योतीला मिळालेले पुरस्कार २८२
- आई-बाबांचे पत्र २८४

आनंदी जगण्यासाठी सारं काही...

(ज्योतीच्या शब्दांतून तिच्या संघर्षाची कहाणी)

मी हसरी ज्योती...

मी काटेरी विषातून चालतेय...
शरीरात वेदना जाणवताहेत...
श्वास थांबतोय...
हात-पाय गार पडलेत...
संपूर्ण अंग सुजलंय...
पण म्हणून मी काय रडकी ज्योती?
छे, मी तर हसरी ज्योती!

आज मी तुम्हांला माझी गोष्ट सांगणार आहे. जशी मी जगले तशी!

का?

हा एक प्रश्नच आहे. असं काय माझं आयुष्य असामान्य होतं, की जे मी सांगावं? परंतु ही एका अशक्त हृदयाची सशक्त गोष्ट आहे, हे मात्र नक्की!

अर्थात, तुम्ही संवेदना सजग ठेवून हे ठरवा!

आनंदी जगण्यासाठी हसरा संघर्ष

माझा नेहमीचा हसरा चेहरा बघून लोकांना जरासुद्धा शंका येत नाही की मी, ज्योती मुंगसे जन्मतःच हृदयरोगाने ग्रासलेली आहे. वैद्यकीय भाषेत सांगायचंच झालं तर Pulmonary Hypertension with LTGA and Large VSD and ASD याने मी ग्रस्त होते. म्हणजेच, माझ्या हृदयाच्या वरच्या आणि खालच्या दोन कप्प्यांमधील पडद्यांना मोठी छिद्रं होती. फुप्फुसाला जोडल्या जाणाऱ्या दोन मुख्य रक्तवाहिन्या उलट्या दिशेला होत्या. त्यामुळे हृदयात शुद्ध आणि अशुद्ध रक्ताची सरमिसळ होत असे. या आजारात जास्तीत जास्त रक्त अशुद्ध होत असल्यामुळे ते सतत शुद्ध होण्यासाठी फुप्फुसाकडे पाठवलं जातं, त्यामुळे ऑक्सिजनची कमतरता मला सतत जाणवत राही. अशा वेळी ऑक्सिजन सिलिंडरची मदत घेण्यावाचून पर्याय राहत नाही. सतत फुप्फुसांवर ताण आल्यामुळे माझी फुप्फुसंही कमकुवत झाली होती.

मी जन्मतःच जिद्दी असल्यामुळे माझं शरीर कितीही कमकुवत झालं असलं, तरी माझ्या मनाची भरारी खूपच मोठी आहे. मानसिकरीत्या मी खंबीर असल्याने सगळी कामं स्वतःला अतिशय झोकून देऊन मी करते. हृदयाचा त्रास असला तरीही अमुक गोष्टीच करायच्या, तमुक करायच्या नाहीत, असं कधीही मी केलं नाही. घरातील सगळी कामं अगदी वयाच्या तेराव्या वर्षांपासून मी करत आले आहे. अर्थात, खूप क्षण असेही आले आहेत, की मानसिक बळ हे उसनं अवसान आहे की काय, अशी शंका यावी.

माझ्या दुर्दम्य इच्छाशक्तीमुळे मी एम.ए.पर्यंतचं शिक्षण पूर्ण केलं. मला गाण्याची आणि नृत्याची खूप आवड होती. जमेल तसं थोडं गाणंही शिकले. संधी मिळेल तेव्हा दांडिया खेळून नाचायची हौसही भागवून घेतली. अर्थात, या

आवडीमुळे मला खूपच त्रास भोगावा लागला. अगदी कॉलेज सोडून सहा महिने पूर्ण विश्रांती घ्यावी लागली होती. तरीही, मी हताश झाले नाही. सहा महिन्यांनंतर ब्युटी पार्लरचा कोर्स पूर्ण करून पाच वर्षं पार्लर चालवलं. परंतु पुढे शरीर साथ देईनासं झालं, तेव्हा पार्लर बंद करून घरी अभ्यास करून शिक्षण पूर्ण केलं. त्याच काळात पेंटिंग, सिरॅमिक पॉट तयार करणं असे बरेच उद्योग करून आनंदही मिळवला. काही काळ अर्ध वेळ नोकरीही केली. शिवनेरी, गोवळकोंडा असे किल्ले; चतु:शृंगी, सप्तशृंगी, लेण्याद्री अशी उंच ठिकाणची मंदिरं चढून जाणं हेही मी खूपच जिद्दीनं केलं. मला जी-जी सर्व आव्हानं पेलावीशी वाटत होती, ती पेलून आनंद मिळवला. त्यातूनच जास्तीत जास्त अवघड आव्हानांना सामोरं जाण्याची माझी वृत्ती बनली. हे सगळं करताना मला त्रासही होत होता. कितीतरी वेळा साक्षात मृत्यू समोर उभा ठाकला. पण मी कधीही त्याला घाबरले नाही. कारण मंगेश पाडगावकरांनी म्हटल्याप्रमाणे माझ्या मनानेही मृत्यू स्वीकारला होता –

येणार असेल मरण तेव्हा येऊ द्यावं
जमलंच तर त्याला लाडानं जवळ घ्यावं!

– ज्योती मुंगसे

(ज्योतीने लिहायला घेतलेल्या आत्मकथनाची प्रस्तावना)

माझी जीवनगाथा

(१९७३-२००३)

मी घरातलं पहिलं अपत्य!

आईने बाबांना आपण 'आई-बाबा होणार आहोत' ही बातमी ज्या दिवशी सांगितली असेल त्या वेळी त्यांना अत्यानंदच झाला असणार! जन्माला येणाऱ्या बाळाविषयी कितीतरी स्वप्नं पाहिली असतील! दोघांनाही पहिली बेटीच हवी होती.

१२ जानेवारी १९७३ रोजी माझा जन्म झाला. बेटीच झाली म्हणून घर आनंदाने न्हाऊन निघालं. हा आनंद जास्त दिवस टिकणार नाही, याची पुसटशीही कल्पना कोणी केली नव्हती. परांजपे हॉस्पिटलमध्ये पाचव्या दिवशी डॉक्टर कर्वे मला तपासायला आले. त्या वेळी त्यांना माझ्या तब्येतीची थोडी काळजी वाटली होती.

"ही एक महिन्याची झाली की माझ्याकडे तपासायला आणा!" ते म्हणाले.

"काही काळजीचं कारण?" माझ्या आजीने विचारलं.

"सध्या काहीच नाही सांगता येणार. खूप लहान आहे ही! थोडी मोठी झाल्यावर कळू शकेल. एक महिन्याने घेऊन या!" त्यांच्या स्वरात चिंता होती.

त्या एका महिन्यात अपत्यप्राप्तीचा आनंद भरभरून सगळ्यांनी अनुभवला असेल तेवढाच. मी एक महिन्याची झाले तरी माझं वजन वाढलं नव्हतं; सतत रडणं, किरकिर आणि झोपही स्वस्थ नाही. मग मला कर्वे डॉक्टरांकडे नेण्यात आलं. मला तपासताना डॉक्टरांना माझ्या हृदयाजवळ एक प्रकारचा विचित्र आवाज (घरघर) जाणवला. त्यावरून मला काहीतरी हृदयाचा आजार असू शकेल याची शंका त्यांना आली. तपासणीनंतर डॉक्टरांनी केलेलं निदान आई-बाबांना सुन्न करून टाकणारं होतं. त्यांच्या सर्व संवेदना गोठल्या. डॉक्टरांनी माझं भविष्य वर्तवलं –

"माझा अंदाज खरा ठरला. हिच्या हृदयाला छिद्र असल्यामुळे शरीराला शुद्ध रक्ताचा पुरवठा होत नाहीये. म्हणून हिला श्वास घ्यायला त्रास होतोय, धाप लागतेय. हिचं वजन न वाढण्याचं हेच कारण आहे. ही खूपच लहान असल्याने सध्यातरी हिच्यावर औषधोपचारांशिवाय कोणतेही उपाय करता येणार नाहीत. थोडी मोठी झाल्यावर बघू. ऑपरेशन करणं कदाचित शक्य होऊ शकेल."

हे ऐकल्यावर आई-बाबा, अण्णा आजोबा (आईचे वडील), ताई आजी (आईची आई) यांची काय स्थिती झाली असेल याची कल्पना करणं कोणालाही सहज शक्य होईल.

बाळंतपणासाठी आई माहेरी आली होती. खरं तर आपल्या लाडक्या लेकीचं आणि नातीचं कौतुक करण्यात सगळं घर बुडालं होतं. आजी-आजोबा, मामा, मावशी आनंदाच्या हिंदोळ्यावर झोके घेत होते. पण माझी मात्र सतत रडरड आणि किरकिर सुरू असायची.

ताईआजी म्हणायची, "अग मुली, आमचं काही चुकतंय का? सांग ना, बाळा! काही होतंय का तुला?"

या सगळ्या प्रश्नांची उत्तरं आज त्यांना मिळाली होती. बाबा नोकरीनिमित्त राहुरीला होते. शनिवार-रविवारी ते पुण्याला येत. पण, हा शनिवार त्यांच्यासाठी आनंदाचा नव्हता; तर पुढच्या वादळाची, एका दुष्टचक्राची सुरुवात होती. डॉक्टरांचं निदान ऐकून त्यांना मोठा धक्का बसला. त्या दिवसापासून मुंगसे कुटुंबीयांच्या संघर्षमय जीवनाला सुरुवात झाली.

अवघ्या सव्वा महिन्यापासून मला डीकॉक्झिन आणि लॅसिक्सच्या गोळ्या सुरू झाल्या. ही सुरुवात कधीही न संपणारी होती, याची पुसटशीही कल्पना त्या वेळी कोणालाच नव्हती. इतर मुलांच्या मानाने माझी शारीरिक प्रगती हवी तशी नव्हती. त्यामुळे आजोळी सगळे मला जरा जास्तच जपत होते. त्यातल्या त्यात अण्णा म्हणजे माझे आजोबा माझी जरा जास्तच काळजी घ्यायचे.

किरकिरं आणि खट्याळ बाळ

तशी मी लब्बाड होते. चार महिन्यांची असतानाची एक आठवण आहे. बाबांची नोकरी राहुरीला असल्यामुळे आम्ही तिथेच क्वार्टरमध्ये राहत होतो. बाळंतपणानंतर आई चार महिने माहेरी हडपसरलाच असल्याने पहिल्यांदाच ते मला राहुरीला घेऊन

निघाले होते. आई-बाबा, मी आणि आजी असे आम्ही चौघे राहुरीला निघालो. प्रवास छान झाला. पण तिथे पोहोचल्यावर मला ताप भरला. आजी आम्हांला सोडून दुसऱ्या दिवशी हडपसरला निघून गेली. कारण माझ्या मोठ्या मावशीला बाळंतपणासाठी हॉस्पिटलमध्ये नेलं होतं. दुसऱ्याच दिवशी पहाटे माझ्या मावसभावाचा म्हणजे सारंगचा जन्म झाला.

इकडे मी तीन दिवस तापामुळे सतत रडत होते, त्यामुळे रात्रंदिवस आई-बाबा हाताचा पाळणा करून माझी काळजी घेत होते. मी एक सेकंदही खाली राहत नव्हते. आईला स्वयंपाक करणंही अशक्य झालं होतं. सकाळ-संध्याकाळ ती फक्त कुकर लावायची. राहुरीच्या महात्मा फुले कृषी विद्यापीठाच्या कॅम्पसमध्ये राहत असल्याने जवळ कसलंही हॉटेल नव्हतं, त्यामुळे बाहेरून काही आणून खाणं शक्य नव्हतं. मला अजिबातच खाली ठेवू शकत नाही असं बघितल्यावर चौथ्या दिवशी बाबांनी आईला आणि मला बसमध्ये बसवून दिलं.

हडपसरच्या घरात गेल्याबरोबर मी बोळकं दाखवत हसायला लागले, रडू तर कुठल्या कुठे पळालं होतं. सगळ्यांचा जीव भांड्यात पडला होता. माझ्या हास्याने सगळं घर आनंदलं होतं... आणि 'मी पक्की लब्बाड आणि खट्याळ आहे' यावर सगळ्यांचं एकमत झालं. दुसऱ्या दिवशी सुदैवाने माझा ताप उतरला ही उत्तम गोष्ट झाली होती.

हा पुढे माझा स्वभाव बनला; चिडचिडेपणा आणि खट्याळपणा!

माझी प्रगती संथ होती. रांगतं बाळ खूप गोंडस दिसतं; पण मी एक वर्षाची झाले तरी रांगत नाही असं बघून आई-बाबा धास्तावले. तशी मी माझ्यापरीने काहीतरी प्रयत्न करत होते. बसल्या-बसल्या पुढे सरकायला लागले. अण्णा तर म्हणाले, ''पोरीने रांगण्याची नवीन पद्धत शोधली आहे बरं का!''

माझ्या तब्येतीची सारखी काहीतरी तक्रार सुरू असायची. सर्दी, खोकला, ताप, उलट्या, जुलाब असं सतत सुरू असायचं, त्यामुळे तब्येत अगदी नाजूक होती. एक वर्षाची असताना एकदा इतके जुलाब झाले होते, की पाणीसुद्धा पोटात ठरणं कठीण झालं. मग आठ दिवस आमचा मुक्काम हॉस्पिटलमध्ये!... आणि बहुतेक मला हॉस्पिटल आवडायला लागलं. मग मी येताना जणू ठरवूनच टाकलं होतं, अधूनमधून हॉस्पिटलची वारी करायचीच! आपलं बाळं हसरं हवं, हे आई-

बाबांचं स्वप्न मी साफ पुसून टाकलं. दोन गोष्टी मात्र मला छान जमायला लागल्या, किरकिर करणं आणि रडणं!

मी एक वर्ष दीड महिन्यांची झाले आणि आमच्या घरात एक छोटं बाळं आलं, माझी बहीण! आपल्या कुटुंबात दुसरी मुलगी जन्मली याचं कोणालाही वाईट वाटलं नाही. उलट सगळ्यांना आनंदच झाला होता.

कदाचित आधी धास्तावलेही असतील, माझ्यासारखीच हीसुद्धा रडकी निघाली तर...? परंतु स्वाती अगदी माझ्या विरुद्ध; एकदम गुटगुटीत, हसरी आणि सगळ्यांत महत्त्वाचं म्हणजे ती अगदी सुदृढ होती. तिला कसलाही त्रास नव्हता. मस्त दुदु प्यायची, एकटीच खेळायची, एकटीच झोपायची आणि सदा हसत असायची.

आईची आम्हा दोघींना सांभाळताना चांगलीच कसरत व्हायची आणि त्यातून मी पडले सतत 'पडू आजारी...'. स्वाती लहान असली तरी आईला तिच्यापेक्षा माझ्याकडेच जास्त लक्ष द्यावं लागायचं. मग स्वातीने आपला मार्ग स्वीकारला 'स्वावलंबीपणाचा'!

हे बाळ म्हणजे माझी सख्खी बहीण हे कळण्याइतपत मी मोठी नव्हते. मात्र, ती म्हणजे एक नवीन खेळणं वाटायचं मला! तिच्या हालचाली पाहून मी तिच्यासारखं करायचा प्रयत्न करायला लागले. ती मोठी होत होती, तशी मी तिची चक्क कॉपीकॅट बनले! तिच्याकडून मी बऱ्याच गोष्टी शिकले. खरं तर माझी प्रगती फक्त तिच्यामुळे झाली. तिच्या हालचाली बघून मी स्वत:मध्ये बदल घडवून आणत होते. ती हसायची, मग मीपण हसायला शिकले... स्वाती धरून उभं राहायला लागली, तेव्हा तिचं बघून मीपण आधार घेऊन उभी राहू लागले... ती चालायला लागली, मग मीही पावलं टाकू लागले. जणू काही मला शिकवायलाच ती लवकर आली होती. त्या वेळी मी दोन वर्षांची होते. आम्ही दोघी बहिणी दोन ध्रुवावरच्या होतो. मी काडी; ती मात्र एकदम गबदूल... मी आळशी, तर ती चपळ... ती स्वावलंबी, तर मी सतत डॉक्टरांवर अवलंबून... ती हसरी, तर मी किरकिरी आणि रडकी... ती हुशार, तर मी बहुतेक ढ!

पण एक सत्य म्हणजे, माझी सगळी प्रगती तिच्यामुळेच होत होती.

आईसमवेत ज्योती

स्वातीच्या सोबतीने माझी वाढ सुकर झाली

पांगुळगाड्याच्या साहाय्याने चालायचा प्रयत्न
करणारी ज्योती

१८ नोव्हेंबर १९७७ रोजी आम्हांला भाऊ झाला; प्रीतम! स्वातीसारखा गुटगुटीत, निरोगी होता आणि स्वातीसारखाच तोही एक 'हसरं मस्त बाळ'!

राहुरीसारख्या खेडेगावात माझ्यावर योग्य उपचार होऊ शकणार नाहीत हे ओळखून बाबांनी बदली करून घेतली. खरं तर राहुरीला आमचं घर मोठं होतं. पुण्याला आल्यावर मात्र आम्हांला चाळीत १६ × १० फुटांच्या एका खोलीत राहावं लागलं. तिथे आमच्या वयाची दहा-बारा लहान मुलं होती. खेळताना ती एकमेकांशी भांडायची, तर कधी गोडीने खेळायची. प्रीतम मात्र आमच्यात फार कमी असायचा. बऱ्याच वेळा त्याचा खेळ घरातच चालायचा.

इतका चपळ, की एका जागी कधीही स्वस्थ न बसता सतत उड्या मारायचा. घरात दोन लोखंडी खाटा होत्या. त्यांच्यामध्ये अंतर होतं. हा एका खाटेवरून दुसऱ्या खाटेवर सतत उड्या मारत असे. खोलीत मोरी होती. प्रीतम मोरीच्या दोन्ही बाजूला हात ठेवून झोका घेत असे. एकदा हात निसटला आणि जोरात कानावर आपटला. कानाची पाळीच तुटली. धावाधाव करून डॉ. जाधव यांच्याकडे नेलं. दोन-तीन टाके घालावे लागले. एकदा तर अशाच उड्या मारत असताना त्याचा पाय नुकत्याच स्टोव्हवरून उतरवलेल्या गरम तव्यावर पडला... खूप तळमळला. असा हा वात्रट मुलगा आमच्या सगळ्यांचा लाडका होता.

त्याचं अजून एक वैशिष्ट्य म्हणजे, लहानपणी त्याला डॉक्टरांची कधी भीती वाटली नाही. लहान मुलं डॉक्टरांना बऱ्याचदा घाबरतात. प्रीतमला मात्र दवाखान्यात नेलं की तो टुणकन उडी मारून डॉक्टरांच्या तपासण्याच्या बेडवर झोपायचा, इंजेक्शनसाठी स्वतःच तयार व्हायचा. सगळ्यांनाच त्याचं भारी आश्चर्य वाटायचं.

माझी डॉक्टरांनी सांगितलेली औषधं सुरू होती. हळूहळू नातेवाइकांना आणि मित्रांना माझा आजार लक्षात आला. डॉक्टरांच्या औषधाने माझ्यात फारशी सुधारणा होत नाहीये हे बघितल्यावर लोकांनी आई-वडिलांना आणि आजीला सल्ला द्यायला सुरुवात केली.

'हे औषधाने बरं होणारं दुखणं नाही. कोणाचीतरी करणी झालेली आहे. तुम्ही तिला बाबांकडे घेऊन जा. त्यांच्या पायांवर हिला घातली आणि त्यांनी आशीर्वाद दिला की ज्योती खडखडीत बरी होईल.'

तो काळच तसा होता, बुवाबाजीचा धंदा खूप जोरात चालणारा!

विश्वास नसतानाही आई-बाबांनी 'हाही उपाय करून बघू म्हणून' त्या काळी मिटकर बाबा म्हणून एक प्रसिद्ध योगी होते, त्यांच्याकडे मला नेलं.

मला बघून मान आणि हात हलवून किंचितसं हसून 'पुढे जा' अशी खूण केली. त्या खुणेचा अर्थ आजतागायत कोणालाच सांगता आलेला नाही. काय अर्थ होता त्यांच्या कृतीचा...?

'भविष्यात माझं फारसं काही चांगलं होऊ शकणार नाही' किंवा 'मी जास्त काळ जगू शकणार नाही' किंवा 'भविष्यात मी तरून जाईन आणि खूप जगेन' किंवा 'माझ्या कृपेने मी आता सगळं नीट केलेलं आहे, काही काळजी करू नका,' असे बरेच अर्थ त्यातून निघू शकत होते.

त्यांच्या एका सहकाऱ्याने सांगितलं, की हिला रोज हरणाचं शिंग सहाणेवर उगाळून देत जा, फरक पडेल. त्या दिवसापासून गोळ्यांबरोबर चाटण सुरू झालं. मी होतेच 'स्पेशल', त्यामुळे माझी बाळगुटीही इतर बाळांपेक्षा वेगळी होती. औषध तर माझ्यासाठी जणू लिमलेटच्या गोळ्या! फरक एवढाच; या गोळ्या कडू होत्या. या सगळ्या प्रयत्नांनी माझ्या आजारात फरक तर पडलाच नाही; उलट माझा चिडचिडेपणा फार वाढला आणि आई-बाबांचा जीव आणखी मेटाकुटीला आला.

डॉक्टर एके डॉक्टर, डॉक्टर दुणे डॉक्टर...

'डॉक्टर एके...' हा पाढा मी माझ्या आयुष्यात फार लहानपणी शिकले आणि तो मग पाठच करून टाकला. इतका, की पुढच्या आयुष्यात कधीही विसरले नाही. अगदी by heart करून टाकला.

त्या काळात इंग्लंडवरून शिकून आलेले डॉ. अशोक कानिटकर हे एकमेव हार्ट सर्जन पुण्यात होते. त्यामुळे आई-बाबा मला एन. एम. वाडिया हॉस्पिटलमध्ये त्यांच्याकडे घेऊन गेले. प्राथमिक तपासणीनंतर मला हृदयाचा गंभीर आजार आहे, असं निदान झालं. त्या काळात आजच्यासारख्या सोप्या तपासण्या नव्हत्या. कार्डियाक कॅथ ही एकमेव तपासणी होती. ती तपासणी करणं धोक्याचं होतं. मुख्य म्हणजे, माझं वय खूप लहान असल्याने ती तपासणी करणं अशक्य होतं. त्यामुळे मी थोडी मोठी झाले की ही तपासणी करायची, असं डॉक्टरांनी सांगितलं.

डॉक्टरांनी माझ्या जीवनाचा आलेख सोपा करून सांगितला.

"शाळा...? छे! शक्यच नाही! हिला अजिबात झेपणार नाही. माझं ऐकाल तर हिला शाळेत घालू नका. खूप जपायला हवं. यापुढे नाचणं, फिरणं, ट्रेकिंग हिला

वर्ज्य! ही जेवढी घरात पलंगावर शांत झोपून राहील तेवढी कदाचित जास्त जगेल.'' डॉक्टरांनी असं निर्वाणीचं सांगूनही 'जगेल तितकी जगेल; पण माझी मुलगी निरक्षर राहता कामा नये,' असा निर्णय आई-बाबांनी घेतला आणि अस्मादिक शाळेत दाखल झाले.

माझं शालेय शिक्षण

आम्ही दोघी बहिणी जोडीने प्रा. नाथ हरी पुरंदरे शाळेत जायला लागलो.

मैत्रिणींच्या सहवासात मला माझ्या आजाराची जाणीवच होत नव्हती. मी आपली स्वतःला त्यांच्यासारखीच भाग्यवान समजत होते. त्यांच्यात आणि माझ्यात काही फरक आहे हे माझ्या गावीही नव्हतं. खूप मौजमजेचे दिवस होते ते! काही दिवसांनी मात्र मला एक गोष्ट लक्षात आली, आपल्याला शाळेतल्या शिक्षिका जरा जास्तच जपत आहेत. मला वाटत असे, 'मी हुशार आहे, स्वभावाने चांगली आहे म्हणून मी त्या सर्वांची खूप आवडती आहे.'

मग हळूहळू एकेक गोष्टी लक्षात येऊ लागल्या. मैदानावर मला खेळू दिलं जात नाही, आपल्याकडे त्यांचं अति लक्ष आहे. कारण? नव्हतं माहीत. मग मी बाबांकडे तक्रार करायची असं ठरवलं.

''बाबा, तुम्ही शाळेत येऊन सांगा. मला खेळायला खूप आवडतं; पण कोणीच मला मैदानावर खेळू देत नाहीत.''

''बेटा, तुला जास्त खेळता येणार नाही.''

''का?''

''कारण तुला जमणार नाही.''

''मला जमतं आणि खूप आवडतं. तुम्ही उद्या शाळेत या. माझ्या बाईंना सांगा. मला त्या पी.टी. करताना एका बाजूला बसवतात.''

''बेटा, असा हट्ट नको करूस!''

''माझ्या मैत्रिणी मग मला चिडवतात. म्हणतात, 'तू नाजूक आणि रडूबाई आहेस.'''

''तू त्यांच्यापेक्षा वेगळी आहेस.''

''वेगळी...! म्हणजे?''

''तुला थोडा शारीरिक त्रास आहे. म्हणून आम्हीच तुझ्या बाईंना सांगितलं आहे. तुला शारीरिक कष्ट करायचे नाहीत, असं डॉक्टरांनी सांगितलं आहे.''

"का?"

"कारण तुला ते झेपणार नाहीत. तू आजारी पडशील."

"मला काय झालंय?"

त्यांनी मला थोडक्यात; पण त्या आजाराचं गंभीर स्वरूप न सांगता, माझ्या हृदयाला छिद्र असल्याचं सांगितलं. मला फारसं काही कळलं नाही. परंतु हळूहळू माझं आयुष्य इतर मुलींसारखं नॉर्मल नाहीये याची जाणीव व्हायला लागली. CHD (Congenital Heart Defect) म्हणजे जन्मत: असणारे हृदयातील दोष. माझा हा आजार जन्मानंतर एक-दोन महिन्यात कळला असला, तरी मला त्याचं गांभीर्य बऱ्याच वर्षांनंतर कळलं. आपण इतरांपेक्षा वेगळ्या आहोत, दुबळ्या आहोत, याची जाणीव मात्र लहान वयातच होऊन मी ते स्वीकारलं.

आयुष्यात एक तर मिळतं किंवा मिळत नाही, हे समजायलाही फार काळ जावा लागला. मात्र, अनेकदा प्रयत्न करूनही एखादी गोष्ट मिळत नसेल, तर ती सोडून देण्यात शहाणपणा असतो, हे मी लगेच शिकले. स्वप्न आणि वास्तव यांतील तफावत आणि त्यांचा मेळ घडवून आणण्यासाठी होणारी तडफड ही नेहमीच जीवघेणी असते. मन बऱ्याचदा भरकटतं, वागण्यावर मुखवटे चढवले जातात, मग आपण स्वत:लाच अनोळखी होतो. आपलंच मन विचार करत राहतं... आपण नक्की कोण? असंच काहीसं माझ्या बाबतीत वारंवार घडत होतं. मग सगळ्याच गोष्टी आपल्या मनासारख्या घडत नाहीत, हे वास्तव मी हसतमुखाने स्वीकारलं.

आपल्या जीवनाचा बराचसा काळ पलंगावर पडून घालवावा लागणार आहे, हे सत्य मात्र मी पुढच्या आयुष्यात नाकारलं आणि मनाशी ठरवून टाकलं – 'माझं आयुष्य कसं जगायचं हे मी ठरवणार.' आणि मी जिद्दी झाले. सगळ्यांच्या मते, मी अतिशय हट्टी झाले. 'जे ठरवीन ते झालंच पाहिजे,' अशी हेकट झाले.

माझ्या शालेय शिक्षणात कधीच काही अडचण आली नाही. सर्दी, खोकला, ताप, जुलाब, उलट्या; आणि हो, डोळ्यांना सारख्या रांजणवाड्या व्हायच्या. एवढा त्रास सोडला आणि भरमसाट औषधं सोडली तर बाकी सगळं छान चाललं होतं.

शाळेतील शिक्षकही खूपच चांगले लाभले. शाळेत असतानाची माझी पूर्ण जबाबदारी त्यांनी आनंदाने स्वीकारली होती. अगदी ज्या शालेय सहली असायच्या

त्या सहलींनाही त्यांनी मला बरोबर नेलं. मग त्या कोणत्याही गडावर असो किंवा एखाद्या पर्यटनस्थळी असो, एक दिवसाची असो किंवा दोन-तीन दिवसांची असो; माझ्या शिक्षकांच्या सहकार्याने मी माझं बालपण पुरेपूर जगले. फक्त शाळेत पीटीच्या (शारीरिक शिक्षणाच्या) तासाला मला खेळायला, कवायत करायला मनाई होती. खरं तर पीटीच्या तासाला नुसतंच मैदानावर एका कोपऱ्यात बसून राहणं त्या बालवयात खूप जड जात असे. मग ती त्रुटी भरून काढण्यासाठी शाळेतल्या बाकीच्या ॲक्टिव्हिटींमध्ये मी हिरिरीने भाग घ्यायला सुरुवात केली.

कुठलीही गोष्ट मिळवण्यासाठी मला इतर मुलींपेक्षा जास्त श्रम करावे लागायचे. परंतु जिद्द होती त्यांच्यासारखंच स्वतःला सिद्ध करण्याची! मग मी कष्टाला हरवलं आणि मला उमगलं, आपलं आयुष्य दुसऱ्या कोणाहीपेक्षा वेगळं असलं तरी आपण आपल्या प्रयत्नांनी आपल्या 'टर्म्स'वर जगू शकतो.

माझ्या जीवनाचा आलेख ठरला

मी सहा वर्षांची होते तेव्हा माझं कार्डियाक कॅथ केल्याचं मला पुसटसं आठवतंय. हाताला कोपराच्या इथे छिद्र पाडून तिथल्या नलिकेतून एक सूक्ष्म नलिका हृदयापर्यंत सोडून एका द्रवामार्फत हृदयाची कार्यक्षमता आणि त्याच्या सध्याच्या स्थितीचे मोजमाप करतात. त्यावरून हृदयाची शस्त्रक्रिया करता येईल का, हे ठरवता येतं. मी सहा वर्षांची असताना डाव्या हातातून कॅथ केलं गेलं. हाताला बऱ्याच पट्ट्या होत्या. तसाच हात घेऊन मी हॉस्पिटलच्या वार्डमध्ये फिरत होते. खूप कंटाळले होते. दोन-तीन दिवस ॲडमिट होते. त्या काळी कॅथ करणंही खूप धोक्याचं होतं. त्यामुळे आई-बाबा, आजी सगळे जण काळजीत होते. कॅथनंतर माझी शस्त्रक्रिया होऊ शकत नसल्याचं निदान झालं. परंतु माझं दैनंदिन जीवन औषधांसोबत व्यवस्थित सुरू होतं. खेळणं, अभ्यास करणं, धडपडणं या सगळ्या गोष्टीही सुरळीत सुरू होत्या.

सहा वर्षांनी म्हणजे मी बारा वर्षांची असताना पुन्हा एकदा कार्डियाक कॅथ केलं गेलं. या वेळचे रिपोर्ट खूपच धक्कादायक होते. डॉक्टरांनी शिक्कामोर्तब केलं – "फार तर सहा महिने जगेल ही! तुम्ही हिची आशा सोडून द्या."

आई-बाबांनी मात्र आशा सोडली नाही. त्या वेळी मी सहावीत होते. कॅथ उजव्या पायाच्या मांडीतून केलं होतं, त्यामुळे चालणं अवघड झालं होतं. साधारण दहा-बारा दिवस मी घरी होते. खूप वैतागले होते. चाळीच्या बाहेर एक ओटा होता

तिथपर्यंत कसंतरी चालत जाऊन बसायची. बसून काय विचार करायची ते नाही आठवत आता! त्या काळी एक रेडिओ सोडला तर इतर कोणतीही करमणुकीची साधनं नव्हती. माझी गाण्याची आवड बहुतेक तिथूनच रुजली.

मोठ्या आवाजात गाणी लावायची आणि संगीताच्या तालावर अलगद त्या गाण्यात उतरत जायचं... अगदी लहानपणापासूनचा माझा हा खेळ... गाणं मग आपल्या आत भिनत जातं... जणू काही ते गाणं आपण जगतोच आहोत....

आई-बाबांनी मला कधीही स्वाती-प्रीतमपेक्षा मी कोणीतरी वेगळी आहे अशी वागणूक दिली नाही. आईला घरकामात मदत करणं, दुकानातून सामान आणणं, भाज्या आणणं अशी सगळी कामं मी, स्वाती आणि प्रीतम करत असू. मला तर अशी कामं मनापासून आवडायची. वयाच्या तेराव्या वर्षी मी सगळा स्वयंपाक करायला शिकले. स्वयंपाक करून दुसऱ्याला जेवायला घालणं मला फार आवडायचं. शिक्षणापेक्षा घरात माझं जास्त लक्ष असायचं.

भांडी-कपडे धुणं, फरश्या पुसणं ही कामं मी विशेष आवडीने करायची. मला वाटतं, तेव्हापासूनच मनात कुठंतरी स्वतःच्या संसाराची स्वप्नं बघायला सुरुवात झाली होती... मी सजवलेलं एक सुंदर घर ..., प्रेम करणारा जोडीदार..., समजूतदार कुटुंब आणि गोंडस मुलं!

गंगेत घोडं न्हालं...

मी फार हुशार कधीही नव्हते. अभ्यासातही माझं मन फार रमत नसे. सततचं आजारपण आणि अभ्यासाची गोडी नसल्यामुळे माझी मजल जेमतेम पास होण्यापर्यंत असायची. तरीही, १९८८मध्ये मी दहावी पास झाले, ५१ टक्के मार्क मिळाले. 'पोरगी नापास नाही झाली' याचाच सगळ्यांना आनंद झाला. स्वाती हुशार होती. पहिला नंबर ती कधीही सोडत नव्हती. त्यामुळे माझ्या जेमतेम पास होण्याचं कौतुक कोणाला असणार, असा प्रश्न मला पडला. परंतु तसं घडलं नाही. अण्णांनी कौतुक केलं. प्रेमाने जवळ घेऊन ५१ रुपये बक्षीस दिले. माझ्यासाठी हे फारच मोठं गिफ्ट होतं.

दहावी तर पास झाले. आता पुढे? हा मोठाच प्रश्न आई-बाबांना होता. विशेषतः फार दगदग न करता जमेल ते मी करायला हवं, असं बाबांचं म्हणणं होतं.

बाबांनी सुचवलं, ''डी.एड. कर. तुला लहान मुलं आवडतात. बालवाडीत शिक्षकाचं काम सहज मिळेल तुला!''

''नाही, बाबा! माझं ते स्वप्न नाही.''

''तुला काय करावसं वाटतंय?''

''शिक्षकी पेशा मला फारसा आवडत नाही आणि तो माझा पिंडही नाही. मी कोणाला शिकवू शकेन, असं मला वाटत नाही.''

''ओके! तर मग बी.कॉम....? फार वेळ कॉलेज नसेल. तुला सोपं जाईल.''

''छे! बी.कॉम. मराठीत केलं तर त्याला अजिबात स्कोप नाही आणि इंग्लिशमध्ये करायचं तर इथे कोणाचं इंग्लिश चांगलं आहे?... माझं तर फारच वाईट... नकोच ते!''

''बरं मग?''

''मी बी.ए. होते. माझे आवडते विषय घेऊन पुढे एम.ए. करीन.''

''चालेल.''

नोकरी करायची वगैरे काहीच डोक्यात नव्हतं. मनात एकच होतं, जमेल तेवढं शिकायचं... त्यानंतर आपलं लग्न होईल... मग संसार, मुलं यातच आपण गुंतून जाऊ. आपल्या शिक्षणाचा उपयोग आपण घरासाठी करायचा, असं काहीसं माझं स्वप्न होतं.

माझा आजार गंभीर स्वरूपाचा असून माझं लग्न वगैरे होण्याची शक्यता नाही, हे मला माहीत नव्हतं. बाकीच्या नॉर्मल मुलींपेक्षा जास्त काम मी करू शकत होते, त्यामुळे आपल्यात काही कमतरता आहे याची जाणीव पंचविशीपर्यंत अजिबात नव्हती.

आत्तापर्यंत 'शाळा म्हणजे धमाल करायचं ठिकाण' असं समीकरण माझ्या मनात होतं आणि आता कॉलेज म्हणजे तर 'फारच मज्जा करायची' हे मी ठरवून टाकलं होतं. आजार अधूनमधून डोकं वर काढत होताच. परंतु एकंदरीत माझं बरं चाललं होतं. धाप लागली की झोपायचं, विश्रांती घ्यायची आणि परत कामाला लागायचं, असं करून मी स्वतःला सांभाळत असे.

डॉक्टरांचा पाढा नियमित सुरू होता. बाहेरगावी गेल्यावर जसं मजेत आपण हॉटेलात राहतो, त्याच प्रकारे हॉस्पिटलमधील माझ्या वाऱ्याही सुरू होत्या. तिथले दिवस मी खूप हसून साजरे करत असे. आई माझ्या आवडीचं घरचं जेवण करून

पाठवायची आणि नातेवाईक माझ्याशी गप्पागोष्टी करायला यायचे. कित्येक वेळा त्यांना माझ्या पलंगावर झोपवून मी हॉस्पिटलमध्ये फिरून यायची. शेजारच्या रूममध्ये जाऊन दुसऱ्या रुग्णांशी गप्पा मारून यायची.

खरं तर माझ्या आयुष्याचा आलेख ठरलेला होता. तो काही जगण्याला फारसा पूरक नव्हता; पण याची मला अजिबात जाणीव नव्हती.

माझ्याकडे मोजकेच दिवस होते, हे मला अजिबात माहीत नव्हतं किंवा कदाचित ते सत्य मी नाकारत होते. कदाचित सत्य नाकारणं हे माझ्या अंतर्मनासाठी defence mechanism असावं.

एका प्रसन्न सकाळची आठवण

नुकतीच हॉस्पिटलमधून पाच दिवसांच्या मुक्कामानंतर घरी आले होते. रात्री मस्त झोप झाल्यावर सकाळी सात वाजता जाग आली. खिडकीतून बाहेर बघितलं. माझं लक्ष एका मोगऱ्याच्या कुंडीकडे गेलं आणि मी डोळे विस्फारून तो निसर्गाचा आविष्कार पाहतच राहिले! मनात आलं, कोणत्याही फुलाचं बहरणं - कोमेजणं किती थोड्या काळात सामावलेलं असतं. परंतु त्याही थोडक्या आयुष्यात ते फूल सुगंधाची आणि सौंदर्याची लयलूट करतं. हे छोटंसं मोगऱ्याचं फूल कोमेजेल तेव्हाही या दुनियेतलं आपलं काम चोख पार पाडल्याचं सार्थक अंगावर लेवून, रंग उधळत, जणू त्या निर्मात्याला सलाम करत असेल. हा मोगरा, मला हाच संदेश देत असेल का?

काही मोजक्या गोष्टी सहज; पण कधीतरीच घडतात. म्हणून त्यांचं आपल्या आयुष्यातील स्थान खूप स्पेशल असतं. त्यांच्या अस्तित्वाने आपलं आयुष्य उजळून निघतं. ही सकाळ अशाच सहज घडणाऱ्या गोष्टींच्या प्रतीक्षेतील एक सूरमयी सुप्रभात, एखाद्या नाजूक दवबिंदूसारखी!

अकरावी... फारच मस्त!

मी शिवाजीनगरच्या मॉडर्न कॉलेजमध्ये अकरावीला प्रवेश घेतला. माझ्या एका नवीन अध्यायाला सुरुवात झाली. त्या वेळी औंध गावातील बरीच मुलं याच कॉलेजमध्ये जात असल्यामुळे जाता-येता सोबत मिळायची. रोज सकाळी ६.३० वाजता बसने जायचं. पुढे कॉलेजपर्यंत १५ मिनिटं चालत जायचं. त्यात वर्ग

तिसऱ्या मजल्यावर असायचा. रोज इतके जिने चढून जाण्याचा खूप त्रास व्हायचा. नवीन कॉलेज... नवीन वातावरण... सगळंच नवीन होतं. मी शरीराने अगदीच किरकोळ; खरं तर अशक्त होते. त्यामुळे कोणाच्या नजरेत येण्यासारखी नव्हते. काही काळ असाच गेला. कोणाचीच ओळख नाही. मग आपलं आपण लेक्चरला एकटं बसायचं, अभ्यास करायचा. कधी गरज लागलीच तर वर्गातल्या मुलींशी बोलायचं. असं चाललेलं असताना दोनेक महिन्यांनंतर माझ्याच वर्गात असलेल्या प्रतिभा कोंढाळकर हिच्याशी ओळख झाली. बघताक्षणी मला ती आवडली. वाटलं, हीच आपली मैत्रीण आणि हिच्याशी आपलं मस्त जमेल. मैत्री जुळायला वेळ लागला नाही. काही दिवसांत अर्चना गावंडे आम्हांला येऊन मिळाली. मग मी, प्रतिभा आणि अर्चना अशी आमची घट्ट मैत्री झाली.

आता मला कॉलेज आवडू लागलं होतं. मी बऱ्यापैकी रुळले. पण रोज जिने चढून जायला जिवावर यायचं. लेडीज रूमही तळ मजल्यावर असल्यामुळे सारखं वर-खाली करणं अवघड जायचं. माझी लॅसिक्सची गोळी चालू होती, त्यामुळे वरचेवर लघवीला जावं लागायचं. दोन लेक्चरच्या मध्ये पाच मिनिटं ब्रेक असायचा. तेवढ्या वेळात खाली जाऊन पुन्हा लेक्चरला वरच्या मजल्यावर यायचं म्हणजे फार त्रासदायक व्हायचं. खूपच धावपळ व्हायची, धाप लागायची. परंतु कोणाला काय सांगणार?

त्यातून कधी शिक्षक वर्गावर आलेले असले आणि १० मिनिटं उशीर झाला की ते विचारायचे, 'उशीर का?' मग मला उत्तर देताना मेल्याहून मेल्यासारखं व्हायचं. सगळ्या वर्गासमोर 'ते' कारण सांगताना खूप लाज वाटायची. शाळेतली गोष्ट वेगळी होती. तिथे सगळ्यांना माझा आजार, मला होणारा त्रास माहीत होता, त्यामुळे सगळे मदत करायचे. पण एवढ्या मोठ्या कॉलेजमध्ये कोणाला कोणाशी फार काही देणंघेणं नसायचं. या सगळ्याचा मला खूप त्रास होत होता. म्हणून मी एक युक्ती केली. गोळ्या न खाता फेकून देऊ लागले. घरी कधी विचारलंच तर खोटं सांगू लागले, की मी गोळ्या वेळेवर घेतेय. यामुळे एक फायदा झाला. वारंवार लघवीला जाण्याचं बंद होऊन मी सगळ्या मित्रमैत्रिणींमध्ये मोकळेपणाने वावरू लागले. उत्तम जगण्याची ओढ वाटायला लागली आणि मग काहीसं सुचू लागलं,

कधीतरी आपल्यालाही वाटतं, की वेडं होऊन जगावं
आपल्याच मस्तीत धुंद व्हावं
शहाणपणाने वागण्यात असतं फक्त शहाणपण

कधी उसनं आणलेलं, तर कधी उधार घेतलेलं
त्यात नसते धुंद होऊन मस्तीत जगण्याची ताकद
आणि मग दुसरे अपेक्षा करतात सतत आपल्याकडून
तसंच सतत शहाणपणाने वागण्याची
मग खूपच सोसावं लागतं आणि त्यात आपलं 'स्व'ही हरवलं जातं.

स्वातीचं स्वप्न

मी अकरावीत होते तेव्हा स्वातीची दहावी चालू होती. स्वाती अभ्यासात हुशार होतीच; तरीही ती सतत अभ्यास करत बसलेली असायची. आई-वडील, नातेवाईक आणि शाळा या सर्वांनाच ती बोर्डात नक्की येईल अशा अपेक्षा होत्या, त्यामुळे तिच्यावर बरंच प्रेशर होतं. बोर्डात येण्याच्या स्पर्धेत तिच्या वर्गातील अजून दोन-तीन मुलं होती. त्यामुळे साहजिकच एक प्रकारची स्पर्धा निर्माण झाली. दहावीच्या मुख्य परीक्षेला काही दिवस बाकी असताना तिच्या एका मैत्रिणीने तिच्याकडून एका विषयाची वही नेली आणि 'हरवली' असं सांगून परत आणून दिलीच नाही. हा धक्का मोठा होता. स्वाती खूप रडली. परंतु तिने जिद्द सोडली नाही. आत्मविश्वासाच्या बळावर सगळे पेपर दिले. आता रिझल्टची वाट पाहणं सुरू झालं. तिला ९० टक्के मिळवूनही ती बोर्डात आली नव्हती. घर उदास झालं; पण क्षणभरच! तिचे उत्तम मार्क्स बघून आम्ही सगळे खूश झालो. घर आनंदाने नाचू लागलं.

माझ्या घराची ही एक खासीयत आहे. आम्ही दु:ख चटकन नजरेआड करतो. 'चांगलं मनात ठेवायचं आणि दु:खाला पळवून लावायचं' हा मंत्र न शिकवता आम्हां सगळ्यांना येत होता.

तिच्यावर बक्षिसांची बरसात झाली. मी खूश झाले पण...

खरं सांगायचं तर मला असूया वाटली होती. एक बारीकशी कळ मनात उमटली... कारण अण्णा सोडले तर माझ्या दहावीची साधी दखलही कोणी घेतली नव्हती; बक्षिसाची गोष्ट तर फारच लांब राहिली, असे विचार सारखे मनात येत होते. पण हे खरं नव्हतं. माझ्याच मनात खोट होती, 'शारीरिक व्याधी नसती तर मलाही असं यश मिळवणं शक्य झालं असतं.'

अशा विचाराने माझं मन व्यापून गेल्यामुळे मला सगळ्यांनी केलेलं कौतुक जाणवलं नव्हतं.

'या पोरीने आपली तब्येत सांभाळून अभ्यास केला, त्यात ती पास झाली हे विशेषच आहे,' असं सगळे सारखं म्हणत होते, अजूनही म्हणतात. बाबांना, आईला माझा खूप अभिमान आहे. प्रतिकूल परिस्थितीतसुद्धा ज्योती सगळं उत्तम करते, असं सगळ्यांना सांगताना मी वारंवार ऐकलं आहे.

एक हळवी घटना

माझ्या शाळेतील माझी जिवलग मैत्रीण माधवी महाडिकने दुसऱ्या कॉलेजला प्रवेश घेतला असला तरी आमचा पत्रव्यवहार सुरू होता. आमची अगदी घट्ट मैत्री होती. तिलाही माझ्यासारखाच हृदयाचा आजार होता आणि सध्या तो जास्तच तीव्र झाला होता. कुठल्याही परिस्थितीत तिचं ऑपरेशन होणं गरजेचं होतं. परंतु पैशांचा प्रश्न खूप मोठा होता. समान आजाराने ग्रासलेल्या होतो, त्यामुळे आम्ही दोघी समदुःखी आणि म्हणूनच समसुखी होतो. तिलासुद्धा चार जिने चढून वर्गात जाणं खूप अवघड होतं. तिच्या हृदयाची झडप पूर्ण निकामी झाली होती. ती जराही चालू-फिरू शकत नव्हती. बोलताना धाप लागत होती. कोणतेही साधे श्रम तिला झेपत नव्हते. झडप बदलल्याशिवाय ती जगणं केवळ अशक्य होतं. तो काळ होता १९८१-१९८२चा. त्या काळी हृदयाचं ऑपरेशन किंवा झडप बदलणं ही गोष्ट कठीण होती. तितकीशी वैद्यकीय प्रगती झालेली नव्हती आणि रुग्णाच्या शारीरिक आणि आर्थिक परिस्थितीवरसुद्धा बरंचसं अवलंबून होतं. सामान्य माणसाच्या आवाक्याबाहेरचं होतं सगळं!

तिच्यासाठी काहीतरी करून पैसे जमवायला हवे होते. आपण ते करायचं आणि तिला बरं करायचं, हे ध्येय मी मनाशी पक्क केलं होतं. शाळेतल्या काही मैत्रिणी आम्ही कायम संपर्कात होतोच, आम्ही सगळ्यांनी प्रयत्न करण्याचं ठरवलं. पैसे जमा करण्यासाठी पावती-पुस्तकं छापून घेतली होती. पावती-पुस्तक घेऊन मी दारोदारी फिरत असे. कोणी ५-१०-१५-२० रुपये अशी मदत देत असत. पण त्या काळी ही मदतही खूप मोठी होती. थेंबाथेंबांतून साठवण होत होती. मी जवळजवळ तीन पावती-पुस्तकं संपवली होती. आमच्याकडे फोन नव्हता, त्यामुळे पत्रावरच अवलंबून राहावं लागत असे किंवा सरळ त्या व्यक्तीच्या घरी जाऊन तिची खुशाली विचारायची.

माझ्याकडे बऱ्यापैकी पैसे जमल्यावर माधवीला देऊन पुढे काय ते ठरवावं अशा विचाराने मी तिच्या घरी गेले.

मी प्रचंड आनंदात होते. स्वप्नरंजनात मी अगदी रंगून गेले... आता या पैशांतून तिचं ऑपरेशन होईल... मग ती बरी झाली की आधीच आमचं ठरल्याप्रमाणे माझ्याच कॉलेजला प्रवेश घेईल... मग काय नुसती धमाल! कॉलेज बुडवून सिनेमे, बाहेरचं यम्मी-यम्मी खाणं... नुसती धमाल आणि त्याबरोबर एकत्र अभ्यासही करू. एकट्याने अभ्यास करण्याचा कंटाळा येतो. रात्रभर जागून अभ्यास आणि एकत्र अंथरुणात झोपून गप्पा... आणि...

'हो, हो, हो, बाईसाहेब, आवरा आपल्या मनाला!' मला हसू आलं. आपल्या स्वप्नरंजनाबद्दल माधवीला सांगायला हवं. मग मला मिठी मारून ती खूप हसेल.

तिच्या घरी पोहोचेपर्यंत मी खूप म्हणजे खूपच आनंदात होते. माझ्या हातून काहीतरी चांगलं घडत होतं. माझी मैत्रीण जगायला हवीच होती. माझ्यासाठी तिचं अस्तित्व फार महत्त्वाचं होतं.

पण...

पण दैवाला ते मान्य नव्हतं. Man proposes, God disposes हेच शेवटी खरं होतं की काय! मी तिच्या घराजवळ पोहोचले. समोरचं दृश्य बघून मन जरा चरकलंच. हृदय जोरात धडधडायला लागलं, पायातले त्राण गेले, पुढे चालवेना, पावलं जड झाली. घराबाहेर आणि घरात खूप गर्दी होती. माधवीच्या बाबांनी मला हाताला धरून आत नेलं. माझे डोळे माधवीला शोधत होते.

तितक्यात तिच्या आईने मला मिठी मारली आणि धाय मोकलून रडत मला म्हणाली, "ज्योती, अग, आपली माधवी गेली."

हे काय घडत होतं?... मला भेटण्याचा अवसरही तिला मिळाला नव्हता. माझ्या मदतीचा उपयोग व्हावा एवढाही वेळ तिच्याकडे नव्हता...? छे! हे शक्यच नव्हतं. माझी प्रिय मैत्रीण मला न सांगता, माझा निरोप न घेता कुठे गेली होती?

मी सुन्न होऊन आईकडे नुसती बघत राहिले.

"नाही हो, आई! हे शक्यच नाही. मी आणले आहेत पैसे! आता आपण तिची शस्त्रक्रिया करू शकतो."

"नाही ग पोरी, आता त्या पैशांचा तिच्यासाठी काहीही उपयोग नाही." तिचे बाबा म्हणाले.

"असं कसं होईल? झोपली आहे का खोलीत? मी उठवते तिला... ऐकेल ती माझं!"

"ज्योती, भानावर ये पोरी! ती आता दुसऱ्या जगाच्या वाटेवर गेलीय ग!"

मला मिठीत घेऊन रडत-रडत तिची आई सगळं सांगू लागली. माधवी आदल्यादिवशीच गेली होती. तिला ऑपरेशनसाठी ॲडमिट केलं होतं. परंतु इंजेक्शन देण्यासाठी लावलेलं सलाइन तिला सहन झालं नाही. त्यातच ती गेली. ऑपरेशन टेबलपर्यंत ती पोहोचलीच नव्हती. उपचारांपूर्वीच ती गेली. आमची माधवी आम्हां सर्वांना सोडून अशा ठिकाणी निघून गेली, जिथे आमचा आवाजही तिच्यापर्यंत पोहोचणार नव्हता. माझी माधवी मला परत दिसणार नव्हती, भेटणार नव्हती. माझ्या स्वप्नांना काहीही अर्थ उरला नाही.

मला खूप अस्वस्थ वाटत होतं. सैरभैर झाले होते मी!... रडावंसं वाटत होतं; पण रडू येत नव्हतं. अनेक प्रश्नांनी मन बेचैन झालं होतं... असं का घडतं? काही जणांच्या बाबतीत एवढा अन्याय का? त्यांच्या जीवन-मरणाचा प्रश्न का येतो? काय चुकतंय? कुठे चुकतंय? हे टाळता येणार नाही का? नव्हे, हे टाळता यायलाच हवं.

मी जणू गोठून गेले. माझी स्थिती बघून सगळ्यांना आता माझी काळजी वाटायला लागली. सगळे मला ओळखत होते. मला आपली दुसरी मुलगी मानत होते. मी आईजवळ बसून राहिले. डोळ्यांतून आता अश्रूही वाहत नव्हते.

माधवीचे बाबा म्हणाले, ''हिला आता इथे जास्त वेळ थांबू देऊ नका. नाही तर रडून-रडून तिची तब्येत खराब व्हायची.'' मग ते मला घरी सोडायला आले.

घरी आल्यावर आईला सगळी गोष्ट कळली तेव्हा तिलाही मोठा धक्काच बसला. संध्याकाळी बाबा ऑफीसवरून आल्यावर त्यांना हे कळले, तेव्हा त्यांनाही धक्का बसला. कोणाचाच या बातमीवर विश्वास बसत नव्हता. मला तर सारखं रडायला येत होतं. आई-बाबांची स्थिती माझ्यापेक्षा वेगळी नव्हती. आपलं भविष्य असंच आहे का, हा विचार माझ्या आणि त्यांच्याही मनात आला. माझ्यानंतर त्यांना कसं वाटेल हे माधवीच्या आई-बाबांकडे बघून मला समजलं.

''आई-बाबा, असं माझ्याही बाबतीत घडू शकतं ना?''

''नको ग बाळा, असं बोलू!''

''पण मला वाटतं, नाही घडणार. मी घडू नाही देणार.'' मी आत्मविश्वासाने म्हटलं.

''तुझ्या तोंडात साखर पडो!'' आई-बाबा म्हणाले.

मग आम्ही तिघे जण मूकपणे बसून राहिलो.

डोक्यात विचारांचं काहूर माजलं...

जीवन माझ्यासारख्या लोकांचं असं असतं का?... कोणत्याही क्षणी मृत्यू समोर उभा राहील.

आयुष्य अनिश्चित आहे हे माहीत असूनही एखादी गोष्ट, ध्येय ठरवून ते साध्य करण्यासाठी जिवाचा आटापिटा करायचा?...

जिंकलो तर स्वर्गप्राप्तीचा आनंद आणि हरलो तर प्रयत्न केल्याचं समाधान!

माझ्याही बाबतीत सगळं असंच होणार हे माहीत असतानाही खूप मजा येतेय असं जगताना. रोज मृत्यू गृहीत धरून आयुष्य जगलं म्हणजे आयुष्याची गोडी अवीट राहते, हे नक्की!

मी असंच जगतेय. खोटं नाही सांगत, माझं आयुष्य अगदी मजेमजेने चाललंय आणि म्हणून त्याची गोडीही अवीट आहे.

''ज्योतीऽऽऽ'' बाबांच्या हाकेने मी भानावर आले.

''खूप विचारात अडकू नकोस, पोरी! शीला, फक्कडसा चहा कर बरं! ज्योतीला हवाय... हो ना ग, ज्योती!'' माझ्याकडे बघून डोळे मिचकावत बाबा म्हणाले. त्याचा अर्थ मला समजला. हे वातावरण बदलण्यासाठी होतं. मग मीही मोठ्याने हसून माझा मूड ठीकठाक केला.

''चला बरं, आपण सगळे माधवीला तिच्या पुढच्या वेगळ्या वाटचालीसाठी शुभेच्छा देऊ या!''

''आई, तिलाही आवडायचा बरं का चहा! तेव्हा तू चार कप कर. तिच्या वाटणीचा आपण सगळे थोडा-थोडा पिऊ या!''

अर्थात, हे अवसान तात्पुरतं होतं. रात्री उशीत डोकं खुपसल्यावर मन विचार करू लागलं, आपण मृत्यूला चकवा देण्यात पटाईत झालो आहोत असं मला वाटतं होतं; पण तो भ्रमनिरास आहे हे आज माझ्या लक्षात आलं. एके दिवशी येईल आपला चोरपावलांनी, त्याचं येणं मला कळण्याआधीच घाला घालेल तो माझ्यावर... कदाचित असं दुःख एक दिवस माझ्या कुटुंबीयांनाही सहन करावं लागणार बहुतेक...

माधवी या जगात नाही हे स्वीकारायला मला दोन वर्षं लागली. अजूनही मनातला एक कप्पा तिच्या आठवणींनी व्यापलेला आहे. अगदी आजही तिच्या आठवणीने डोळ्यांत पाणी दाटून येतं. आपण तिला नाही वाचवू शकलो, ही खंत कायमची मनात घर करून राहिली.

कोणी निर्माण केलं माणसाला?... आणि कोणी ठरवलं त्याचं मरण?... ईश्वराने?... छे!

खरं तर माणूस ही ईश्वराची नसून निसर्गाची निर्मिती आहे. इतकी सुंदर कलाकृती निसर्गाशिवाय कोणी करूच शकत नाही. पंचमहाभूतांतूनच सगळं निर्माण होऊन त्यातच सर्व विलीन होतं, तर माणूसही त्याचीच उत्पत्ती आहे असंच म्हणायला हवं. Truly feeling there is no God, there is only Nature... अशा मिश्र भावनांनी मन भरून जाई.

कधी-कधी म्हणजे, खरं तर बऱ्याचदा माझ्या भावना आणि संवेदना गोठतात. वाटतं हे सगळं जग फसवं आहे, आज आहे तर उद्या नाही. अशा गोष्टींना काही अर्थ उरत नाही. ज्याचं अस्तित्व इतकं अस्थिर आहे, तर मग त्याच्या भावनांना तरी काही अर्थ आहे का?... जाणारे जातातच, मग आपण का भावनाविवश व्हायचं?

बारावीचं वर्ष

माधवीच्या जाण्याने अभ्यासात आणि खरं तर कशातच माझं लक्ष लागत नव्हतं. हळूहळू नवीन ओळखी वाढत होत्या, नवीन मित्रमैत्रिणी होत होत्या. त्या काळात मुलांशी मैत्री करणं घरात अजिबात मान्य नव्हतं, त्यामुळे घरापर्यंत फक्त मैत्रिणीच पोहोचत असत. मुलांबद्दल अजिबात चर्चा करायची नाही, हे मी शिकले. अभ्यास करायचा प्रयत्न सुरू होता. घरातील मोठी मुलगी असल्याने आईला सगळ्या घरकामात मदत करण्याची जबाबदारी माझ्यावरच येऊन पडत असे. स्वातीला घरकामात फारसा रस नव्हता. अभ्यास हा तिचा आवडता विषय होता. मला मात्र घरकाम करायला खूप आवडत असे. त्यातल्या त्यात स्वयंपाक करायला, भांडी धुवायला मला खूप आवडायचं.

मला फारशी अभ्यासाची आवड नसल्यामुळे असेल कदाचित; पण माझं अभ्यासात हवं तसं लक्ष लागत नसे, हे खरं होतं. जेमतेम अभ्यास करून मी बारावीची परीक्षा दिली. निकालही अपेक्षेप्रमाणेच लागला. मी ४५ टक्के मिळून जेमतेम पास झाले. मनातून खूप खजिल झाले. मला माझी लाज वाटली. परंतु इतके कमी मार्क मिळवूनही सगळे खूश आहेत हे बघून मीही आनंदी झाले. अण्णांनी पाठीवरून हात फिरवून कौतुक केलं, खाऊ दिला आणि अभ्यासाचं महत्त्व

समजावून सांगितलं. मग मी ठरवलं, यापुढे अभ्यासावर लक्ष केंद्रित करायचं. आपल्या प्रकृतीची कारणं देत बसायचं नाही, त्यावर मात करायची.

माझ्याकडे एक झपाटलेपण आहे. कोणतीही गोष्ट साध्य करण्यासाठी मी स्वत:ला झोकून देते. एकदा ठरवलं की ठरवलं. मग मी कोणाचंच ऐकत नाही. अर्थात, खूप वेळा या झपाटलेपणामुळे असह्य त्रासही सहन करावा लागतो. पण अण्णांच्या कौतुकाचा आणि या झपाटलेपणाचा उपयोग करून जीवनात जे काही साध्य करायचं ते मी करणारच, असं ठरवून टाकलं.

'रम्य ते दिन' असंच म्हणावं लागेल त्या दिवसांना! बारावीनंतर पुन्हा त्याच कॉलेजमध्ये बी.ए.च्या पहिल्या वर्षाला ॲडमिशन घेतली. आता तर कॉलेज म्हणजे मौजमजा करण्याची हक्काची जागा झाली होती. कॉलेजसमोरच पोलीसलाइन म्हणजे पोलिसांची घरे, वस्ती असल्याने कॉलेजमधली बरीचशी मुलं-मुली तिथेच राहणारी होती. त्या सगळ्यांचं एकमेकांशी मैत्रीचं नातं होतं. त्यामुळे कॉलेजमध्ये त्यांच्या ओळखीतून इतर मुला-मुलींशी आमच्या ओळखी झाल्या. त्यातून आमचा एक मोठा ग्रुप तयार झाला. त्यात कॉमर्सची मुलं जास्त होती. मुली आमच्याच वर्गातील होत्या. जवळजवळ २५ जणांचा आमचा ग्रुप होता. पण पुढे त्यातही वेगवेगळे गट पडत गेले.

मौजमजा करायला आमचा सगळा ग्रुप सोबत असायचा; पण सुख- दु:ख वाटायला हक्काचा छोटा ग्रुप कधी तयार झाला ते आमचं आम्हांलाही कळलं नव्हतं. मी, प्रतिभा कोंढाळकर, अर्चना गावंडे, रेश्मा पटवा आम्ही आर्ट्सच्या; तर दत्तात्रेय भापकर आणि प्रशांत पवार कॉमर्सचे, असा आमचा सहा जणांचा एक घट्ट ग्रुप तयार झाला.

कॉलेजचे ते दिवस मंतरलेले होते. चांगले मित्रमैत्रिणी मिळाल्या होत्या. शिक्षकही खूप चांगले लाभले होते. आम्हांला सगळ्यांनाच अभ्यास, वाचन यांची गोडी लागली होती. पोलीसलाइनमधली सगळी मुलं तर एमपीएससी परीक्षेचा जीव तोडून अभ्यास करणारी होती. शिवाय, त्या मुलांचा कॉलेजमध्ये खूप दरारा होता. त्यांच्या रूपाने आमचे जणू रक्षणकर्ते आम्हांला मिळाले होते. आता आम्ही पूर्ण सुरक्षित वातावरण अनुभवत होतो. बऱ्याच ठिकाणी मी, प्रतिभा, अर्चना अशा तिघी कॉलेजमध्ये फिरताना दिसायचो. म्हणून आम्हांला 'तीन देवियाँ' असं नावं

पडलं होतं. सुरुवातीला राग येत असला तरी नंतर ते संबोधन आम्हांला आवडू लागलं होतं.

शिवाय, दत्ता आणि प्रशांत हे आमचे मानलेले भाऊ आहेत, हे सगळ्या कॉलेजला माहीत असल्यामुळे आमच्या वाटेला कोणी जात नसे. आम्हा तिघींमध्ये मी जरा जास्तच बिनधास्त आणि थोड्याफार टवाळक्या करणारी होते. त्यामुळे मुलं जशी मुलींची खिल्ली उडवतात, तशी मी मुलांची खिल्ली उडवत असे. खूप धमाल यायची. माझा स्वभाव मुलींसारखा हळवाही होता आणि मुलांसारखा बिनधास्तही होता. त्यामुळे मी मुलं आणि मुली दोघांच्या मनाच्या जवळ होते. प्रत्येक जण स्वत:चं मन मोकळं करायला माझी मदत घेत असे.

कॉलेजमध्ये असताना मी आपला आजार दुसऱ्यांना कळू नये याचीच जास्तीत जास्त काळजी घेत होते. माझ्याकडे कोणीही सहानुभूतीने बघू नये अशी माझी इच्छा होती. मी दुबळी नसून तुमच्यासारखीच सशक्त आहे हे दाखवण्याचा मी सतत प्रयत्न करत असायची. असं असलं तरी पळापळ किंवा खूप जिने चढउतार करायला लागल्यावर जीव गळ्याशी यायचा. परंतु जिवाच्या आकांताने मी तसंच शरीर रेटत न्यायचे. शक्य तितका स्वत:चा त्रास लपवून ठेवण्याचीच माझी धडपड सुरू असायची. त्यासाठी मी गोळ्याही फेकून देत होतेच.

नवीन समदु:खी मैत्रीण

आमच्या ग्रुपमध्ये तायरा नावाची एक मुलगी होती, ती कॉलेजसमोरच्या पोलीसलाइनमध्ये राहत होती. तिलाही हृदयाचा त्रास होता. तिच्याही हृदयाला छिद्र होतं, पण त्याचं ऑपरेशन झालेलं होतं. ती बरीही झाली होती. परंतु त्रास वाढू नये म्हणून तिला गोळ्या सुरू होत्या. बरी होऊनही ती गोळ्या का घेतेय, हे मला समजत नव्हतं. खोदून-खोदून विचारल्यावर ती म्हणाली, "माझी एक झडप खराब होत चालली आहे. काही वर्षांनी ती बदलायची आहे." क्षणार्धात माझ्या डोळ्यांसमोर माधवीच उभी राहिली. परंतु दोघींमध्ये खूप फरक होता. माधवी एकदम बारीक होती, तर तायरा उंच आणि तब्येतीने चांगली होती. ग्रुपमध्ये आमच्या दोघींच्या आजाराचा विषय निघाला तेव्हा 'माझ्याही हृदयाला छिद्र असून त्यावर काहीही उपचार होऊ शकत नाहीत, असं डॉक्टरांनी सांगितलं आहे,' एवढंच मी सांगितलं. तेव्हा सगळेच हळहळले. पण त्याचं गांभीर्य कोणालाही नव्हतं, अगदी मलाही!

तायरा सतत मला म्हणायची, "तू ऑपरेशन करून घ्यायला हवंस."

आई-बाबांना विचारलं तर ते म्हणाले, ''नाही ग बाळा! ते शक्य असतं तर आम्ही कधीच केलं असतं. तुझं ऑपरेशन कधीच होऊ शकत नाही.''

''पण माझ्यासारखाच आजार माझ्या मैत्रिणीचा आहे. तिचं झालं. मग माझं का होणार नाही?''

'तुझं होऊ शकत नाही', 'तुझं ऑपरेशन कधीच होऊ शकणार नाही' यापेक्षा वेगळं उत्तर मला कधीच मिळत नसे. कॉलेजच्या सगळ्या कार्यक्रमांत (खेळ आणि स्टेज सोडून) मी उत्साहाने भाग घेत असे. त्यामुळे हिचा त्रास फारसा गंभीर नाही असंच सगळ्यांचं मत झालं. त्यानंतर मात्र माझ्या आजाराचा विषय कधीच निघाला नाही.

पहिला क्रमांक... ज्योती मुंगसे!

'पहिला क्रमांऽऽक ज्योऽऽती मुंगसे' हे शब्द ऐकायला जणू मी आसुसले होते. यश माझ्यापासून फार लांब पळायचं. जणू माझा आणि त्याचा काहीही संबंध नव्हता. मी पास व्हायचे; पण जेमतेम मार्कांनी! असं पहिलं-वहिलं येणं नव्हतंच कधी.

बी.ए.चं पहिलं वर्ष खूपच चांगलं गेलं. अभ्यासाची गोडी लागली होती. सगळे प्राध्यापकही मनापासून शिकवणारे होते. कॉलेज संपल्यावर लायब्ररी हे आम्हां सर्व मुलांचं आवडत ठिकाण बनलं. खूप सारी पुस्तकं वाचायची, नोट्स काढायच्या किंवा आपापला अभ्यास करत बसायचं. एक दिवस राज्यशास्त्राच्या बाईंनी वर्गात सूचना वाचून दाखवली.

आंतरमहाविद्यालयीन निबंध स्पर्धा होती. त्यासाठी विषय दिलेले होते. आम्हांला ते खूपच आवडले. मी, अर्चना आणि प्रतिभा आम्ही तिघींनी या स्पर्धेत भाग घ्यायचं ठरवलं. मग जोरात तयारी सुरू झाली. मी 'पंडित जवाहरलाल नेहरूंचे राजकीय विचार' हा विषय निवडला. आम्ही तिघींनी त्यासाठी खूप सारी पुस्तकं वाचून, त्यातून मुख्य गाभा समजून घेऊन, निबंध लिहून स्पर्धेसाठी पाठवले.

एक दिवस बाईंनी वर्गात आल्यावर निबंध स्पर्धेचा निकाल जाहीर केला. तो ऐकण्यासाठी माझा जीव कानात गोळा झाला. आणि मला हवे होते ते शब्द कानांवर पडले, 'प्रथम क्रमांक... ज्योती मुंगसे!'

माझा माझ्या कानांवर विश्वासच बसत नव्हता. मला भानच नव्हतं. मग बाईच म्हणाल्या, ''ज्योती! अग, उठून उभी तरी राहा!''

हे खरं होतं!... मी ऐकलं ते खरं होतं!... भानावर येऊन मी उभी राहिले. सगळा वर्ग टाळ्या वाजवत होता. काय अभिमान वाटला होता मला स्वतःचा! माझ्या आयुष्यात असे क्षण फारच कमी येत होते. मी सतत जेमतेम यशाच्या उंबरठ्यावर उभी असायची; आणि आता चक्क पहिली?... येस, मला अण्णांची आठवण आली. त्यांना माझ्या यशाचा फार अभिमान वाटला असता. ते नेहमी म्हणायचे, ''ज्योती, तू शरीराने कमकुवत असशील; पण मनाने होऊ नकोस. बेटा, मन आहे ना, ते शरीरापेक्षाही खूप सामर्थ्यवान आहे. ते कणखर कर. यश मिळवण्यासाठी कदाचित तुला इतरांपेक्षा जास्त मेहनत करावी लागेल. त्यात दुबळी ठरू नकोस.''

माझे डोळे आनंदाने हसायला लागले. आणखी आनंदाची बातमी म्हणजे, या स्पर्धेत अर्चनाचा दुसरा आणि प्रतिभाचा तिसरा क्रमांक आला होता. त्याही उठून उभ्या राहिल्या. टाळ्या पडतच होत्या. बाई म्हणाल्या, ''निकाल नोटीस बोर्डवर लावला आहे. मधल्या सुट्टीत मला येऊन भेटा.'' खूप आनंद झाला होता.

लेक्चरमध्ये माझं लक्ष लागत नव्हतं. आतापर्यंत मला कधीही बक्षीस मिळालेलं नव्हतं. स्वातीला खूप मिळायची. बक्षीस घेताना स्वाती ज्या ऐटीने आणि ताठ मानेने बक्षीस घ्यायला स्टेजवर जायची, ती वेळ आता माझ्यावर येणार होती. डोक्यात विचारचक्र सुरू झालं.

बक्षीस काय मिळेल?... त्याचा समारंभ कुठे होईल?... मला सगळे कसे मान देतील... ज्योती हुशार आहे म्हणतील.... माझं अभिनंदन करतील... आई-बाबांना माझा कसा अभिमान वाटेल... सगळे म्हणतील, Jyoti, we are proud of you.

अशा विचारांत लेक्चर संपलं. आम्ही मधल्या सुट्टीत टीचर्स रूममध्ये बाईंना भेटायला गेलो. पण...

हा 'पण' माझ्या आयुष्यात नेहमी घात करतो, माझी स्वप्नं धुळीला मिळवतो. आत्ता नक्की आठवत नाही, पण काहीतरी गंभीर कारण सांगून बाई म्हणाल्या, ''निबंध स्पर्धेचा बक्षीस समारंभ होऊ शकणार नाही. प्रशस्तिपत्रकही मिळणार नाही. फक्त नोटीस बोर्डवर निकाल लावला आहे, तो तुम्ही बघू शकता.''

हे ऐकून माझ्या डोळ्यांत पाणीच आलं. त्या थोड्या वेळात मी कितीतरी स्वप्नं बघितली होती. घरी ही बातमी मी मोठ्या अभिमानाने सांगीन. आई-बाबा खूप खूश होतील. माझ्यामुळे खूश व्हायचे प्रसंग त्यांच्या आयुष्यात जवळजवळ

आलेच नव्हते. दु:ख मात्र पदरात भरपूर पडायचं. बाईंच्या वाक्यांनी माझं स्वप्न धुळीला मिळालं होतं. मला खूप रडायला येत होतं. तशाही स्थितीत मी बाईंशी थोडा वाद घातला. पण काहीच उपयोग झाला नव्हता, दैवाने साथ दिली नव्हती. त्याने ज्योतीला आयुष्यात आनंदच मिळू द्यायचा नाही असं ठरवलं आहे की काय, अशी शंका मला येऊ लागली.

त्या दिवशी खूप हताश होऊन मी घरी आले होते. स्पर्धेत भाग घेतलाय हेच घरी माहीत नव्हतं, त्यामुळे मी घरात काही सांगितलंच नाही. घरी दाखवण्यासारखं माझ्या हातात काहीच नव्हतं, त्यामुळे कदाचित कोणीही माझ्यावर विश्वास ठेवला नसता. त्या काळी आजच्यासारखे मोबाइल नव्हते, ज्यामुळे नोटीस बोर्डवरील निकालाचा फोटो काढून घरी दाखवता आला असता. खूप वाईट गेला तो दिवस, सारखं रडायला येत होतं. आयुष्यातील बरीच वर्षं मी रडूबाईच होते. रात्री तोंडावर पांघरुण घेऊन रडणं हा तर माझा नेहमीचाच कार्यक्रम होता. तो त्या रात्रीही मी पार पाडला.

एकंदरीत दिवस आनंदाचे होते

अकरावी-बारावीपेक्षा बी.ए.च्या पहिल्या वर्षाला कॉलेज म्हणजे हवं ते करायला मोकळं मैदान झालं होतं. वेगवेगळी व्याख्यानं, स्पर्धा, अभ्यास, परीक्षा, गप्पागोष्टी यामध्ये दिवस कसे जात होते कळत नव्हतं. त्या वेळी आम्हांला मराठी शिकवायला वि. भा. देशपांडे सर होते. खूप सुंदर शिकवायचे. परंतु त्यांनी एकदा एक संपूर्ण लेक्चर नुसत्या मराठी शिव्याच शिकवल्या होत्या. खूप हसायला येत होतं, संकोचही वाटत होता; आणि मजेशीरही वाटत होतं. त्यांच्या मते, भाषा उत्तम यायला हवी असेल तर त्या भाषेतल्या काही खास शिव्याही यायला हव्यात.

भूगोल शिकवायला सर्जेराव साळुंखे सर होते. तेही इतकं सुंदर शिकवायचे, की त्यांचं लेक्चर संपूच नये असं वाटायचं. त्यांच्या शिकवण्यामुळे भूगोल विषयाची सगळ्यांना गोडी लागली होती. खरं तर सगळ्याच विषयांचे प्राध्यापक खूप तळमळीने शिकवणारे होते. मैत्रिणीही अभ्यासू होत्या, त्यामुळे आपोआपच अभ्यासाची गोडी लागली होती. अभ्यास करत असलो तरी इतर गोष्टीसुद्धा आम्ही भरपूर करत होतो.

लेक्चर बुडवून सिनेमाच्या सकाळी साडेनऊच्या शोला जायचे. त्या काळी सलमान खान आणि माधुरी दीक्षित आघाडीचे हिरो-हिरोइन होते. त्यामुळे त्यांचे सिनेमे आले की हमखास आम्ही लेक्चर बुडवायचो. मॉर्निंग शोला तिकीट खूप

कमी असायचं. कधी कॉलेज संपल्यावर तुळशीबागेत जाणं हाही आमचा आवडता कार्यक्रम असायचा. सगळीकडे चालत जायचो. बाबा मला आणि स्वातीला महिन्याला दहा रुपये द्यायचे. त्यातच सगळे खर्च भागवायचे. मग आम्ही ते पैसे कसेतरी पुरवायचो. अर्थात, आजच्यापेक्षा तेव्हा स्वस्ताई होती. परंतु जसजसा ग्रुप वाढत गेला तसे ते कमी पडू लागले. कारण प्रत्येकाच्या वाढदिवसाला गिफ्टसाठी वर्गणी काढणं किंवा आपल्या वाढदिवसाला पार्टी देणं, कधी भूक लागली म्हणून सामोसा - कचोरी - वडापाव खाणं, सिनेमाला जाणं अशा गोष्टींसाठी सतत पैसे लागायचे. पन्नास पैशाला सामोसा - कचोरी असायची. सगळ्यांकडेच पैसे कमी असायचे, त्यामुळे वाढदिवसाला पार्टी म्हणजे सामोसा - कचोरीचीच व्हायची. कधी पैसे नसले तर कमवून शिकणारी आमच्या ग्रुपमधली मुलं पैसे भरत असत. सगळ्यांकडेच समजूतदारपणा असल्यामुळे कधी कशाला अडचण आलीच नाही.

त्या काळात मुलांशी मैत्री केलेली घरात चालत नसली तरी कॉलेजमध्ये सगळ्यांशी खेळीमेळीचं वातावरण होतं. बऱ्याच मुलांशी मैत्रीही होती, फक्त ते घरात माहीत नव्हतं. ते वयच तसं होतं, नव्या नवलाईचं आणि मनातल्या भावना उघडपणे बोलून न दाखवण्याचं! असं असलं तरीही त्या वेळी काही सिरिअस प्रेम करणाऱ्या जोड्याही कॉलेजमध्ये होत्या. धाडस नसलं तरी तारुण्याच्या उंबरठ्यावरच्या स्वप्नाळू भावना प्रत्येकीच्याच मनात असतात... माझ्याही होत्या. मी तर चौदाव्या वर्षापासून घरकामात मदत करता-करता स्वतःच्या लग्नाची स्वप्नं गुंफली होती...

लग्न करून आपला संसार थाटायचा. शिक्षण, नोकरी हे माझ्या डोक्यात नव्हतं. मला लग्न करून नवऱ्याची प्रेयसी आणि जिवाभावाची मैत्रीण व्हायचं होतं. माझं हे रूप मी कितीदा तरी मनात रंगवलं होतं. घरादाराची काळजी घेणारी सून, मुलांवर उत्तम संस्कार करणारी मुलांची आई, हेच माझ्यासाठी परिपूर्ण आयुष्य होतं. स्त्री घराचा अविभाज्य भाग आहे. तिच्या त्यागावर घरातले सदस्य सुख-समाधानाने राहतात. तिच्या वात्सल्याने घराला घरपण येतं. मायेची शिदोरी, संस्काराची पोतडी स्त्री घराला देते. कुटुंबाचं कल्याण, शारीरिक आणि मानसिक स्वास्थ्य घरातल्या स्त्रीवर अवलंबून असतं, असं माझं स्पष्ट मत आहे. अशी स्त्री मला व्हायचं होतं.

पण...

हा 'पण' पुन्हा एकदा माझ्या आयुष्यात आला. खरं तर माझ्या जन्मापासून हा 'पण' मला चिकटलेला होता, फक्त माझ्या लक्षात यायला वेळ लागला. कारण या आजारामुळे माझं आयुष्य चारचौघींसारखं नसणार, हे माझ्या गावीही नव्हतं. हे सुख आपल्या नशिबी नाही, यावर माझा अजिबात विश्वास नव्हता. त्याला कारणही तसंच होतं. एक तर माझ्या आजाराचं गांभीर्य मला माहीत नव्हतं. दुसरं म्हणजे, गोळ्या सुरू असल्या आणि थोडाफार त्रास होत असला तरी मी नॉर्मल मुलींपेक्षा जास्त काम करत होते, जास्त कार्यक्षम होते. अंगाने अगदी किरकोळ, बारीक असले तरी कामाला वाघ होते, काटक होते. एका वेळी गव्हाचं पाच किलो आणि ज्वारीचं दोन किलो अशा पिठाच्या पिशव्या सहज नाही; पण थोडा दम लागला तरी उचलून आणत होते. रेशनचं सामान असू दे किंवा वाण्याकडून काही सामान आणायचं असू दे, मी ते आणत असे. म्हणून माझा आजार हा माझ्या लग्नाच्या आड येईल असं मला अजिबात वाटत नव्हतं.

दिसायला मी बरी होते. डोळे पाणीदार होते, पण...

पण माझी शरीरयष्टी फारच किरकोळ होती. एखाद्या पुरुषाला माझ्याबद्दल आकर्षण वाटावं असं माझ्याकडे काहीही नव्हतं. माझ्या किरकोळ शरीरयष्टीची खूप लाज वाटायची. माझे हात तर अगदी काडीसारखे आहेत. बाकी अंगाने मी म्हणजे एकदम धुणं वाळत घालायची काठी! त्यात साडी नेसायची तर इतकी हौस, की काही विचारायची सोय नाही. साडी नेसले की मला घरचाच आहेर मिळायचा, 'कायपण काठीला साडी गुंडाळलेलं ध्यान दिसतंय!'

अशी मी कधी कोणाला आवडू शकेल याची शंकाच होती. तरीही म्हणतात ना, 'मन वढाय-वढाय...' कोणालातरी आपण आवडावं, कोणाच्यातरी नजरेत आपण भरावं, कोणीतरी आपली स्तुती करावी, असं बरंच काही वाटत राहायचं. बी.ए.च्या पहिल्या वर्षी एकदा जाणीव झाली आपल्याला कोणीतरी आवडत आहे. हे आवडणं नुसतं दिसण्यावर होतं. हिरो-हिरोइन जसे आवडतात तसंच. त्याला फार काही अर्थ नसायचा. फक्त आपल्याला ही व्यक्ती आवडते इतकंच.

माझा पहिला क्रश

तसा माझा पहिला क्रश होता, एक मुसलमान मुलगा. त्याच्याशी कधीही बोलणं झालेलं नव्हतं. नुसतंच आपलं platonic love. परंतु आवडायचा जाम! काही

दिवस टिकलं. दिवस-रात्री त्याच्या स्वप्नांनी रंगलेल्या असायच्या. खूप सुखाचे दिवस गेले. मग लक्षात आलं, हे अळवावरचं पाणी आहे. त्यानंतर कॉलेजमध्ये अजून एक जण आवडायला लागला. कॉमर्सला होता तो. त्यामुळे त्याच्याशी काही रोजचा संबंध नव्हता. पण मला तो आवडायचा. म्हणून उगीच त्याला येता-जाता चिडव, असा काहीतरी टाइमपास चालायचा, जेणेकरून त्याचं माझ्याकडे लक्ष जाईल आणि त्याला वाटेल, की ही किती मस्त आणि हसरी मुलगी आहे. पण तसं काहीच घडलं नाही. सगळी स्वप्नं नुसती स्वप्नंच राहिली. एक मात्र नक्की; या स्वप्नांनी खूप सुख दिलं.

माझा स्वभाव, वागणं-बोलणं एकदम मोकळेपणाचं असल्याने मलाही एक-दोघांनी विचारलं. माझा जीव अगदी मोरपीस झाला. म्हणजे मीही कोणालातरी आवडते, हे माझ्यासाठी खूप सुखाचं, आनंदाचं होतं. पण मग लक्षात आलं, हा त्यांचा निव्वळ टाइमपास आहे. जेव्हा कळलं तेव्हा प्रचंड दुःख झालं.

हळूहळू मला माझ्या आजाराचं गांभीर्य कळायला लागलं. कारण 'मला कधीही बरा न होणारा हृदयाचा आजार आहे' असं म्हटल्यावर बोलायला आलेला मुलगा 'सॉरी' म्हणून निघून जायचा. लग्न करून माझी जबाबदारी घेण्यात कोणालाही इंटरेस्ट नसायचा.

माझ्यासाठी ही फार मोठी गोष्ट होती. वास्तवाचं भान यायला मला वेळ लागला. पण ते आलं तेव्हा माझं जग उद्ध्वस्त झालं होतं.

म्हणजे? आयुष्यात आपल्याला एकटीलाच राहायचं आहे?... माझं आयुष्य कमी आहे असं वाटतंय का त्यांना?... मला मुलं होणारच नाहीत असं वाटतंय यांना?... मनाला बोच लागली. मन घायाळ झालं. असंच आयुष्य काढायचं? एकटीने? किती हौस आहे आपल्याला संसाराची; खूप स्वप्नंही रंगवली आहेत.

पण...

पण हे घडणारच नाही का माझ्या आयुष्यात?

सांगणार तरी कोणाला? खूप अपमान वाटायचा. स्वतःचा रागही यायचा की, का आपण हा त्रास घेऊन जन्माला आलो?... या जगात आल्यावर लगेच का मेलो नाही? खरं तर डॉक्टरांनी 'ही फक्त सहा महिने जगेल' हेच भाकीत केलं होतं. तसं का घडलं नाही?... माझे बहीण-भाऊ स्वाती-प्रीतम कसे नॉर्मल आहेत... स्वतःचा आजार, कमकुवतपणा माहीत असूनही लोकांनी नाकारल्याचं

दुःख स्वीकारण्याचं बळ माझ्यात नव्हतं. मग पुन्हा स्वतःला त्रास करून घेणं, रडणं, उपाशी राहणं, रात्री उशीत तोंड खुपसून रडणं, जेवणावर राग काढणं अशा गोष्टी होत राहायच्या. अर्थात, कोणालाही कळू न देता; अगदी आई-बाबांनाही नाही. मला माझं आयुष्य हा माझा वैयक्तिक पराभव वाटत होता, तसेच मला माझा कमकुवतपणा कोणालाही कळू द्यायचा नव्हता. माझी कोणी कीव करावी असं मला अजिबात वाटत नव्हतं.

तरीही, आयुष्य अगदी मजेचं होतं!

पण म्हणून मी दुःखी अजिबात नव्हते. एक छानसं मजेचं आयुष्य जगत होते. कॉलेजमध्ये असताना लक्ष्मी रोडला आणि तुळशीबागेत खरेदीसाठी भटकणं हा त्या वेळचा एक आवडता उद्योग होता. तुळशीबागेतील खरेदी म्हणजे कधी कानातलं, कधी गळ्यातलं, बांगड्या, कधी सलमान खान-माधुरीचे फोटोग्राफ (५० पैशाला एक), झालंच तर कधी अप्पा बळवंत चौकातून पुस्तकं या पलीकडे खर्च असा काहीच नसायचा. मुळातच खरेदीपेक्षा मैत्रिणींसोबत फिरायला, मनसोक्त भटकायला मजा यायची.

कोणा एकीला जरी खरेदी करायची असली तरी सगळ्यांची वरात निघे. प्रत्येकीसाठी म्हणून खूपदा तुळशीबागेत जाणं व्हायचं आणि बार्गेनिंगला तर खूप धमाल यायची. पैसे कमी करण्यासाठी आम्ही इतके भांडत असू, की दुकानदार वैतागून शेवटी आमचं म्हणणं मान्य करत असे. खरेदीच्या बाबतीत मी अगदी पटाईत झाले होते, तसंच कुठे काय चांगलं मिळतं, कोणत्या रस्त्याने कुठे जायचं, या पुण्यातल्या खाचाखोचा मला पक्क्या माहीत झाल्या होत्या.

आईलाही पुण्यात कसली खरेदी करायची असली तरी ती मलाच घेऊन जात असे. तिचा स्वभाव थोडा भित्रा असल्यामुळे तशीही ती एकटी कधी फिरलीच नव्हती. अगदी आजही ती एकटी कुठे जाऊ शकत नाही. मावसबहिणींची खरेदीसुद्धा माझ्याच सोबतीने होत असे.

बाबांची अमेरिकावारी

ॲग्रिकल्चर कॉलेजतर्फे सप्टेंबर १९९०मध्ये बाबांना रिसर्चसाठी तीन महिन्यांसाठी अमेरिकेला जाण्याची संधी चालून आली. सगळ्यांना खूप आनंद झाला होता आणि थोडीशी भीतीही वाटत होती.

त्या काळी पत्राव्यतिरिक्त आजच्यासारखं कोणतंही संपर्काचं साधन नव्हतं. कोणाकोणाला विचारून कशीतरी तयारी केली. घरात एक प्लायवूडची बॅग होती, त्यात सामान भरलं. तीन-चार जोड कपडे; त्यातल्या त्यात भारी कपडे म्हणजे लग्नातला सूट होता.

तयारीमध्ये दिवस कसे निघून गेले ते कळलंच नाही. निघायचा दिवस म्हणजे १९ सप्टेंबर १९९०, घटस्थापनेचा दिवस उजाडला आणि हुरहुर सुरू झाली. एअरपोर्टला जाण्यासाठी निघाल्यापासून मनातल्या मनात माझं रडणं सुरू झालं होतं. खूप उदास वाटत होतं. बाकी सगळ्यांचे हास्यविनोद सुरू होते. गप्पांच्या नादात आम्ही एअरपोर्टला कधी पोहोचलो ते कळलंच नाही.

विमानाला वेळ होता म्हणून आम्ही शेजारच्या हॉटेलमध्ये गेलो, तर तिथे प्रसिद्ध तबलावादक झाकीर हुसैनजी भेटले. स्वाती त्यांच्याशी बोलायला आणि त्यांची सही घ्यायला गेली. खूप छान हसून गप्पा मारल्या त्यांनी! थोड्या वेळाने पुन्हा त्यांच्याशी भेट झाल्यावर स्वतःहून ते म्हणाले, 'हे स्वाती!' ते शब्द आम्ही आजही आमच्या मनात जपून ठेवले आहेत. त्यांचं हसणं अगदी खळखळून! आतापर्यंत आम्ही त्यांच्या तबल्यावर फिदा होतोच; पण आज त्यांच्या प्रत्येक अदांवरही फिदा झालो.

अविस्मरणीय असा क्षण होता तो! बघता-बघता वेळ कसा गेला कळलंही नाही आणि बाबा विमानाकडे जायला निघाले. सगळ्यांनी पाणावलेल्या डोळ्यांनी हसत-हसत त्यांना निरोप दिला. परतीच्या वाटेवर सगळेच थोडेसे उदास होते. मी तर सतत रडत होते. अंधारात कोणाला काही दिसत नव्हतं हे एक बरं होतं.

बाबांशिवाय दिवस कसेतरी जात होते, सहामाहीच्या परीक्षा झाल्यावर आम्हांला दिवाळीच्या सुट्ट्या लागल्या. आम्ही सगळे आजीकडे हडपसरला गेलो. तिथे तर सगळी धमालच असायची. कारण दिवाळीला आम्ही सगळे बहीण-भाऊ एकत्र यायचो. सकाळपासून रात्रीपर्यंत नुसता धिंगाणा सुरू असायचा.

बघता-बघता तीन महिने संपत आले आणि बाबा परत येण्याचा दिवस जवळ येऊन ठेपला. सगळेच खूप आनंदात होते. बाबा घरी आल्याचा आनंद कोणत्याच शब्दांत व्यक्त होण्यासारखा नाही. 'आयुष्यात आता दुसरं काही नकोच; फक्त माझे बाबा हवेत, कायम माझ्याजवळ' असा तो क्षण होता. सगळीकडे आनंदीआनंद होता. नुसत्या गप्पांच्या फैरीच्या फैरी झडत होत्या.

बाबांचं तीन महिन्यांचं वास्तव्य कसं होतं याचं वर्णन त्यांच्या तोंडून ऐकताना जणू वाटत होतं, की अमेरिका म्हणजे कोणतीतरी स्वप्नातली जादूची नगरी होती. आम्ही सर्व जण अचंबित होऊन ऐकत होतो... असा देश आहे पृथ्वीतलावर!

कॉलेजचं दुसरं वर्ष

माझी अभ्यासाची पद्धत जरा विचित्र होती. माझा अभ्यास परीक्षेच्या एक-दीड महिना आधी सुरू व्हायचा, अगदी ऐन वेळी! त्याला कारणही तसंच होतं, फार आधी कितीही घोकंपट्टी केली तरी माझ्या लक्षात काहीच राहायचं नाही. त्यामुळे परीक्षेच्या आधी जो अभ्यास होईल, त्यावरच मला पेपर लिहायची सवय होती.

स्वाती मात्र खूप कसून अभ्यास करायची. डॉक्टर व्हायचं आणि पुढच्या शिक्षणासाठी अमेरिकेला जायचं हे तिचं स्वप्न होतं. तिची परीक्षा पार पडली. मे महिन्यात तिचा रिझल्ट लागला. मार्क कमी मिळाल्यामुळे ती मेडिकलला जाऊ शकत नव्हती. पेपर रिचेकिंगला टाकूनही काही उपयोग झाला नाही. खूप रडत होती ती. तिची सगळीच स्वप्नं धुळीला मिळाली होती. आता पुढे काय, हा मोठा प्रश्न होता. मग तिने फर्ग्युसनला बी.एस्सी.ला प्रवेश घेतला. मी बी.ए.च्या पहिल्या वर्षाला जेमतेम पास झाले आणि दुसऱ्या वर्षाला ॲडमिशन घेतली.

नापास न होता आणि कसलाही ब्रेक न होता माझं शिक्षण सुरू आहे याचाच आनंद आई-बाबांना जास्त होता. त्यामुळे त्यांनी माझ्यावर अभ्यासाची जबरदस्ती कधीच केली नाही. परंतु शिक्षण किती महत्त्वाचे आहे हे ते वेळोवेळी समजावत राहिले. अभ्यासाकडे दुर्लक्ष केल्यावर मला शाब्दिक आणि शारीरिक मारही मिळायचा. परंतु अमुक इतके मिळालेच पाहिजेत, असा आग्रह त्यांनी कधीच धरला नाही.

दुसऱ्या वर्षाला स्पेशल विषय घ्यावा लागत असे. आमच्या सगळ्या ग्रुपने 'भूगोल' हा स्पेशल विषय घेतला. त्याला कारणही तसंच होतं. एक तर तो विषय शिकवणारे साळुंखे सर आणि झुंजारराव सर खूप छान शिकवायचे, त्यामुळे त्या विषयाची गोडी सर्वांनाच लागली होती. दुसरं म्हणजे, भूगोल विषयासाठी प्रोजेक्ट्स, स्टडी टूर कराव्या लागत असत, त्या निमित्ताने भटकण्याची हौस पूर्ण होणार होती.

अभ्यासाचं नवीन वर्ष खूपच छान सुरू झालं. सगळ्यांच्या अंगात नुसता उत्साह संचारलेला होता, कारण आता शेवटची दोन वर्षं उरली होती. भूगोल वगळता इतर सगळ्या विषयांची लेक्चर्स तिसऱ्या मजल्यावरच व्हायची, त्यामुळे

सकाळच्या दोन-तीन लेक्चरसाठी जिने चढायचा त्रास होत होताच. शिवाय, पावसामुळे गारठा असल्यावर जास्त त्रास व्हायचा. गारठ्यामुळे सारखं बाथरूमला जावं लागायचं त्याचाही त्रास व्हायचा.

भूगोलाची लेक्चर्स प्रयोगशाळेत व्हायची आणि ही प्रयोगशाळा लेडीज रूमच्या शेजारी होती, त्यामुळे मला जरा हायसं वाटायचं. साळुंखे सरांना माझ्या आजाराची थोडी कल्पना आली होती, त्यामुळे ते जरा विशेष काळजी घ्यायचे. एवढंच नव्हे, तर प्रयोगशाळेतील सर्व शिपाई काही गरज लागली तर मदत करायचे. साळुंखे सरांनी तर जाहीरच करून टाकलं होतं, 'ही माझी मानसकन्या आहे, त्यामुळे तिला कसलाही त्रास होता कामा नये.'

अख्खं कॉलेज मला 'साळुंखे सरांची मुलगी' म्हणून ओळखू लागलं. सरांनी आपल्याला मुलगी मानल्याचा खूप आनंद तर होताच; पण त्याचबरोबर आपोआपच माझ्यावर चांगलं वागायची जबाबदारीही येऊन पडली. आता माझं पूर्वीसारख्या टवाळक्या करणं कमी झालं. मी अभ्यासावर लक्ष केंद्रित केलं. भूगोलाचा प्रोजेक्ट म्हणून एकदा आम्ही कॅम्पमधल्या हातगाडीवर विक्री करणाऱ्या लोकांचा अभ्यास केला होता. दिवसभर आम्ही हातगाडी चालवणाऱ्या लोकांच्या मुलाखती घेत होतो. सगळ्यांच्या मुलाखती झाल्यावर संध्याकाळी नाझ हॉटेलजवळ भेटायचं ठरलं होतं. नाझमधली ती संध्याकाळ अविस्मरणीय होती, नाझचा प्रसिद्ध सामोसा खात दिवसभरातले अनुभव शेअर करताना नकळत आम्ही घडत होतो.

मी कधीही विसरू शकणार नाही असा तो अद्वितीय अनुभव होता.

आमची भूगोलाची दुसरी स्टडी टूर चाकण येथील कुरुळी गावात होती. तिथल्या शेतकरी कुटुंबांतील जनगणना, साक्षरतेचं प्रमाण, शेतीचं उत्पन्न, नोकरी, जोड व्यवसाय, भौगोलिक परिस्थिती अशा अनेक बाबींचा अभ्यास त्यात होता. कुरुळी हे गाव माझ्या गावाजवळचं, त्यामुळे ही टूर माझ्यासाठी अजूनच स्पेशल होती. सकाळीच आम्ही सगळे एस.टी.ने मुख्य रस्त्याला पोहोचलो. मग तिथून छोट्या पायवाटेने चालत गावात गेलो. मुलाखती घ्यायला सगळे जण खूपच उत्सुक होते.

सारवलेली झोपडीवजा साधी घरं, काही घरं तर शेतातच होती. आम्ही आमची प्रश्नावली तयार केली होती. ती समोर ठेवून घरातील लोकांशी आमचा संवाद सुरू झाला.

आमच्या प्रश्नांचं त्यांना हसूच येत होतं. घरातल्या बायका उत्तरं द्यायला खूप लाजत होत्या. काही जणी तोंडावर पदर घेऊन हसतच बसायच्या, तर काहींची उत्तरं त्यांना माहीत नसायची. सगळा अंदाजपंचे कारभार. आम्ही एकच प्रश्न वेगवेगळ्या पद्धतीने विचारून माहिती मिळवायचा प्रयत्न करायचो. अगदी खेळीमेळीच्या वातावरणात आमचा प्रश्नोत्तरांचा कार्यक्रम सुरू असल्यामुळे हळूहळू त्या बायकांनाही उत्तर देताना मजा येऊ लागली होती. त्या मग इतक्या धीट झाल्या, की उलट आम्हांलाच प्रश्न विचारू लागल्या. असा दुहेरी मुलाखतीचा कार्यक्रम चालू झाला होता.

गावकऱ्यांचा पाहुणचार अजूनही माझ्या लक्षात आहे. सगळे गावकरी इतके प्रेमळ होते की काय सांगू! दुपारी एका शेतात आम्ही जेवायला बसलो होतो तिथे येऊन याच बायकांनी आम्हांला ताक, भाजी, लोणचं, पाणी आणि काय-काय आणून दिलं होतं. शिवाय, संध्याकाळी गावचा निरोप घेतानाही सगळ्यांच्या पिशव्या वानवळ्याने गच्च भरलेल्या होत्या. त्या गावातून निघणं सगळ्यांच्याच जिवावर आलं होतं. दोन दिवस राहता आलं असतं तर ते सगळ्यांनाच आवडलं असतं; मलासुद्धा. तो अनुभव आम्हां सगळ्यांचं आयुष्य समृद्ध करणारा होता.

दांडियासाठी सर्व काही...

दिवस मजेत जात होते. अभ्यासाबरोबर इतरही अनेक गोष्टी सुरू होत्या. मुळातच सगळ्या शिक्षकांसोबत आमचं छान नातं जुळलं होतं. दत्ता-प्रशांत, प्रतिभा-अर्चना-पल्लू हे माझ्या जीवनाचा महत्त्वाचा भाग बनले होते. वेळ मिळेल तेव्हा लायब्ररीमध्ये जाऊन अभ्यास करत, नोट्स काढत बसणं यातच वेळ जात होता.

सहामाही परीक्षा जवळ आल्यामुळे कॉलेजमध्ये बाकी कशातच आता लक्ष लागत नव्हतं. आम्ही राहत होतो त्या भागात गुजराती समाजही राहत असल्यामुळे दर नवरात्रात रोज रात्री गरबा-दांडिया चालत असे. त्यात गुजराती मुली आमच्या शाळेपासूनच्या मैत्रिणी असल्यामुळे त्यांच्या घरी जाणं-येणं असायचं.

मला नाचायला परवानगी नव्हती. परंतु नाच माझ्या अंगातच भिनलेला होता. संगीत सुरू झालं की मी डोलायला लागायची. गुजराती मुली खूप सुंदर कपडे घालायच्या, मेकअप करायच्या. आम्ही मात्र साध्या ड्रेसमध्ये असायचो. परंतु त्यांनी कधीही आम्हांला तसं जाणवू न देता त्यांच्यात सामावून घेतलं.

दांडिया खेळायला खूप धमाल यायची. या वर्षी मी, बहीण आणि माझी मैत्रीण दांडिया खेळायला गेलो. आईने बजावून सांगितलं होतं,

"प्रॉमिस कर, तू नुसती बघायला जातेयस, अजिबात खेळणार नाहीस."

"फक्त बघणार."

"खेळणार नाहीस?"

"नाही खेळणार."

"स्वाती, ताईकडे लक्ष ठेव. तिला अजिबात खेळू देऊ नकोस."

स्वातीने आणि मी मान डोलावली.

तिथे पोहोचल्यावर मी स्वातीला म्हटलं, "स्वाती, मी फक्त पाचच मिनिटं खेळीन, आईला सांगायचं नाही."

"ताई, फक्त पाच मिनिटं. मग तू बसून बघायचं."

मी परत मान डोलावली.

आम्ही खेळायला सुरुवात केली. अशी काही नाचाची लय पकडली होती मी, की थांबायलाच तयार नव्हते. खेळायच्या नादात बहिणीच्या लक्षातच आलं नाही, की मी अजून खेळतच आहे. दमल्यावर खेळ थांबवून ती दांडिया बघत बसली. मी आणि मैत्रीण खेळत होतो. नंतर मैत्रीणही बसली. मी मात्र खेळतच होते.

'आता नाच बास कर!' म्हणून बहिणीने दहा वेळा मला सांगितलं. पण मी तिला न जुमानता नाचतच राहिले.

मी मस्तपैकी धुंदीत मनसोक्त नाचत होते. गाणं बदलेपर्यंत दोन-चार मिनिटं दांडिया थांबायचा, पुन्हा लगेच सुरू व्हायचा. असं करता-करता मी सलग दोन तास नाचले.

दम लागत होता, धाप लागत होती; माझं मन मात्र उल्हसित होत होतं. मी गुंग झाले होते. मला थांबायचं भान नव्हतं. शेवटी रात्रीचे बारा वाजून गेले आणि आता आई-बाबा ओरडतील म्हणून नाइलाजाने मी दांडिया खेळायची थांबले. शरीर थकलं होतं. मन मात्र अजूनही त्याच तालात हिंदोळे घेत होतं. मनात शंका होती, आपल्याला त्रास झाला तर...? बेफिकीर मन म्हणालं, 'झाला तर झाला. काहीही केलं नाही तरी त्रास होतोच. मस्त नाचायला तरी मिळालं.'

घरी आले तर अचानक पावसाने हजेरी लावली. मन सुखाच्या हिंदोळ्यावर असताना हा आपला अचानक हजर माझा आनंद बघायला.

अरे बाबा पावसा, किती रे तुझी मनमानी!

आज चहूबाजूंनी भरून आलाय...
विजांचा थयथयाट नुसता...
जणू खूप काही मनात साठवून ठेवलंय, पण व्यक्त होता येत नाहीये.
कधी समजणार याला,
असं मनात साठवून कुढण्यापेक्षा रितं होणं केव्हाही चांगलंच नाही का?

का रे बाबा, असा कधीही येतोस तू!...
अचानक, कल्पना न देता, एखाद्या व्याकूळ प्रियकरासारखा...
आणि मग त्या चिंब सरींसोबत वाहवत जाणं आलंच की...
असं म्हटल्यावर मग आला प्रेमात, गुजगोष्टी करू लागला.
गप्पांची लय अशी जमली होती की काय सांगू!...
त्याला निरोप देणं जिवावर आलं होतं माझ्या.
पण गेला बापडा, मला विरहात सोडून...

खात्री आहे मला येईल प्रेमात पुन्हा,
पण कधी-कधी फार वाट पाहायला लावतो.

जिवाची नुसतीच घालमेल होते,
अंगाची लाहीलाही होते, जीव नुसता अस्वस्थ होतो...

कधी येणार आहेस तू?
की नुसताच येतो-येतो म्हणून वाट बघायला लावणार आहेस?
तू चीड, रागव, पण ये यार...
आणि असा बरस, की...
तुझ्या स्पर्शाने तनमन मोहरून जाईल,
जणू संजीवनीच मिळेल जगायला...

असं म्हटलं की येतो ताळ्यावर; पण लगेच तावातावाने आपली बाजू मांडायला लागतो. चिडतो काय, गडबडा लोळतो काय, एकदम बरसायला लागतो.

पण हरकत नाही, मी असतेच मनवायला!

लबाडपणा उघड

दुसऱ्या दिवशी जाणवलं, सहामाही परीक्षा डोक्यावर उभी राहिली आहे. आता अभ्यासाला हुरूप आला होता. प्रोजेक्ट, अभ्यास यात खूप धावपळ सुरू होती. त्यात अधूनमधून छातीत कळा येतच होत्या. परंतु एकंदरीत सहामाहीची परीक्षा नीट पार पडली.

इकडे चाळीत सगळ्यांच्याच घरी दिवाळीच्या तयारीला जोरदार सुरुवात झाली होती. साफसफाई, घराची रंगरंगोटी, फराळ बनवणं, खरेदी यांची नुसती धांदल उडाली होती. मीही कंबर कसून कामाला लागले होते. पण नियतीच्या मनात काही वेगळंच होतं.

सहामाही परीक्षेच्या आधीपासून छातीत कळा येण्याचा त्रास हळूहळू प्रचंड वाढला होता. आई-बाबांपासून लपवून ठेवणं आता केवळ अशक्य होतं. त्रास सुरू झाला की मला वेदना सहन होत नसत. मग रडत राहायची. बाबांना सांगितल्यावर त्यांनी औंधमधल्या एका डॉक्टरकडे नेलं.

डॉक्टरांना माझ्या आजाराबद्दल सविस्तर सांगितलं. त्यांनी स्टेथोस्कोपने तपासून हृदयाचा त्रास वाढल्याचं सांगितलं. त्यांनी विचारलं, ''गोळ्या कुठल्या सुरू आहेत?''

शेवटी त्यांनी मला न आवडणारा प्रश्न विचारलाच. आता माझा लबाडपणा त्यांच्या आणि बाबांच्या लक्षात येणार, या विचाराने माझी घाबरगुंडी उडाली होती. मी रोज घेत असलेल्या दोन्ही गोळ्यांची नावं सांगितली.

''तुम्ही खरंच रोज औषध घेता का? कारण गोळ्या सुरू असतील तर इतका त्रास व्हायला नको. कुठल्या कामाची दगदग झाली आहे का? नवीन काही ॲक्टिव्हिटी?''

''मी रोज औषध घेते. माझा दिनक्रमही तर रोजच्यासारखाच आहे, दिवाळीचं थोडं जास्त काम होतं. बाकी नवीन काही नाही.''

''आठवून बघा बरं...''

मग आठवलं, काही दिवसांपूर्वी आपण सलग दोन तास दांडिया खेळलो होतो. ते सांगितल्यावर डॉक्टर आश्चर्याने बघायला लागले.

''तू इतकं सलग खेळू कशी शकलीस! तेव्हाच तुला जास्त त्रास व्हायला हवा होता!''

''थोडा झाला.''

"थोडा?"

"नाही, जास्त झाला."

बाबा माझ्याकडे रागाने आणि विषादाने बघू लागले. मी त्यांची नजर चुकवत म्हटलं, "सॉरी!"

डॉक्टरांनी मला चघळायच्या गोळ्या दिल्या, "दुखायला लागलं की लगेच एक गोळी चघळायची. दिवसातून कितीही गोळ्या चघळल्या तरी चालतील."

आम्ही घरी आलो. मला होणाऱ्या त्रासापेक्षाही दांडियावरून आई-बाबांची खूप बोलणी खावी लागणार याचीच जास्त भीती वाटत होती; आणि घरी गेल्यावर तसंच झालं. बाबा खूप चिडले. त्यांनी तर गोळ्यांपासूनच बोलायला सुरुवात केली.

"तू नक्की गोळ्या घेत होतीस का?"

"घेत होते." मी खाली मान घालून म्हणाले.

"नक्की गोळ्या घेत होतीस? खरं काय ते सांग. खोटं बोलते आहेस ना?" आता बाबांनी आवाज चढवला.

मी खूप घाबरले होते, तोंडातून आवाज निघत नव्हता, थरथर कापत होते. मला रडायला येत होतं. मी कधी खोटं बोलत नसे आणि आज मी ते केलं होतं. बाबांना खरं काय ते सांगायला हवं म्हणून मी रडता-रडता अगदी हळू आवाजात म्हणाले, "कधी-कधी गोळ्या फेकून देत होते."

"मोठ्याने सांग नीट!" त्यांनी जरा दरडावून विचारले.

"कॉलेज सकाळी असल्याने सकाळी लॅसिक्सची गोळी घेतल्यावर मला वरचेवर लघवीला जावं लागायचं. वर्ग तिसऱ्या मजल्यावर असल्याने तीन मजले उतरून, थोडा कॉरिडॉर चालत जाऊन लेडीज रूममध्ये जावं लागायचं. दोन लेक्चरच्या मधे पाच मिनिटंही वेळ नसायचा, त्यामुळे धावतपळत जाऊन जिने चढून यायला फार त्रास व्हायचा. त्यात 'काय ही मुलगी प्रत्येक लेक्चरनंतर लघवीला जाते' अशा नजरेने मुलं-मुली बघायचे. त्याने अपमानित झाल्यासारखं व्हायचं आणि लाजही वाटायची. हा त्रास नको म्हणून कधी-कधी मी गोळ्या फेकून द्यायचे."

बाबांच्या डोळ्यांत पाणी आलं. मला मायेने जवळ घेऊन हळुवार स्वरांत म्हणाले, "अग बाळा, त्यात कसला आलाय अपमान आणि कसली लाज! आता तुलाच त्रास भोगावा लागतो आहे ना!" आई हे सगळं ऐकत होती. तिने विचारलं, "आणि ते दांडिया काय प्रकरण आहे?"

"मी खेळले होते."

"कशाला इतकं नाचायचं? कळत नाही का, स्वतःला हृदयाचा त्रास आहे ते?"

एक ना दोन.... आईचं सगळं बोलणं ऐकून घेऊन मी नुसती रडत होते. तिचं तरी काय चुकलं? तिला माझी काळजी वाटत होती.

पण...

हा 'पण' परत माझ्या आयुष्यात आला होता. माझं मन त्यांना कळणारं नव्हतंच. मी त्या क्षणी फक्त माझ्या आयुष्यातला आनंद मिळवला होता आणि आता त्याची किंमत चुकवावी लागत होती. एकंदरीत दांडिया प्रकरण मला खूप महाग पडलं होतं.

दुखण्याची तीव्रता वाढली

मुस्कुराऊ कभी तो लगता है जैसे होठों पे कर्ज रखा हो

या गाण्यातील ओळींसारखं माझं आयुष्य होतं. मला मिळणाऱ्या प्रत्येक आनंदाची किंमत मला चुकवावी लागत होती, काटेरी विषाने! शेवटी स्वतःची समजूत काढली आणि विचार केला, आता १५-२० दिवस पूर्ण आराम केला आणि गोळ्या खाल्ल्या की आपण बरं होऊ. दिवाळीच्या सुट्टीनंतर पुन्हा कॉलेज सुरळीत सुरू होईल.

परंतु तसं घडलं नाही. दिवसभर छातीत इतक्या कळा येत राहायच्या, की गोळ्या घेऊनही सहन करणं अशक्य व्हायचं. अगदी दिवसाला १० ते १५ गोळ्या खायचे; पण तात्पुरतं बरं वाटायचं आणि काही वेळानंतर पुन्हा आपलं दुखणं सुरूच. जीव अगदी मेटाकुटीला आला होता. मग पुन्हा एकदा डॉक्टरवारी झाली. तपासणीअंती दुखण्याची तीव्रता बघून, त्यांनी सहा महिने बेड रेस्ट म्हणजेच अजिबात हालचाल न करता पूर्ण विश्रांती घ्यायला सांगितलं. हा माझ्यासाठी मोठा धक्का होता. मन साशंक झालं. असं काय मोठं झालं आहे मला? त्रास तर आधीही व्हायचा; आता त्याची तीव्रता वाढली होती इतकंच. त्यासाठी सहा महिने झोपून राहावं लागणार, हे काही मनाला पटत नव्हतं. बाबांच्या चेहऱ्यावर थोडी जास्तच काळजी दिसत होती. ही तर नुकतीच कुठे सुरुवात होती, नियतीने पुढचं दान केव्हाच माझ्या पदरात टाकलं होतं.

खऱ्या अर्थाने एका संघर्षमय जीवनाला सुरुवात झाली होती, हे हळूहळू माझ्या लक्षात यायला लागलं होतं.

मित्र-मैत्रिणींसोबत गप्पांचा फड

दिवसेंदिवस त्रास वाढतच होता, गोळ्या घेऊनही फारसा काही उपयोग होत नव्हता. दिवाळीनंतर नोव्हेंबर १९९१मध्ये कॉलेज सुरू होऊनही आता जवळजवळ २० दिवस होऊन गेले होते. तिकडे कॉलेजमध्ये कोणालाच काही माहीत नव्हतं. सगळे जण रोज माझी वाट बघत राहायचे. बऱ्याच जणांकडे फोन नसल्याने त्यांना कळवताही आलं नव्हतं. माझं घर कोणालाच माहीत नव्हतं. शिक्षकांनी माझ्या न येण्याबद्दल विचारणा केली, तेव्हा मात्र मित्रमैत्रिणी कॉलेजमधून पत्ता घेऊन घर शोधत आल्या.

आई आणि मी नुकतंच जेवण करून बसलो होतो. तेवढ्यात दारावर टकटक वाजलं. आईने दार उघडलं. समोर सात-आठ मुलं-मुली. आई बघतच राहिली! तेवढ्यात प्रतिभाने विचारलं, ''ज्योती इथेच राहते का?''

''हो, पण तुम्ही कोण?''

प्रतिभाचा आवाज ऐकून मी दारात गेले आणि सगळ्यांकडे आश्चर्याने बघतच राहिले.

''What a pleasant surprise! आई, हे माझे कॉलेजमधील मित्रमैत्रिणी!''

खूप दिवसांनी आम्ही सगळे भेटत होतो, त्याचा आनंद सगळ्यांच्याच चेहऱ्यावर दिसत होता. आई मात्र मुलांना बघून थोडी नाराजच झाली होती. सगळे आत येऊन बसले.

आम्ही सर्व जण उगाचच हसत राहिलो... आनंदात!

आनंदाची लहर ओसरल्यावर माझ्या तब्येतीविषयी बोलणं झालं. सत्य परिस्थिती समजल्यावर सगळेच हळहळले. मला सहा महिने बेड रेस्ट सांगितली आहे हे ऐकून सगळ्यांना खूपच वाईट वाटलं. आजाराबद्दल जास्त चर्चा नको म्हणून मी विषय दुसरीकडे वळवला.

''मंडळी, सगळ्यांनी आता जेवूनच जायचं!''

''अग... पण...''

''Nothing doing.'' मी फर्मान काढलं आहे.

''ओके! पण मावशींना त्रास नको. आपण सगळे मिळून स्वयंपाक करू या!''

मग काय, एकीकडे गप्पा आणि दुसरीकडे स्वयंपाक सुरू झाला. सगळ्यांनी मदत केली. हसतखेळत सगळ्यांची जेवणं झाली तरी गप्पांचा ओघ काही ओसरतच नव्हता. एक लाट यावी आणि ओसरावी, तेवढ्यात मागून दुसरी, मग तिसरी... एकामागे एक लाटा नुसत्या फुटत होत्या. कॉलेज सुरू झाल्यावरचा नवीन अभ्यास, प्रोजेक्ट्स, कोणत्या विषयाचा काय अभ्यास, शिवाय इतर मित्र-मैत्रिणींचं काय-काय सुरू आहे, मला कॉलेजला येणं कधी जमेल, अभ्यास किती बुडेल, एक ना दोन... कॉलेजच्या गप्पा कधी संपणाऱ्या नव्हत्याच. बघता-बघता चार वाजले. मग मात्र सगळे आपापल्या घरी जायला निघाले. मला खूप वाईट वाटत होतं. पुन्हा हा आनंद कधी मिळेल याची शाश्वती नव्हती.

औंधमधली माझी एक मैत्रीण आमच्या कॉलेजमध्ये सायन्सला होती. काही निरोप असले तर तिच्याजवळ चिठ्ठी द्यायची, असं आमचं ठरलं. मित्र-मैत्रिणींचाही पाय निघत नव्हता आणि माझेही डोळे भरून आले होते. चार वर्षं जपलेल्या मैत्रीत आता विरह आला होता. जड अंतःकरणाने सगळ्यांचा निरोप घेतला.

घरातलं वादळ

सगळे गेल्यानंतर घरात काय होणार याची मला कल्पना होतीच, त्यामुळे आता त्याला सामोरं जायची मनाची तयारी केली. स्वयंपाक, जेवणं यामुळे खूप पसारा आणि भांडी पडली होती. आई रागाने म्हणाली, ''ज्योती, काय गरज होती सगळ्यांना 'जेवा' म्हणायची? तुझी तब्येत ठीक नाही. तुला विश्रांतीची गरज आहे.''

''पण मला आनंद किती मिळाला हे बघ की...''

''शारीरिक त्रास सहन करून मिळालेला आनंद काय कामाचा? आणि हा पसारा कोण आवरणार?''

आईच्या या बोलण्यावर मला तिचा प्रचंड राग आला. माझा त्रास कायमचाच असणार आहे, तर मग मी आनंदाचे क्षण उपभोगू नको का?

''मी आवरीन. तू अजिबात हात लावू नकोस.'' असं म्हणून मी रागारागाने सगळी भांडी धुवायला लागले.

आई मदतीला येत म्हणाली, ''तू नको करू काम! मी आवरते.''

मीही रागाने धुसफुसत होते, ''काही नको... माझ्या मैत्रिणी होत्या, मीच आवरते सगळं!''

मग तिच्या डोळ्यांत पाणी आलं, "बाळा, नको रागावूस! प्लीज, तू जाऊन झोप, नाहीतर मला खूप वाईट वाटेल."

मग आम्ही दोघींनी सगळं आवरलं. त्यानंतर झोपायला गेले तेव्हा माझी चूक मला कळली. आईवर खूप कामं पडत होती. माझं सगळं पथ्यपाणी तिला सांभाळावं लागत असे. दिवसभर ती कामात गुंतलेली असते. माझ्यामुळे आज तिला आणखी काम पडलं होतं.

संध्याकाळी बाबा आल्यावर आणखी एक मोठं वादळ येणार आहे याचीही मला कल्पना होतीच; आणि झालंही तसंच. बाबांना घरी आल्यावर सगळं कळलं. मग बाबांचे प्रश्न सुरू झाले, "एवढे सगळे जण का आले होते? मुलींचं ठीक आहे; पण मुलं का आली होती? तू मुलांशी मैत्री का केलीस? तू मुलांशी बोलतेस हे घरी का सांगितलं नाहीस?"

मी माझ्यापरीने समजावत होते की, कॉलेजमध्ये सगळेच बोलतात... सगळी मुलं खूप चांगली आहेत... आज आलेल्यांची नाव दत्ता, प्रशांत, संतोष, दिनेश... हे सगळे माझे मानलेले भाऊ आहेत. कॉलेजमध्ये वेळोवेळी ते मला मदत करतात... मी त्यांना घरी बोलावलं नव्हतं... त्यांचे तेच आले होते. घरी आल्यावर त्यांना मी कसं सांगणार की, 'जा तुम्ही! आमच्या घरी मुलांशी मैत्री केलेली आवडत नाही."

हे सगळं सांगताना मी रडत होते. मित्र-मैत्रिणींना भेटल्याचा आनंद दोन तासही टिकला नव्हता. मनातून आई-बाबांचा खूप राग येत होता. का हे मला समजून घेत नाहीत?... मी आजारी म्हणून मला मित्रमैत्रिणी भेटायला आले तर बिघडलं कुठे? हा कसला न्याय? उलट बोलण्याची तर सोय नव्हतीच. त्यामुळे मूग गिळून गप्प बसण्याशिवाय पर्याय नव्हता.

आज विचार केला तर असं वाटतं की, आई-बाबांचं फारसं चुकलेलं नव्हतं. तो काळच असा होता, की मुलांशी मैत्री ही घरंदाजांच्या संस्कारात बसत नव्हती. आणि आमचं घर हे जुन्या वळणाचं होतं.

फनफेअर

जानेवारीत एकदा प्रतिभाकडून चिठ्ठी आली, 'अमुक दिवशी कॉलेजमध्ये फनफेअर आहे. तू नक्की ये!' आई-बाबांनी परवानगी दिली. सगळा माहोल आनंदाने गजबजलेला... सगळ्या जणी साड्या नेसून आल्या होत्या. मी आईच्या शालूचा, तिने घरीच शिवलेला ड्रेस घालून गेले. मुलं सुटाबुटात होती. कॉलेजला

गेल्यावर आधी मी शिक्षकांना भेटले. माझी सगळी परिस्थिती समजावून सांगितली. कॉलेजला पुन्हा कधी येता येईल ते आत्ताच सांगू शकत नाही, असंही सांगितलं. सरांना खूपच वाईट वाटलं होतं. सरांशी बोलून झाल्यावर आम्ही सगळे मैदानावर गेलो. नेहमीप्रमाणे सगळ्यांनी खूप धमाल केली. मी एका जागेवर बसून सगळी मजा बघत होते.

खूप दिवसांनी पुन्हा एकदा जगण्याचे क्षण पदरी पडले होते. तो जल्लोष, आनंद रोमारोमांत साठवून घरी परतले. काही महत्त्वाचे, तसेच कॉलेजच्या संदर्भात काही गोष्टी असतील तर मैत्रिणीद्वारे चिठ्ठ्याची देवाणघेवाण सुरूच होती. परीक्षेचा फॉर्म भरायची वेळ आली तेव्हा मी तो भरू शकले नाही. कारण तीन महिने होऊन गेले तरी छातीतलं दुखणं काही कमी झालं नव्हतं.

आत्तापर्यंत असंख्य गोळ्या खाऊन झाल्या होत्या. गोळ्या घेऊन झोपून राहिलं की काही काळ बरा जायचा. हालचाल झाली की पुन्हा वेदना सुरू व्हायच्या.

बेड रेस्ट असली तरी मी सतत झोपून नव्हतेच. घरातली छोटीमोठी कामं करतच होते. एकतर मलाही कामाची आवड होती आणि घरी बसून खूप कंटाळा आला होता, त्यामुळे आईलाही थोडी मदत म्हणून मी कामं करत असे. त्यातही माझी इच्छा नसताना आईने काम सांगितलं की राग यायचा, मी थोडीशी हट्टी आणि चिडचिडी झाले होते. स्वत:च्या मनाला वाटेल आणि आवडेल तेच काम करायला मला आवडायचं.

काम करण्यावरून आई आणि माझ्यामध्ये अगदी पहिल्यापासूनच वाद, भांडणं होत असत. अर्थात, बऱ्याच वेळा ती लटकी असायची. परंतु आता त्याचं प्रमाण जरा वाढलं होतं. कदाचित माझ्या नैराश्यामुळे असेल. कारण परीक्षेला बसायला मिळणार नसल्यामुळे कॉलेजचं वर्ष वाया जाणार हे माझ्या लक्षात आलं होतं.

मनातून खूप वाईट वाटत होतं. परंतु माझ्याकडे दुसरा कसलाच पर्याय नव्हता. घर, घरकाम, औषधं आणि आराम एवढंच आयुष्य झालं होतं.

माझ्या नैराश्याला अजून एक कारण होतं. माझ्या आजोबांची – लाडक्या अण्णांची तब्येत खूप खराब झाली होती. अगदी झोपूनच होते. त्यांचं सगळं दुसऱ्याला करावं लागत होतं. अण्णा चार वर्षं बेडवरच होते. मात्र, अलीकडे त्यांची तब्येत सतत कमी-जास्त होत होती. मध्येच कधीही त्यांना विस्मरण व्हायचं. असं असलं तरीही अण्णा मला कधीच विसरले नाहीत. अण्णा म्हणजे माझा जीव होते.

हडपसरला गेल्यावर मी अण्णांना मिठी मारून झोपत असे. तेही मला अगदी जवळ घेत असत. त्यांच्या कुशीत माझ्या सगळ्या व्यथा, त्रास विसरायला व्हायचं... अगदी सुरक्षित वाटायचं... सगळी भीती पळून जायची. वाटायचं अण्णा आहेत ना जवळ; मग सगळी संकटं पळून जातील.

दिवस, महिने सरत होते, एप्रिलपर्यंत हळूहळू माझा त्रास कमी झाला होता. आता मी पूर्वीसारखी हालचाल करू शकत होते. घरकाम वगैरे तर करतच होते. परंतु आता बाहेर जाणं-येणं सुरू झालं. कॉलेज तर पूर्ण सुटलंच होतं. आता पुढे काय करायचं हाही एक प्रश्न होता. सरांना जाऊन भेटले. पुन्हा बी.ए.च्या दुसऱ्या वर्षाला ॲडमिशन घेऊन शिक्षण पूर्ण करावं असं त्यांना वाटत होतं. मला काही ते पटेना, कारण माझे सगळे मित्रमैत्रिणी तिसऱ्या वर्षाला असणार आणि मी दुसऱ्या वर्षाला? हे मला मान्य नव्हतं. एकाच कॉलेजमध्ये राहून त्या सगळ्यांपासून लांब राहणं मला शक्य नव्हतं. शेवटी मी कॉलेज सोडलं. आपल्या नशिबात शिक्षण नाही, हे मान्य केलं आणि जूनमध्ये आयटीआयला ब्युटी पार्लरचा एक वर्षाचा कोर्स करायचं ठरवलं. दैवापुढे मी हार मानली होती.

नवीन घर

दरम्यानच्या काळात बाबा अमेरिकेला जाऊन आल्यानंतर थोडी पैशांची जमवाजमव झाली होती. स्वातीचं कॉलेज शिवाजीनगरला होतं. तिला व बाबांना घर जवळ पडावं म्हणून आम्ही खडकीतील ८ मुळा रोडवरील 'सत्यम' बिल्डिंगमध्ये फ्लॅट बुक केला.

प्रतिभा आणि अर्चना यांचं घर आमच्या नव्या घराच्या जवळ होतं, त्यामुळे मी जरा जास्तच खूश होते. आम्ही तिघी अगदी 'जीवश्चकंठश्च' मैत्रिणी होतो. प्रतिभाच्या आईला मी 'आई' अशीच हाक मारत असे. मनातल्या सगळ्या गोष्टी मी तिच्याशी बोलत असे. तीही अगदी आईच्या मायेनं जवळ घ्यायची. तिच्याकडे गेल्यावर काही खायला दिल्याशिवाय ती मला परत पाठवत नसे. बरेच दिवस मी गेले नाही तर त्या-त्या वेळच्या सणांचे पदार्थ माझ्यासाठी बाजूला काढून ठेवत असे. मग मी जाईन तेव्हा ती मला खायला देत असे.

मला जवळ बसवून लाड करत असे. तिचा आश्वासक हात पाठीवरून फिरला की सगळा त्रास, दु:ख मी विसरून जात असे. तिच्याशी एक वेगळीच नाळ जोडली गेली होती.

माझे इतर उद्योग

एसवाय बी.ए.पर्यंत खंड न पडता सुरू असलेलं माझं शिक्षण दांडिया नाचामुळे थांबवावं लागलं. कार्यमग्न असलेल्या मला सतत झोपून राहणं खूप कठीण गेलं. मग मी ब्युटी पार्लरच्या कोर्सला ॲडमिशन घेतली. ते ठिकाण घराजवळच असल्यामुळे चालत जाऊन येऊ शकत होते. सहा महिन्यांचा कोर्स पूर्ण करून मी घरीच पार्लर सुरू केलं. बरोबरच्या मित्र-मैत्रिणी पुढे निघून गेल्यामुळे पुन्हा कॉलेजला जाण्याची इच्छा होईना. ब्युटी पार्लरच्या कामात वेळ कसा जायचा कळायचं नाही. माझी तब्येतही छान राहायची. अधूनमधून उलट्या, मळमळ, मायग्रेन, सर्दी, ताप अशा गोष्टी सुरूच होत्या. अधूनमधून कॉलेजमध्ये प्रोफेसर, मित्र-मैत्रिणी यांना भेटायला जात होते. आयुष्य छान सुरू होतं.

सर्जेराव साळुंखे, आमचे भूगोलाचे प्रोफेसर मला त्यांची मानसकन्या मानत. एकदा ते म्हणाले, "ज्योती, तू निदान पदवीधर झालेली मला बघायचं आहे."

सरांची इच्छा पूर्ण करण्यासाठी पुन्हा कॉलेजला प्रवेश घेतला. मी राहत होते खडकीला आणि प्रवेश घेतला गणेशखिंड येथील मॉडर्न कॉलेजला! रोज मला दोन बस करून जावं लागायचं. दुसरं वर्ष व्यवस्थित पूर्ण झालं.

तिसऱ्या वर्षी जानेवारीपर्यंत नियमित कॉलेजला जात होते.

परंतु नंतर हृदयाचा त्रास बळावला, अगदी आयसीयूमध्ये ठेवावं लागलं. त्या वेळी प्रथमच मला ऑक्सिजन सिलिंडर लावावा लागला. आजही तो सिलिंडर माझी सोबत करत आहे. तीन महिने अंथरुणावर झोपून होते, त्यामुळे पुन्हा कॉलेज पूर्ण होईल की नाही, अशी शंका येऊ लागली. पुन्हा एकदा सगळे मित्र-मैत्रिणी मदतीला आले. घरी बसून मी सगळ्या नोट्स लिहून काढल्या, तर काही सुजाता नाईकने स्वत: लिहून दिल्या. आता घरूनच अभ्यास सुरू झाला. कॉलेजला गेले ते फक्त परीक्षा देण्यासाठीच! रिझल्ट लागला. मला ५८ टक्के मार्क मिळाले. 'फर्स्ट क्लास' गेला त्याचं वाईट वाटलं.

अभ्यासात गोडी वाटू लागली म्हणून एम.ए. (भूगोल)ला एसएनडीटीला ॲडमिशन घेतली. जेमतेम एकच महिना कॉलेजला गेले. त्यानंतर मात्र त्रास

खूपच वाढला. त्यामुळे जवळजवळ दोन वर्षं मी अंथरुणाला खिळून होते. सतत हॉस्पिटल ते घर अशा वाऱ्या सुरू होत्या. कित्येक वेळा सिरिअस झाले. एकदा तर जास्त झालं म्हणून घरीच डॉक्टर बोलवला होता. त्याने तपासून सांगितलं, की सगळं संपलं! बाबांनी यावर विश्वास ठेवला नाही. त्यांनी मला रिक्षाने रुबीला नेलं. डॉक्टरांनी प्रयत्न केल्यावर माझं हृदय पुन्हा काम करायला लागलं. आता पार्लरही बंद झालं होतं. मग घरातच बसल्या-बसल्या ऑइल पेंटिंग, सिरामिक पॉट, निब पेंटिंग, कापडावरचं पेंटिंग असे उद्योग सुरू केले. कागदी फुलांच्या माळा, कापडी गुलाब, कागदी गुलछडीच्या वेण्या बनवून विकल्या. टायपिंगचा क्लास लावला; पण पूर्ण करू शकले नाही. १९९७-९८मध्ये हृदयाच्या त्रासासाठी रेकीचे उपचार घेत होते. बरी झाल्यानंतर त्याच सेंटरला दीड वर्षं रिसेप्शनिस्ट म्हणून काम केलं.

आमचं पाळणाघर

१९९२मध्ये एक नवीन उद्योग सुरू केला. आमच्या बिल्डिंगमध्ये नाथी नावाचं जोडपं राहत होतं. दोघंही नोकरी करत असल्यामुळे त्यांचा तीन वर्षांचा मुलगा सांभाळण्याची विनंती त्यांनी आम्हांला केली.

मी आणि आई दोघीही पटकन तयार झालो. आईपेक्षा मी जास्त जोर धरला. मला मुलांची खूप आवड होती. मग आम्ही आणखी तीन-चार मुलांना घेऊन पाळणाघर सुरू केलं. मी त्यांचं सगळं खूप मायेनं करत असे. मुलांनी ऐकलं नाही तर दटावत असे आणि ती रडायला लागल्यावर मीही त्यांच्याबरोबर रडत बसे.

या पाळणाघराने मला काय दिलं? आनंद तर दिलाच; महत्त्वाचं म्हणजे आईपण दिलं. एक वर्षाच्या कार्तिकवर माझा खास जीव होता. मी त्याला मुलगा मानलं आणि त्याने मला आई! थोडा मोठा झाल्यावर माझ्या प्रत्येक आजारपणात तो हॉस्पिटलमध्ये माझ्या उशाशी असायचा, माझी सेवा करायला!

खूप दु:खाचा दिवस

२१ नोव्हेंबर १९९२. हा माझ्या आयुष्यातील खूप दु:खाचा दिवस. माझे लाडके अण्णा मला सोडून गेले. काही सुचत नव्हतं. मनात खूप विचार होते; पण मन सुन्न झालं होतं. मृत्यू म्हणजे काय? कुठे जातो माणूस? तो परत आपल्याला कधीच भेटत नाही का? दिसत नाही का? यापुढे अण्णा आपल्या आयुष्यात कधीतरी

नसणार आहेत, हा विचार कधीच माझ्या मनाला शिवला नव्हता. माणूस जन्माला आला की मरणार हे एक सत्य आहे. म्हणून काय अण्णांनीसुद्धा सोडून जावं?

स्वातीचं लग्न

स्वातीचं लग्न ठरलं. खूप छान जोडीदार मिळाला तिला. आता ती लग्न करून अमेरिकेला जाणार. याबद्दल मला काय वाटतंय? आनंद...? तो तर आहेच; परंतु त्यापेक्षाही बऱ्याच भावनांनी मन उदास झालंय.

रात्री उशीत डोकं खुपसून मनसोक्त रडून घेतलं. स्वतःला प्रश्न विचारत राहिले...

मला दुःख होतंय का?

हो, होतंय. तिचं लग्न ठरलं म्हणून नाही; तर माझं होणार नाही म्हणून!

मला राग आलाय का?

हो, आलाय. मला असं दुबळं आयुष्य मिळालं म्हणून!

मग मी काय करायचं?

मी माझ्या मनाला विचारलं...

खूप विचार केल्यावर उत्तर मिळालं.

उठून स्वच्छ तोंड धुतलं आणि ठरवलं...

स्वातीचं लग्न तिच्या मनासारख्या जोडीदाराशी होतंय, तर यापुढे हा आनंदाचा सोहळा मनसोक्त एन्जॉय करायचा.

त्यानंतर मात्र मनात दुःखाचा लवलेशही नव्हता. खूप सुंदर दिसत होता जोडा; आणि आमची स्वाती तर जणू काही अप्सराच!

मला तर इतकी मजा आली लग्नात... मनसोक्त दंगा केला. मन तृप्त झालं.

My great Mom and Dad

माझ्या जन्मानंतर आई-बाबांनी स्वतःसाठी जगणं थांबवलं होतं. त्यांच्या प्रत्येक श्वासात माझं जगणं सामील होतं. ज्योती, कशी उत्तम जगेल हाच त्यांचा ध्यास होता. कधीतरी मी विचार करते, काय म्हणू मी माझ्या आई-बाबांना...? त्यांचं वर्णन मी कसं करू...? ग्रेट, सालस, प्रेमळ...? नाही माहीत. एक मात्र नक्की; असे आई-बाबा जगातल्या प्रत्येक मुलाला मिळावेत आणि माझ्यासारख्या जन्मतः हृदयरोग असणाऱ्या मुलांना तर नक्कीच हवेत.

माझ्या आईला लहानपणी घर आणि शाळा या पलीकडे बाहेरचं जग माहीत नव्हतं. तिला तिच्या मोठ्या बहिणीचे कपडे (जुने) आणि पुस्तकं वापरावी लागत. अर्थात, तो काळ मध्यमवर्गीयांच्या बाबतीत तसाच होता. असं असलं तरी तिच्या आई-वडिलांनी खेळणी आणि खाऊ या बाबतीत काहीही कमी केलं नव्हतं. काटकसर कशी करावी याचे धडे तिला लहानपणापासूनच मिळाले. गाठीला संस्कारांची शिदोरीही भरपेट मिळाली. जेमतेम एस.एस.सी. (पूर्वीची अकरावी) झाल्यावर घरात तिच्या लग्नाचे विचार सुरू झाले. तिच्या मोठ्या बहिणीचं लग्न अकरावी झाल्यावर लगेच झालं होतं, त्यामुळे आईच्या बाबतीत काही वेगळं घडणार नाही हे माहीत होतं. मग शिक्षण, नोकरी स्वत:च्या पायांवर उभं राहणं वगैरे विचारांना आईला तिलांजली द्यावी लागली.

आईचं लग्न झालं तेव्हा ती त्या काळची अकरावी झालेली होती. माझ्या आणि स्वातीच्या जन्मानंतर आईने बाहेरून बी.ए. करायचं ठरवलं. दिवसभर आम्हां दोघींना सांभाळून, घरातली कामं आवरून रोज रात्री ती अभ्यास करायची. त्यातही मी आजारी असले तर सतत मला मांडीवर घेऊन बसावं लागत असे. आमचे लाड, कोडकौतुक, आमची लहान वयातली आजारपणं सांभाळून आणि माझ्या आजारी कर्तृत्वाचा आलेख सांभाळून तिने बी.ए. पूर्ण केलं. अशी जिद्दीची आमची आई!

बाबा एका छोट्या गावातल्या शेतकरी कुटुंबातले. घरी अठरा विश्वे दारिद्र्य असूनही, खूप हुशार असल्यामुळे कष्टाने त्यांनी शिक्षण पूर्ण केलं. धर्मशाळेत राहून आणि घरची शिळी भाजी-भाकरी खाऊन त्यांनी परीक्षा दिल्या. शाळेत जाण्यासाठी पाच आणि येण्यासाठी पाच असा रोजचा दहा किलोमीटरचा पायी प्रवास त्यांना करावा लागायचा, तोही अनवाणी पायानं!

उन्हाळ्याच्या सुट्टीत दुसऱ्यांच्या शेतात मोलमजुरी करून करून पै-पै जमा करायचे आणि घरी द्यायचे. त्यांनी जिद्दीने पीएच.डी. पूर्ण केलं. मला वाटतं माझ्यातील जिद्द ही मी त्या दोघांकडून घेतली आहे.

प्रीतम आणि मी

प्रीतमला कामानिमित्त वारंवार परदेशी जावं लागत असे. २०००मध्ये तो मलेशियाला गेला. तिथे त्याचं काही महिने वास्तव्य होतं. माझी गाण्याची आवड त्याला माहीत होती. एकदा मी त्याच्याशी भांडून रागाने आमची म्युझिक सिस्टिम तोडली होती.

तरीही, त्याने राग मनात न ठेवता माझ्यासाठी मलेशियावरून केनवुडची म्युझिक सिस्टीम आणली – दोन मोठे आणि तीन लहान स्पीकर! त्याने सगळ्यांना सांगितलं,

"ही खास ज्योतीताईसाठी. याला कोणीही हात लावायचा नाही."

मी मनातून खजील झाले.

"प्रीतम, सॉरी!"

"नाही ग ताई! मी समजू शकतो. मी तुझ्यासाठी अगदी मनापासून ही भेट आणली आहे. आमच्याकडे करमणुकीच्या खूप गोष्टी आहेत. तुला तुझ्या शारीरिक त्रासामुळे आमच्यासारखं सगळं एन्जॉय नाही करता येत. परंतु माझी ज्योतीताई मनाने कणखर आहे. ती आहे तशी परिस्थिती स्वीकारूनही आनंदी असते. We are proud of you!"

मी त्याला आनंदाने मिठी मारली. मग काय, म्युझिक सिस्टिमचा आवाज मोठा करून मी सगळा फ्लॅट दणाणून सोडत असे.

प्रीतमला बऱ्याचदा अमेरिकेला जावं लागत असे. तो प्रत्येक वेळी माझ्यासाठी काहीतरी खास वस्तू आणत असे. त्यात कॅमेरा हमखास असे. आत्तापर्यंत त्याने पाच-सहा वेगवेगळे कॅमेरे आणले होते. माझी फोटोग्राफीची आवड त्यामुळे जपली जात असे. निसर्गाचे आणि स्वतःचे फोटो काढणं मला फार म्हणजे फारच आवडतं. चांगले फोटो काढण्यात मी तरबेज आहे. एकदा तर तो माझ्यासाठी शूटिंगसाठीचा कॅमकोडर घेऊन आला, तर एकदा त्याने दुर्बीण आणली.

एकदा प्रीतमने माझ्यासाठी ६४ हजारांचा आयफोन आणला. पुढे तो जुना झाल्यानंतर त्याने दुसरा आयफोन घेऊन दिला. माझ्या आवडीची चॉकलेट्स, कपडे, सुका मेवा यांची तर गणतीच होऊ शकणार नाही. माझा आवडता क्रिकेटर धोनी. एकदा तर पुण्याला त्याच्या मॅचला महागडी तिकिटं काढून मला आणि बाबांना तो घेऊन गेला. पँट आणि वेगवेगळे टॉप्स, तसेच कम्फर्टर्स अशा विविध वस्तूंनी माझी खोली भरून गेली होती. शीतल वहिनीचं माझ्याशी मैत्रिणीचं नातं जुळलं होतं. त्यामुळे त्यांच्याकडे मी हक्काने हट्ट करून मागत असे.

तशा आम्ही एकमेकांबद्दलच्या भावना क्वचितच शब्दांत व्यक्त केल्या असतील; परंतु आमचं एकमेकांबद्दलचं प्रेम, आदर मात्र आम्ही एकमेकांसाठी केलेल्या गोष्टींतून खूप वेळा अनुभवास आलं.

प्रीतम माझा लहान भाऊ असला तरी मला त्याचा खूप आधार वाटे. एखाद्या गोष्टीसाठी आई-बाबांना कनव्हिन्स करायचं असेल तर मी हमखास त्याला सांगायची, "प्रीतम, तू बाबांशी बोल. तुझं ऐकतील ते!"

त्याला माझ्या हातची भेंडीची भाजी खूप आवडायची.

मला तो हुकमी एक्का वाटायचा. वेदना सहन होत नाहीत किंवा खूप उदास वाटायचं तेव्हा मी त्याला फोन करत असे. मग तासन्‌तास आमच्या गप्पा होत. माझा मूड जागेवर येत नाही तोपर्यंत तो माझ्याशी बोलत राहत असे.

"ताई, मरणाचे विचार नकोत आपल्याला! छान जीवन मिळालंय, कशाला संपवायची भाषा?..."

"प्रीतम, मला तरी कुठं आवडतं असं बोलणं? पण..."

"पणबीण नकोय आपल्याला. स्टिफन हॉकिंगबद्दल सांगतो तुला..."

विविध दाखले देऊन तो माझं मनोबल वाढवायचा.

प्रीतम मला कायम कशावरून तरी चिडवायचा. मी खूप बारीक आणि हडकुळी होते. त्यामुळे मला चिडवण्यासाठी तो मला उचलून घ्यायचा. अशा वेळी मी रागाने त्याला म्हणायचे, "विंऽऽक्या, (हे त्याचं आम्ही लाडानं ठेवलेलं नाव) माऽऽकडा, गप बस!"

तिघा भावंडांचे असे हास्यविनोद, दंगामस्ती नेहमी चालायची, त्यामुळे घर सतत हास्यविनोदाने भरून जायचं. आई-बाबांची करमणूक व्हायची. पण कधी-कधी हास्यविनोद टोकाला जाऊन तिघंही एकमेकांवर चिडायचो. हीच तर गंमत असते भावंडांची!

तिघांमध्ये मी खूप चिडकी होते. कदाचित माझ्या आजारपणामुळे मी त्यांच्यापेक्षा जास्त चिडायची. छोट्यामोठ्या गोष्टींवरून रागावून मी घरातून न सांगता निघून जायची. अशा वेळी प्रीतम सायकल घेऊन सगळीकडे मला शोधत असे आणि माझी समजूत काढून मला घरी घेऊन जात असे. माझा धाकटा भाऊ असूनही तो माझी मोठ्या भावाप्रमाणे काळजी घ्यायचा.

१९९९मध्ये प्रीतमला इन्फोसिसमध्ये नोकरी लागल्यावर आमची आर्थिक स्थिती सुधारली. लगेचच २०००मध्ये औंधच्या श्रीरामनगरमध्ये तीन बेडरूमचा फ्लॅट बाबांनी बुक केला आणि २००२मध्ये आम्ही तिथे राहायला गेलो.

अहाहा! स्वतंत्र रूमचं माझं स्वप्न पूर्ण झालं. नवीन फ्लॅटमध्ये माझ्यासाठी स्वतंत्र बेडरूमची सोय केली. प्रीतमने माझ्या मनासारखं फर्निचर बनवून माझ्या खोलीत स्वतंत्र एलईडी टीव्ही बसवला. माझ्या सुखसोयीत काही कमी पडू नये याची प्रीतम सतत काळजी घेत असे. मला खूश ठेवण्याची त्याची सतत धडपड सुरू असे.

प्रीतमची कंपनी हिंजवडीला होती. खडकीला मुळा रोडला राहत असताना एका रात्री प्रीतमचा छोटासा अपघात झाला. औंधच्या बोटॅनिकल गार्डनजवळ रात्री ११ वाजता त्याची मोटरसायकल वाळूवरून घसरून तो खड्ड्यात पडला. जखमी अवस्थेतच तो कसाबसा घरी आला.

''ज्योती, बाबांना आणि आईला उठवू या?''

''नको. मी करते तुझी मलमपट्टी!''

मी ताबडतोब फर्स्ट एड बॉक्स घेऊन हात स्वच्छ करून, मलमपट्टी केली.

सकाळी त्याला डॉक्टरांकडे घेऊन गेलो, तर महाशयांच्या मनगटाला छोटं फ्रॅक्चर होतं. असा हा भाऊ, म्हटलं तर माझ्यापेक्षा धाकटा; पण वागला सतत मोठ्या भावासारखा!

माझी भावंडं आणि मी

थोडी मोठी झाल्यावर मला आठवतंय ते असं... स्वातीबद्दल मला मिश्र भावना होत्या. बहीण म्हणून मला ती आवडायची. हुशार होती, सेल्फ-मेड होती, कितीतरी बाबतीत माझी गुरू होती. परंतु अगदी खरं सांगायचं तर, काही वेळा मला तिची असूया वाटायची. नियतीने तिलाच का सगळं भरभरून दिलं? असा मी काय गुन्हा केला होता, की माझ्या वाट्याला हे दुखणं आलं? तिला सगळी सुखं मिळाली, तिचं लग्न होऊन मनासारखा राजकुमार मिळाला. नवऱ्याच्या रूपात मित्र-प्रियकर मिळाला, मातृत्व मिळालं. परदेशात जाऊन तिला शिकता आलं. आर्थिक स्वातंत्र्य मिळालं. मला ज्या सुखाची अपेक्षा होती, ते सगळं तिला मिळालं. मला काय मिळालं? एकाच घरात, एकाच आईच्या पोटी जन्मलेल्या आम्ही दोघी, मग हा भेद का?

बऱ्याचदा अशा विचाराने मी त्रासून जायचे. रात्र-रात्र उशीत डोकं खुपसून रडायचे. स्वतःच्या दैवाला दोष द्यायचे. देवाला खूप प्रश्न विचारायची. परंतु उत्तर नाही मिळालं कधी! मग थकून कधीतरी झोप लागायची. देव वगैरे सगळं झूठ आहे, हे फार लहान वयात कळलं मला! अशा विचारांत खूप रात्री घालवल्यावर

मग सवय झाली आणि या रात्री माझ्या सोबती झाल्या. माझ्या कोषात रमण्यासाठी या रात्रींचा मला उपयोग होऊ लागला. या रात्री माझ्या मैत्रिणी झाल्या. मग सवय झाली, त्यांच्याशी बोलायची. स्वत:चा उद्रेक उशीत डोकं खुपसून मी व्यक्त करायला शिकले.

बाह्य जगात मात्र ज्योती ही एक सोशिक, शहाणी मुलगी अशी प्रतिमा होती. प्रीतमही तिच्याचसारखा नॉर्मल. पुन्हा काही वर्षं प्रश्न सतवायला लागले. कित्येक रात्री उशीत डोकं खुपसून ढसढसा रडणं. मीच का?... मलाच का?... कधीकधी आईचा राग यायचा, ''ती दोघं तुझी आवडती. मलाच का हा त्रास?''

तिच्याकडे याचं उत्तर नव्हतं. कोणाकडेच नव्हतं.

कितीतरी वेळा मला त्या दोघांचा द्वेष वाटायचा; पण क्षणभरासाठीच! मला ती दोघंही खूप आवडायची. माझी लहान भावंडं. मला त्यांच्याबद्दल माया वाटायची. ती खूप सुखात राहावीत यासाठी मी सतत प्रार्थना करायचे. माझ्या वाट्याला जे आलं ते त्यांच्या वाट्याला आलं नाही म्हणून नियतीचे आभार मानायचे. माझं प्रेम हे माझ्या हृदयापासून होतं. मी त्यांचं कधीही वाईट चिंतलं नाही. त्यांच्या मुलांना मी माझी मुलं समजून माया केली. त्या दोघांनीही माझा राग, चिडचिडेपणा नजरेआड

आई-बाबांसमवेत ज्योती, प्रीतम आणि स्वाती

केला. माझ्या प्रत्येक निर्णयात मनापासून साथ दिली. माझं दु:ख कसं कमी होईल यासाठी ते सतत झटले. माझ्या सुखासाठी तन, मन आणि धनही खर्चिलं. I am lucky to have them in my life as my sister and brother.

माझी मानसिक जडणघडण

अगदी बारीकसारीक गोष्टींमुळे मी दुखावली जात असे आणि मग मुळूमुळू रडत असे. त्यात समोरच्याने आपला फायदा उठवला किंवा आपला छळ केला, त्रास दिला, तरी त्याला प्रत्युत्तर न देता स्वत:लाच त्रास करून घेण्याचा माझा स्वभाव होता. त्यात सगळ्यांत वाईट शिक्षा म्हणजे उपाशी राहणं किंवा स्वत:ला कामात बुडवून घेणं ही असायची. आजारामुळे मी शरीराने दुबळी असले तरी कामाला वाघ होते. मनाने मात्र खूपच दुबळी होते.

आयुष्यात प्रेम, माया, वात्सल्य, हक्काची सोबत या भावनिक गरजा या वेळच्या वेळी मिळायला हव्यात. कधी-कधी थोड्याशा उशिराने मिळाल्या किंवा वेळ निघून गेल्यावर मिळाल्या तर खरंच त्यांची आयुष्यात काहीच किंमत उरत नाही. आयुष्यात कोणत्याही गोष्टीची एक ठरावीक वेळ असते. बालपण, तरुणपण, प्रौढत्व या अवस्था एकदा निघून गेल्या की गेल्या. त्या हव्यात म्हणून आपल्याला परत मागे जाता येत नाही अगदी तसंच. कधी-कधी लोक म्हणतात, न मिळण्यापेक्षा मिळतंय ते काय कमी आहे? हे आपण भौतिक गोष्टींबाबत म्हणू शकतो; परंतु भावनांबाबत असं नाही म्हणता येणार. भावनांचा आधार हा त्या-त्या क्षणांसाठी अनमोल असतो.

माझ्या भावना कितीही तीव्र, अगदी मनापासून असल्या तरी मी विचार करून चालणारी एक हाडामांसाची व्यक्ती आहे. दुसऱ्याचं सुख हिरावून घेऊन सुखी होणारी मी कधीच नव्हते आणि कधीही असणार नव्हते.

परिस्थितीमुळे काही वेळा माणसं निगरगट्ट बनतात. परंतु एखादा हळवा क्षण हेलावून टाकतो त्यांना. पण मी अजिबात निगरगट्ट नाही.

कधी-कधी वाटतं, मी सोडून सगळे सुखी आहेत; पण हे खरं नाही. जोपर्यंत दुसऱ्यांचं जीवन आपल्याला कळत नाही तोपर्यंत आपल्याला सगळे सुखीच वाटत असतात. खरं तर प्रत्येकाच्या आयुष्यात आघाताचे-दु:खाचे असे भरपूर क्षण असतात. आयुष्यातील छोटे-मोठे प्रसंग पचवता आले नाही तर जन्माला येऊनही

आपण काहीच शिकलो नाही. कोणत्याही आघातावर आत्महत्या हा उपाय कधीच होऊ शकत नाही.

काहींना वाटतं सगळे जण आपला फक्त फायदा घेतात. कधी-कधी मलाही असं वाटतं. परंतु हाही आपलाच दोष आहे. कारण आपण घेऊ दिल्याशिवाय कोणीही आपला फायदा करून घेऊ शकत नाही, हेही खरंच आहे.

योग्य-अयोग्य म्हणजे काय, हाही एक प्रश्न आहेच.

एक मैत्रीण म्हणाली, ''हृदयाने वागणारी माणसं आणि डोक्याने वागणारी माणसं अशी दोन वेगवेगळी विश्वं असावीत, म्हणजे त्रास होणार नाही.''

मला मात्र उलट वाटतं, की ते एकत्र असणंच सुखाचं आहे. कारण प्रत्येक वेळी हळवं किंवा व्यावहारिक (practical) राहता येत नाही. कोणतंही टोक न गाठता परिस्थितीनुरूप आपल्याला योग्यरीतीने वागता यायला हवं. जे आपल्या स्वभावात नाही ते इतरांकडून शिकता यायला हवं.

आघात सहन करण्याची शक्ती कधीच उपजत नसते. ती रोजच्या जगण्यातून अनुभवातून मिळते. कधी-कधी ती जाणीवपूर्वक वाढवावी लागते. कोणी कसं वागायचं हे आपण नाही ठरवू शकत. आपण कसं वागायचं हे मात्र आपल्याच हातात असतं. मुळात जिथे प्रेम, माया, हळवेपणा असतो तिथे आपण तसं वागतोच. पण जिथे धोके आहेत किंवा समोरची व्यक्ती आपला फायदा घेत आहे, फसवत आहे हे कळूनदेखील जो समर्पण करतो, ते मूर्खपणाचं वाटतं. समोरचा आपल्या स्वभावाचा फायदा घेतो आहे हे कळूनही आपल्याला कसलाच पश्चात्ताप आणि दु:ख होत नसेल तर ती मात्र गोष्ट वेगळी!

खूप मिश्र विचार माझ्या मनात सतत येत असतात. कधी सुखाचे तर कधी दु:खाचे, कधी आशेचे तर कधी निराशेचे. म्हणून, मी फक्त शहाणी आहे असं नाही; तर खूपदा वेडीही आहे. माझं हे रूप मला फार आवडतं.

सिनेमा-संगीत-वाचन

'सिनेमा' ही माझी जीवनदायी गोळी आहे. संधी मिळाली तर सिनेमात काम करायचीही माझी खूप इच्छा आहे. काही दिवसांनी मी प्रयत्नही करणार आहे.

कॉलेजला असताना बरेच जुने सिनेमे पाहिले होते. मधुबाला, माधुरी दीक्षित, अमिताभ बच्चन, अमीर खान, सलमान खान हे माझे आवडते कलाकार. मला क्लासिक सिनेमा विशेष आवडायचा.

संगीत हे माझ्या जीवनाचं अमृत असून आमचं नातं अतूट आहे. अभ्यास करतानासुद्धा रेडिओ सुरू ठेवला तर माझा अभ्यास चांगला होतो. 'बिनाका गीतमाला' मी कधी चुकवली तर मला पाप लागेल. अमीन सयानींच्या आवाजात एक जादू आहे. लता मंगेशकर आणि आशा भोसले तर केवळ अप्रतिम! जगजित सिंग आणि चित्रा सिंग यांच्या आवाजातील दर्द माझ्या काळजाला भिडतो, असं माझं ठाम मत आहे.

माझ्याशी कोणीही गाण्याच्या भेंड्या खेळायला सहसा तयार होत नसे. का? कारण त्यांना हरायची भीती असायची.

कितीतरी गाणी माझ्या हृदयाच्या खूप जवळची आहेत. खरं तर डॉक्टरांना मी सतत खोटं ठरवत आले, ते याच गाण्यांच्या जोरावर!

हेडफोन लावून 'फुल' आवाजात गाणी लावायची आणि संगीताच्या तालावर अलगद त्या गाण्यात उतरत जायचं... अगदी लहानपणापासूनचा माझा हा खेळ... गाणं मग आपल्या आत भिनत जातं... जणू काही ते गाणं आपण जगतोच आहोत....

एकाच या जन्मी जणू फिरुनी नवी जन्मेन मी

हे गाणं मी जगावं असं मला सतत वाटतं. हाच जन्म; पण नव्या अर्थाने! मी नवीन... माझा देह नवीन आणि निरोगी.

केवळ जगजित आणि चित्रा सिंग यांच्या गझलांवर आपण जगत आहोत असं वाटायला लावणारा माझ्या आयुष्यातील काळ म्हणजे १९९६-९७. टेपरेकॉर्डरमध्ये एकदा कॅसेट टाकल्यावर ती दोन-तीन वेळा ऐकल्याशिवाय बंदच होत नसे. ऐकताना तहानभूक हरपत असे. कधी-कधी रात्री झोपताना कानांत हेडफोन लावल्यावर गझलची नशा अशी काही चढत जायची, की ही धुंदी गझलची की झोपेची, हे कळणं मुश्कील व्हायचं.

अहाहा! त्या रात्री...!

नशा तो बोतल का नही आपका था
तभी तो सर चढ़ के बोल रहा था
मैं जो तुकडों में बिखरी पड़ी थी पुरी रात,

खुद को ऐसा समेटा बाहों में
की सुबह कब हुई पता ही नहीं चला
यादे भी कितनी बेअदब पेश आती है
मुझसे ही लिपटकर मैं फिर मैं कहां रही
रूह तो दो है पर लौ एक ही जल रही
सपनो में आकर चले जाया न करो जानम
आधे अधुरे ख्वाबों की चुभन सही नहीं जाती

एके काळी पुस्तक वाचणं हे माझ्यासाठी अति कंटाळवाणं काम होतं. परंतु आजारपणात मला त्याची गोडी लागली. १९९७-९८मध्ये मी वारंवार आजारी पडायची. आजारपणात कॉलेजला जाणं बंद झालं होतं. अशा वेळी पुस्तकं माझ्या मदतीला आली. खास आवडीचे लेखक म्हणजे पु. ल. देशपांडे. *बटाट्याची चाळ, व्यक्ती आणि वल्ली, वटवट, खोगीरभरती* ही पुस्तकं माझी तोंडपाठ झाली. बाबूराव अर्नाळकरांच्या रहस्यकथा, तसंच नारायण धारप यांच्या पुस्तकांची तर मी पारायणं केली आहेत. वि. स. खांडेकरांची *दमयंती* ही माझी आवडती कादंबरी. आचार्य अत्र्यांचं *कऱ्हेचे पाणी* हे आत्मचरित्र मला खूप आवडलं. ऐतिहासिक पुस्तकंही मला खूप आवडतात. *छावा, राधेय* ही पुस्तकंदेखील मी वाचली आहेत.

पुस्तक प्रदर्शनाला मी आवर्जून भेट देते आणि खरेदीही करते. माझं असं खास ग्रंथालय माझ्या खोलीत आहे, त्यासाठी छोटंसं कपाटही तयार करून घेतलं.

चाकाची खुर्ची या पुस्तकाने मला २००३नंतर घडवलं.

कपड्यांची आवड

'एक नूर आदमी - दस नूर कपडा' हे माझ्या बाबतीत तंतोतंत लागू आहे. माझी कपड्यांची आवड तर जगप्रसिद्ध आहे. शाळेत असताना युनिफॉर्मव्यतिरिक्त दोन-तीनच ड्रेस असल्यामुळे आवडीनिवडीला फारसा वाव नव्हता. कॉलेजला जाऊ लागल्यावर वर्षातून एक-दोनच ड्रेस घेतले जायचे, तेही माझ्या आवडीनुसार! आर्थिक परिस्थिती बेताची असल्यामुळे कपड्यांबद्दल फार लाड होत नसत.

कोणत्याही कार्यक्रमाला जाताना मी योग्य अशी साडी निवडते. आणि हो, मला तयार व्हायला जास्त वेळ लागतो! कारण व्यवस्थित साडी नेसायची तर वेळ लागणारच. अनेक प्रकारच्या साड्या माझ्या संग्रही आहेत. छानसा मेकअप

करून बाहेर जायला मला आवडतं. खरं तर घरातही मी तयार होऊन बसते, अगदी आजारी असले तरीही! साडीला मॅचिंग कानातलं आणि गळ्यातलं घातल्यावर सेल्फीचा प्रोग्राम. १०-२० फोटो काढल्याशिवाय माझं मन तृप्त होत नाही. बूट, चपला तर अगणित... परफ्युम आणि डीओचा स्टॉक तर विचारूनच नका. भरपूर म्हणजे खूपच भरपूर होता.

मला काय आवडतं याचं उत्तर खरं तर एका वाक्यात देता येईल,
'अस्मादिकांना सगळं आवडतं.'

चेन्नई बीचवर आई-बाबा, स्वाती आणि कोतवाल कुटुंबासह ज्योती (२०१९)

नैराश्याचा अंधार

माझ्या आयुष्यातील २००२-२००३ हा काळ नैराश्याने भरलेला होता. जगावंसं वाटत नव्हतं. काटेरी विष अंगात भिनलं होतं. माझ्या जीवनाची चौकट ठरलेली होती. असं आयुष्य मला नको होतं.

मला एकटेपणाचा शाप आहे हे मला जाणवत होतं. परंतु अहल्येसारखी शिळा होऊन एका जागेवर पडून राहू लागले तेव्हा त्यातील दाहकता, हतबलता जाणवू लागली. मग अव्याहतपणे सुरू झाला तो चल-अचल (जीवन-मृत्यू)मधला भयानक संघर्ष. मन आकाशात विहरायचं; शरीर मात्र पार्थिव होऊन पडायचं.

त्या शरीरात चेतना जागवणं महाकर्मकठीण! शरीर ताळ्यावर येऊ लागलं की मन निराशेच्या गर्तेत गुदमरून जायचं.

आत्म्याला तर या एवढ्याशा जिंदगीत खूप काही शिकायची, बघायची, अनुभवायची, स्वप्नांवर स्वार होण्याची जन्मजात खोड. हे ३० वर्षांचं आयुष्य म्हटलं तर छोटं आणि म्हटलं तर खूप मोठं – असाध्य, जन्म-मरणाच्या फेऱ्यांत गटांगळ्या खात इथवर आलेलं.

जसं एखाद्या झाडाचं पान नदीत पडल्यावर त्याचा प्रवास प्रवाहाच्या दिशेने सुरू होतो... मग त्याच्या नशिबी येतं पाण्याच्या लहरींसोबत कधी बुडणं तर कधी तरंगणं...! पुन्हा रुजण्याचं, बहरण्याचं दान आपल्या ओंजळीत पडेल की नाही याची शाश्वती नसते त्याला! तसंच काहीसं माझं जीवन आहे. मृत्यूबद्दल मला कधीच भीती वाटली नाही. परंतु जीव तडफडतो ते जीवन आणि मृत्यू यांच्या दरम्यानच्या प्रवासासाठी... मनासारखं आयुष्य जगता येत नाहीये याची खंत फार लागते जिवाला... स्वतःच्या मर्जीने जगायला मिळणं, स्वतःला हव्या त्या गोष्टी करायला मिळणं यासारखा दुसरा परमानंद नाही.

ज्याला तो मिळाला तो नशीबवान! त्याला मिळतं खरं समाधान... जीवन आससून जगण्याचं! परावलंबित्व जीवघेणंच असतं. मान्य आहे की, या दुनियेत कोणीच परिपूर्ण नाही. परंतु आत्म्याची खोड कोणाला मोडता आली आहे? तरीही, अशा प्रतिकूल परिस्थितीत तग धरून, जगण्याला हळुवार स्पर्श करण्याची ऊर्मी धगधगत ठेवणं म्हणजे आयुष्य जगणं. नुसतं जिवंत असणं म्हणजे जगणं होऊच शकत नाही.

उजाला

अँधेरे उजालों से बेहतर होते है।
अँधेरा कितना भी घना क्यूं ना हो,
आँखों को धुंदला ही सही दिखाई पड़ता है। और
अगर इन अँधेरों से एक बार दोस्ती हो जाए तो हर चीज साफ़ दिखाई देती है।
मगर तेज उजालों में आँखे अक्सर मूंद जाती है।
उजालों के चकाचौंध में हम जो देख नहीं पाते वो ये अँधेरा दिखाता है।
अपने अंतर्मन की शक्ति की पहचान भी इन्ही अँधेरों से होती है।

माझं आयुष्य कसं जगायचं हे ठरवण्याचा हक्क माझा आहे, तर मृत्यूला कधी मिठी मारायची हेही मीच ठरवणार!

जगण्यावर माझा अधिकार होता तर मरणावर का नसावा?

माझ्या यातना या फक्त माझ्या होत्या आणि मी त्या सोसतही होते तर त्या संपवण्याचा अधिकारही फक्त मलाच हवा.

मी तेच ठरवलं... तीनदा! पण...

पण मी जिवंत राहिले.

जीवन संपवण्याचा विचार

कित्येकदा मला वाटतं, की मी अपंग असते तर किती बरं झालं असतं! कारण आज समाजात अपंगांना एक मानाचं स्थान आहे. सरकारनेही अपंगांना अनेक सोयी उपलब्ध करून दिल्या आहेत. बस-रेल्वे-नोकरी यात आरक्षण दिलं आहे. परंतु माझ्यासारख्या शारीरिक व्याधींसाठी काहीही सोयी-सवलती नाहीत.

फार-फार कंटाळले आणि माझ्या मनात मृत्यूचा विचार घोळू लागला. काही दिवसांत तो पक्काही झाला. माझं ठरलं... झोपेच्या गोळ्या खाऊन आत्महत्या करायची!

मन विषण्ण झालं... जीवन संपवावंसं वाटलं...

मग एके दिवशी रूमला आतून कडी लावली आणि रात्री सगळे झोपल्यावर गोळ्या घेतल्या. योग्य केलं का मी...?

आई-बाबांच्या प्रयत्नांना मी निकामी ठरवलं. त्यांना 'सॉरी' म्हणायला हवं. एका मित्राला एसएमएस करून आई-बाबांसाठी निरोप दिला. त्याने लगेच आई-बाबांना फोन करून सावध केलं. शुद्धीवर आल्यावर कळलं, की प्रीतमने मला वाचवलं. त्याने जोरजोरात धक्के देऊन दरवाजाची कडी-कोयंडा तोडला आणि आत प्रवेश केला. मी पूर्ण बेशुद्ध होते. ताबडतोब मला उचलून गाडीत घातलं आणि रत्ना हॉस्पिटलमध्ये दाखल केलं. तिथे प्राथमिक उपचार करून जोशी हॉस्पिटलला हलवलं आणि मी वाचले.

का...?

दैवाची काही वेगळी खेळी होती का माझ्याबाबतीत?

माझे कुटुंबीय मला जगायला भाग पाडतात, म्हणून मला त्यांचा राग येतो.

मी त्यांची लाडकी होते. माझं आयुष्य सुखाचं व्हावं म्हणून ते आयुष्यभर धडपडले. मात्र, माझं आयुष्य मी कधी संपवायचं, हे त्यांनी मला ठरवू दिलं नाही, ते त्यांनी ठरवलं. ज्या-ज्या वेळी मी मृत्यूला कवटाळायला निघाले त्या-त्या वेळी त्यांनी मार्गात 'खो' घातला. प्रीतमनेदेखील माझा विचार नाही केला. केला फक्त त्यांचा विचार... ज्योतीला जगवायचा!

माझ्या कुटुंबीयांची माझ्याबद्दलची आस्था मी जाणून आहे. त्यांचं माझ्यावर अमाप प्रेम आहे. मी त्यांच्या जागी असते तर कदाचित हेच केलं असतं किंवा कदाचित नसतंही केलं... समजून घेतल्या असत्या तिच्या यातना... आणि तिने त्यापासून सुटका करून घेण्याचे प्रयत्न केले असते तर तिला साथ दिली असती. खरंच दिली असती का?

बऱ्याचदा वाटतं की, मला नेमकं काय हवं आहे, हेच समजत नाही.

जगायची इच्छा आहे; पण उत्तम जगता येत नाही म्हणून मरून जावंसं वाटतंय... मरायचंय; पण मरता येत नाही म्हणून यातना झेलत जगायचं. फार विचित्र परिस्थितीत मी सापडले आहे.

जरी माझं जीवन म्हणजे एक भयानक पोकळी आहे,
तरीही मला कोणाची सहानुभूती नको आहे
मृत्यूसारखा सखा आणि सत्य या जगात दुसरं काही नाही
मी ठरवलंय,
जे जे होईल ते ते पाहायचं,
आणि
वेळ आल्यावर डोळे मिटून घ्यायचे.

माझ्या यातना, माझं जगणं-मरणं, माझा त्रास, सगळं कसं माझंच झालंय. आपण मारे मी-मी असं सारखं म्हणतो. पण हा 'मी' कोण आहे? त्याचा स्वभाव काय? त्याला नक्की काय हवं आहे? उत्तरं मिळणं कठीण. खरंच या जगात प्रत्येकाला आपला 'स्व' कळत असेल का? मुळात 'देव देव' केल्याने देव सापडत नाही, तसंच मी, माझं, मला या भोवती फिरत राहिल्याने स्व सापडत नाही. आपल्या अंतरंगात तो शोधायला पाहिजे, तिथे नक्कीच सापडेल. सापडेल का मला?

साली, या शरीराची मिजास किती!

आपला ब्रेन डेड असेल तर भोवताली काय सुरू आहे हे कळतच नसतं.

त्याचा आपल्या असण्यावर आणि नसण्यावर,
आपल्या अस्तित्वावर काही फरकच पडत नाही.
फक्त श्वास अजून सुरू आहे म्हणून जगणं म्हणायचं का याला?
जगण्याची ऊर्मी मरू देत नाही
आणि मरणाची आस जगूही देत नाही
हे असंच काहीसं विचित्र घडत होतं माझ्याबाबतीत.
मरण येत नाही म्हणून जगायचं
आणि उत्तम जगता येत नाही म्हणून मरून जायचं.
पण...
इथे साला मेंदू तर थांबायचं नावच घेत नव्हता
शरीराने तर पार मान टाकली.
मरायला टेकलं तरी या शरीराची मिजास किती?
चोचले किती? वासना किती?
सगळंच चक्र न संपणारं...
त्यापेक्षा एकदा का मरण पत्करलं
की मग पुढचा प्रवास सुरू होईल
आणि तो नक्की असेल आनंदाचा.
संपतील यातना, संपतील भोग शरीराचे
म्हणून मरण यायला हवं
आणि तेही सन्मानानेच
लाचार होऊन, वर्षानुवर्षं खितपत पडून मग मरण आले
तर त्यालाही किंमत उरत नाही.
कोणी आपल्या यातना वाटून घेऊ शकत नाही.
Life Within Death
हेच हवंय मला!
कारण,
आजच्या माझ्या मरणातच माझं उद्याचं जीवन आहे
लवकर ये रे बाबा!

डोळे तुझ्या वाटेकडे जीव गोळा करून पाहत आहेत
उत्तम जगण्याची आशा होती पण...
हा पण माझ्या जणू पाचवीलाच पुजलाय.
जगणं शक्य नसेल तर...
तर निदान तुझी वाट बघायला तरी लावू नकोस रे, बाबा!
पटकन ये आणि मोकळ कर मला!

मी जेव्हा म्हणते, की माझ्या यातना संपवायला मरण हा एकच उपाय आहे ते कदाचित चुकीचं असेल. मी सतत एकाच उपायाचा विचार करत आहे, म्हणून दुसरे मार्ग दिसतच नाहीत मला... विचार करण्यासारखी गोष्ट आहे.

■

आयुष्याचा नव्याने विचार

(२००३-२०१९)

कोणत्याही फुलांचं बहरणं आणि कोमेजणं हे थोड्या काळासाठी असतं. परंतु तेवढ्या काळातही ही फुलं सुगंधाची लयलूट करताना दिसतात. कोमेजतानाही या दुनियेतलं आपलं काम चोख पार पडल्याचं समाधान अंगावर लेवून रंग उधळत राहतात. या निर्मात्याला माझा सलाम! निसर्ग असाच आहे भरभरून देणारा! त्याच निसर्गाने मला बनवलंय तर मग असा विचार मीही करायला हवा... बहरणं माझ्या हातात, कोमेजणं निसर्गाच्या! कधी जमेल मला असं वागायला?

ठरवलंय मी, जे आहे ते पाहायचं; जे नाही ते सतत उगाळून दुःख का करत बसायचं...? जे आहे ते, जे नाहीये त्यापेक्षा खूप जास्त असतं, मग त्याचा आनंद का नाही मानायचा...? म्हणजे, जे नाही त्याच्या मागे धावायचं आणि आहे त्याची किंमत ठेवायची नाही. अशाने मी माझं आयुष्य कवडीमोल ठरवतेय. कलाकार जसा मोजक्या साधनांपासून एक सुंदर कलाकृती निर्माण करतो, तसंच आपल्याकडे जे आहे त्यातच आपलं संपूर्ण योगदान दिलं, तर आपलं आयुष्य आपल्याला परिपूर्ण करता येऊ शकतं, हे वयाच्या तिसाव्या वर्षी माझ्या लक्षात आलं.

एखादी गोष्ट प्रयत्न करून मिळण्यासारखी असेल तर त्यासाठी जरूर सर्वस्व पणाला लावावं; पण जे प्रयत्नांनीही अशक्य आहे किंवा आपल्या आवाक्यातील नाहीच याची जाणीव होते तेव्हा ती गोष्ट सोडून दिलेली केव्हाही चांगलंच. अशक्य गोष्टी योग्य वेळी सोडून देता आल्या तर त्याच ऊर्जेतून एक वेगळ्या वाटेवरचं नवीन व्यक्तिमत्त्व घडू शकतं....

मी तोच प्रयत्न करणार आहे.

मी एक ज्योत,
मंद होता-होताच किती वेळा पुन्हा उजळून निघते.

क्षणभंगुर आयुष्याचं अस्तित्व प्रकाशमान करण्यासाठी निरंतर चालणारी,
तिच्या या धडपडीमुळे आजूबाजूचा भवताल मात्र उजळून निघतो.
मिटता-मिटता तेजाळण्याची ही स्वयंस्फूर्ती खूप काही शिकवून जाते
तिच्याकडे बघताना मला मग माझाच संघर्ष दिसायला लागतो...

अश्वत्थामा शरीरावरची आणि मनावरची भळभळणारी जखम घेऊन किती वेळा मरणाचा याचक झाला असेल?

अश्वत्थाम्याचा विचार मनात येतो, तर मग स्वतःचा का नाही करता येत? जे सत्य आहे ते स्वीकारायला धैर्य लागतं, धाडस लागतं. ते माझ्यात पूर्ण आहे. दुसऱ्याच्या वेदना, यातना बघताना आपण जो विचार करतो, तोच विचार स्वतःच्या बाबतीत का नाही करता येत?... असं नुसतं हळहळण्यात काहीच अर्थ नाही.

आयुष्याचा नव्याने विचार

आयुष्य हे एक कोडं असून ते अतिशय गुंतागुंतीचं होतं, जेव्हा माझ्यासारख्या मुलीला कधीही बरा न होणारा हृदयरोग असतो.

रोज मरणयातना सोसताना समोर आलेला एखादा आनंदाचा क्षण तितक्याच उत्कटपणे जगण्याची जिगर माझ्याकडे नक्कीच आहे. निसर्ग, प्राणी, माणसं, लेखन, कविता, पेंटिंग, कलाकुसर, नाट्य, सिनेमा, या प्रत्येकांमध्ये मला जीवन दिसतं आणि म्हणून त्या सगळ्यांमधला आनंद मी जिवंत असेपर्यंत वेचतच राहणार. असं असलं तरीही, मला मृत्यूची ओढही तेवढीच आहे. एकाच वेळी जगणं आणि मृत्यू या दोन्हीला समान महत्त्व देणारी व्यक्ती मिळणं कठीण; पण मी अशीच आहे. प्रत्येक क्षण मृत्यूचा धावा करताना समोर आलेल्या क्षण मात्र भरभरून जगणारी!

Feeling Love for Myself.

डॉक्टरांच्या मते, मी जास्तीत जास्त फक्त ३५व्या वर्षांपर्यंत जगू शकेन. आता माझं वय एकतीस आहे. खरं तर लहानपणापासून हे असंच आहे. डॉक्टर सांगतात, 'अजून फक्त काही वर्षं, हं!'

सवय झाली आहे मला अशा बोलण्याची! सध्यातरी चार वर्षं आहेत माझ्या हातात, हेही नसे थोडके! हे खरं आहे की, पूर्वीपेक्षा माझ्या त्रासाचं प्रमाण वाढलेलं आहे. ऑक्सिजनची गरज सतत भासते. चालणं-फिरणं कमी झालं आहे. डॉक्टरांच्या मते heart-lung transplantation एवढा एकच उपाय असून, ही

शस्त्रक्रिया फक्त अमेरिकेतच होऊ शकते. त्यासाठी ९० लाख रुपये खर्च सांगितला आहे. म्हणजे माझ्यासाठी ही शस्त्रक्रिया केवळ अशक्य आहे. 'आपण कधीही पूर्ण बरं होणार नाही', हे सत्य स्वीकारून मी सकारात्मकता वाढवण्यासाठी प्रयत्न करणार आहे.

आयुष्यात काय केवळ काटेरी डंख आहेत?

फुलपाखरू आठवलं की वाटतं किती हे क्षणभंगुर आयुष्य
या विचारांच्या मागे आहे आपल्या मनाचा कोतेपणा
का आठवत नाहीत आपल्याला त्याचे रंगीबेरंगी पंख?
डोळे उघडून पाहा तरी,
आपल्या सगळ्यांना आहेत त्याच्यासारखेच पंख सुंदर
खूप ताकद आहे त्या पंखांत,
दुसऱ्यांना आनंद द्यायची आणि घ्यायचीसुद्धा

माझ्याकडेही आहेत असे पंख! निसर्गाची किमया अपार आहे. एखाद्याला मोठा आजार देतो तेव्हा एखादा असामान्य गुणही देतो. माझ्यातील हा गुण म्हणजे, मला लाभलेली असामान्य इच्छाशक्ती! सतत एक उत्साह आणि नवीन काही करण्याची ऊर्मी, जी मला सतत विचार करण्यासाठी उद्युक्त करत असते. गेले काही दिवस मी आयुष्याला, यातनांना, काटेरी विषाला कंटाळले आहे. मला माहीत आहे, आपलं आयुष्य प्रामाणिकपणा, सत्याची जोड, दया, माया, प्रेम, माणुसकी, विश्वास, स्वाभिमान अशा काही मूल्यवान तत्त्वांवर चालत असतं. परंतु आपल्यातील नकारात्मक बाबीही स्वतःहून स्वीकारणं तितकंच कठीण! सकारात्मक आणि नकारात्मक दोन्ही गोष्टी स्वीकारून आयुष्य समृद्ध करत जगता येणं यासारखी दुसरी आनंदाची गोष्ट नाही; आणि आता मी तेच करणार आहे.

मी बिच्चारी नाही!

माझ्या तीस वर्षांच्या आयुष्यात मी खूप चढउतार अनुभवले आहेत. कितीतरी वेळा मृत्यूला कवटाळलं. आयुष्याच्या या टप्प्यावर पोहोचण्यासाठी खूप कष्ट केले. त्रास सहन केला आहे. एक सामान्य व्यक्ती म्हणूनही माझं जीवन फारच क्लेशकारक ठरलं. समाजाकडून मला पुष्कळ सहानुभूती मिळाली. काहींनी तर माझी गणना

अपंग म्हणून केली. 'बिच्चारी' ही उपाधी तर मी रोजच ऐकत होते. Sorry to say but कोणी जेव्हा म्हणतं की, 'आम्ही समजू शकतो तुमचं दु:ख!', तेव्हा मला माहीत असतं, मला बरं वाटावं म्हणून लोक आपलं उगाच म्हणतात. मला त्यांना म्हणावंसं वाटतं, 'कसं समजून घेणार आहात? भोगल्याशिवाय वेदना जाणवणार आहेत का तुम्हांला?'

दुसऱ्याचं दु:ख खरं तर कोणीच घेऊ शकत नाही; तर मग काय अर्थ आहे असं तोंडदेखलं म्हणण्याचा?... फक्त कोरडी सहानुभूती?

मला या सहानुभूतीचा जगण्यासाठी काहीच उपयोग नाही. सतत धडपड करूनही आज मी स्वत:च्या पायावर उभी राहू शकलेली नाही. आज तीस वर्षांची असले तरी मी सगळ्या दृष्टीने आई-बाबांवर अवलंबून आहे अगदी आर्थिकसुद्धा!

एम.ए. करायचं हे माझं स्वप्न होतं. कॉलेजला जाणं शक्य नव्हतं. मग बहि:स्थ विद्यार्थी म्हणून फॉर्म भरला. घरीच अभ्यास सुरू केला. पेपर दिले; पण पास काही झाले नाही. शेवटी एम.ए. पूर्ण करण्याचा विचार सोडून दिला. पुन्हा रेकी सेंटरवर दोन महिने काम केलं. त्यांनी दोन महिन्यांचा पगार दिला नाही, त्यामुळे भांडण होऊन मी नोकरी सोडली. खूप नैराश्य आलं. तब्येतीतही सुधारणा होत नव्हती. उलट, त्रास वाढतच चालला होता.

अवयवांचा असहकार

दोन्ही हात, बोटं, रक्तवाहिन्या यांनी असहकार पुकारल्यामुळे लिखाणाने
बेमुदत संप जाहीर केला होता.
पायांनी तर आधीच चालायचं सोडलं होतं.
तीन आठवड्यांपासून हातांनी हळूहळू कुरबुर सुरू केली
आणि
पाच दिवसांपासून त्यांनी काम करणं पूर्णच बंद केलंय
डोळे तर काय; कधी प्रेम उतू गेल्यासारखे
एकमेकांच्या गळ्यात गळे घालायला आतुर असतात,
तर कधी जन्मोजन्मीचे वैरी असल्यासारखे
एकमेकांच्या विरुद्ध दिशेला जाऊन बसतात.
जणू काही स्थिर, सरळ, शांत राहणे यांना मान्यच नाही.
कोण कधी कसा संपावर जाईल, सांगता येत नाही.

वर्तमान जगापासून एका अनामिक वाटेवरचा प्रवास सुरू झाला आहे का?

पण मी निराश नाहीये. कारण
या असहकाराचं रूपांतर आशेच्या चांदणीत मी करणार आहे.

मनातली तळमळ

माझी केस बरेच डॉक्टर्स 'चॅलेंज' म्हणून अभ्यासत होते. परंतु माझी नेहमीची ट्रिटमेंट डॉ. शिरीष हिरेमठ यांच्याकडे सुरू आहे. ते स्वत:ही परदेशात बऱ्याच ठिकाणी माझे पेपर्स पाठवतात; पण तिकडूनही ट्रान्सप्लांटशिवाय दुसरा उपाय नाही असंच उत्तर येतं. माझ्या प्रत्येक आजारपणात वेळोवेळी डॉक्टरांनी मला औषधांबरोबर मानसिक आधारही दिला आहे. डॉ. हिरेमठ मला नेहमी म्हणतात, "ज्योती, तू माझ्या वैद्यकशास्त्राला खोटं ठरवून दाखव. मला खूप आनंद होईल." त्यांच्या या बोलण्याने माझ्या जगण्याला आणखीनच प्रोत्साहन मिळतं. माझ्या आनंदी जीवनात त्यांचा खूपच मोठा सहभाग आहे. एक यशस्वी डॉक्टर असूनही माझ्या बाबतीत मात्र ते फारच हळवे होतात. त्यांची इच्छा पूर्ण करण्याकरिता, त्यांना आनंद देण्याकरिता मी त्यांचं आव्हान जिद्दीनं स्वीकारलं आहे.

त्यांचं वरील बोलणं पुन:पुन्हा आठवून मला प्रेरणा मिळते. माणसाची इच्छाशक्ती आणि सकारात्मक दृष्टिकोन ही दोन शस्त्रं आकाशाशीही सामना करायला पुरेशी आहेत, असंच मला वाटतं. या आजाराबरोबर ही दोन्ही शस्त्र निसर्गाने मला भरभरून दिली आहेत.

माझा आजार वाढतच गेला. माझा बराचसा काळ पलंगावर झोपण्यात जाऊ लागला आहे. प्रकृती खूप खालावत चालली आहे. मृत्यूची टांगती तलवार सतत डोक्यावर आहे. हॉस्पिटल-घर-हॉस्पिटल एवढ्यापुरतंच आयुष्य मर्यादित झालंय. ऑक्सिजन सिलिंडर माझा जणू खास मित्रच... सतत माझ्या जवळ असतो. थोडा वेळ जरी मी त्याच्यापासून दूर जाताच बापडा लगेच आठवण करून देतो आपल्या अस्तित्वाची! मग काय, त्याला नाकाशी लावल्याशिवाय गत्यंतर नसतं. माझी माणसं माझा प्रत्येक शब्द झेलायला तयार आहेत. ज्योती त्यांचा श्वास आहे; पण त्यांच्या श्वासात धास्तीच जास्त जाणवते. अशा सगळ्या गोष्टी सकारात्मक असल्या तरीही माझं मन स्वस्थ नाहीये. कसलीतरी अपुरेपणाची जाणीव होतेय.

आपल्या जगण्याचं प्रयोजन काय...? आत्तापर्यंत दैवाने आपल्याला का जगवलं असेल...? असे असंख्य प्रश्न सतत मनात घोळायचे. कधी-कधी भराऱ्या

माराव्याशा वाटायच्या. लहानपणी शाळेत शिकलेली एक म्हण सारखी आठवायला लागली, *मरावे परी कीर्तिरूपी उरावे.*

मग वाटायचं – छे! असंच काही न करता मरून जाण्यात काय मजा? समाजासाठी आपण थोडं का होईना, काहीतरी केलं पाहिजे.

आणि माझ्याबाबतीत एक सकारात्मक गोष्ट घडली. अगदी शाळा-कॉलेजपासून आजपर्यंत पुस्तकं माझे सोबती झाले होते. वाचनाने मला जगण्याची उमेद मिळाली, उभारी मिळाली, सुसूत्र विचार करायला मी शिकले. जगण्याची संधी स्वतःच निर्माण करण्याची ताकद पुस्तकांनी दिली. एक खूप सुंदर आणि प्रेरणादायी पुस्तक माझ्या वाचनात आलं. हे पुस्तक माझं आयुष्य बदलवणारं ठरलं. नसीमा हुरजूक यांचं *चाकाची खुर्ची.* हे पुस्तक वाचल्यानंतर जणू मला नवजीवन मिळालं.

मी खूप भारावून गेले. काहीतरी संजीवनी गवसली जणू! माझी भरारी क्षितिजापलीकडे असणार होती. लगेच मी स्वतःवर लेख लिहिला. तो 'सकाळ'मध्ये १३ ऑक्टोबर २००३ रोजी 'प्रत्येकाला फुलपाखराचे पंख आहेत' या नावाने प्रसिद्ध झाला. वाचकांचा भरघोस प्रतिसाद मिळाला. लेखात माझ्यासारख्या हृदयरुग्णांसाठी संस्था सुरू करण्याविषयी उल्लेख केला होता. आणि काय आश्चर्य! संस्था सुरू करण्यापूर्वीच अनेक जणांनी रोख पैसे, मनीऑर्डर, चेक संस्थेच्या कार्यासाठी पाठवले. आपलं पहिलं पाऊल योग्य पडल्याचं बघून इतका आनंद झाला, की माझ्या अंगात एक अनामिक शक्ती संचारल्याचा भास झाला.

विचार पक्का झाला

हृदयदोष घेऊन जन्माला येणं म्हणजे काहीतरी घोर पाप करून जन्माला आल्यासारखी वागणूक समाजाकडून मिळते. हे मी अनुभवलं आहे, अजूनही अनुभवतेय. खोटी सहानुभूती दाखवली जाते किंवा कीव केली जाते. यापलीकडे जाऊन त्या व्यक्तीला गरजेनुसार मदत करून तिचं आयुष्य सुसह्य करण्याचा विचार समाजातल्या कोणत्याही सुशिक्षितांच्या मनात येत नाही; आणि आला तरी त्या दृष्टीने काम केलं जात नाही. अगदी बोटावर मोजण्याइतके लोक मदतीचा हात पुढे करतात. वाढत्या वयानुसार हृदयाचा त्रास वाढत जातो, कार्यक्षमता कमी होते. अनेक आव्हानांना सामोरं जावं लागतं. खूप प्रश्न उपस्थित होतात.

लग्न, कुटुंबसुख, मुलं, स्वतःच्या पायावर उभं राहण्याची धडपड, कुटुंबाचा पाठिंबा, वय वाढेल तसे सामान्य माणसांप्रमाणे उद्भवणारे आजार, समाजात आणि

घरात मिळणारा सन्मान, मिळणारं अपयश, मित्रांचा पाठिंबा, सरकारी योजना असे बरेच प्रश्न समोर उभे ठाकतात आणि त्यांची उत्तरं शोधताना दमछाक होते.

उत्तम आयुष्य जगायला अर्थातच सगळ्यांना आवडतं. ते एका जागी थांबून राहू नये अशीच अपेक्षा असते. जीवन कसं प्रवाहशील हवं. तीच खूण असते जिवंतपणाची. रोज नवीन त्रास झाला तरी मला त्याचा आनंद व्हायचा. कारण त्यामुळे माझं आयुष्य प्रवाही होतं. काहीच घडत नाहीये यापेक्षा त्रास तरी होतोय ही भावना सुखावणारी होती. ही भावना मला आश्वासन देत होती, की हळूहळू तुझं आयुष्य पुढे सरकत आहे.

कधी-कधी त्राग्याने मी म्हणते की, मी अपंग असते तर बरं झालं असतं. त्याला कारण आहे. अपंगाना सरकारी कोट्यामध्ये तीन टक्के आरक्षण आहे तर त्याच धर्तीवर हृदय-रुग्णांसाठी एखादी स्पेशल कॅटेगरी का नाही? म्हणजे त्यांना त्यांचं रोजचं जीवन आणि प्राथमिक गरजा तरी भागवता येतील. कारण ज्या रुग्णाचं ऑपरेशन होऊ शकत नाही त्याचं पुढील आयुष्य प्रचंड अंधारमय आणि भयावह असतं, याची कल्पना सरकारलाच काय, सामान्य जनतेलाही नसते.

जन्मजात हृदयदोष (CHD) हा आजार बराच गंभीर आहे. आपलं शरीर ज्या हृदय आणि फुप्फुसांवर चालतं तेच कमकुवत असेल तर त्या व्यक्तीला सामान्य जीवन जगायला किती संघर्ष करावा लागत असेल, याचा नुसता विचार केलेलाच बरा! तरीही, आज समाजात अशा अनेक व्यक्ती आहेत, ज्या स्वतःच्या आजाराशी सामना करत असतानाच इतर अनेक सामाजिक प्रवृत्तींशी लढत असतात; कोणत्याही मदतीशिवाय दोन वेळच्या अन्नासाठी धडपडत असतात.

काही वेळा समाजाकडून तर सोडाच; पण स्वतःच्या कुटुंबीयांकडूनसुद्धा अशा व्यक्तींना आधार मिळत नाही. तेव्हा तर हा संघर्ष अजूनच कठीण होतो.

आज CHD असलेले सगळे रुग्ण एकेकटे संघर्ष करत आहेत. त्यामुळेच सरकार किंवा कोणतीही संस्था / समाज त्यांचे प्रश्न समजू शकत नाहीत. विचार आला... आज आपण एकजूट होऊन समाजासमोर उभे ठाकलो नाही, तर आमच्यासाठी काहीच सुविधा निर्माण होणार नाहीत. एकत्र येऊन संघर्ष केला तर त्याला नक्कीच फळ मिळेल. समदुःखी एकत्र आले की जगण्याला बळ येईल, यातना सुसह्य होतील, सगळे एकमेकांचा हात धरून आयुष्य आनंदी करतील. मग ठरवलं, आपल्यासारखा आजार असलेल्यांना एकत्र आणायचं. फारसं चालताफिरता येत

नव्हतं. परंतु सोबतीला काठी आणि ऑक्सिजन होताच. आपल्याला काय करायला हवं याची स्पष्टता आल्यावर मन त्या दृष्टीने विचार करू लागलं.

विचारांची स्पष्टता

डॉक्टरांच्या सल्ल्यानुसार, लहान वयातच शस्त्रक्रिया झाली तर ती मुलं भविष्यात पूर्णपणे सामान्य आयुष्य जगू शकतात. शस्त्रक्रिया होऊ शकणाऱ्या मुलांवर वेळीच उपचार केले नाहीत, तर मात्र आजार वाढत जाऊन ती दगावू शकतात. ज्यांची लहानपणी शस्त्रक्रिया होऊ शकली नाही, त्यांना मात्र मोठेपणी अनेक त्रासांना तोंड द्यावं लागतं. जगण्याच्या प्रत्येक टप्प्यावरच्या त्या-त्या नैसर्गिक भावना - इच्छा प्रत्येकाच्या मनात असतात. जगण्याच्या प्रत्येक आव्हानांना एकट्याने तोंड देणं त्रासदायक आणि मानसिक खच्चीकरण करणारं असतं. अशा वेळी वाटतं, पालक, डॉक्टर, मानसोपचार तज्ज्ञ यांनी मिळून त्या व्यक्तींशी नीट चर्चा केली पाहिजे. खरं तर जन्मजात हृदयदोषासोबत झगडणाऱ्या अनेक व्यक्ती एकत्र आल्या तर एकमेकांचं आयुष्य सुसह्य व्हायला मदतच होईल. अशी कुठलीतरी संस्था पाहिजे जिथे एकत्रितपणे या आजारावर तोडगा काढता येईल. मनातील संकल्पना हळूहळू साकारायला सुरुवात झाली. ठरलं तर मग, आता मागे वळून बघायचं नाही. आनंद घेत जगायचं आणि तेही आपल्यासारख्या समदु:खी-समसुखी लोकांना बरोबर घेऊनच!

ट्रस्टची स्थापना (३ जून २००४)

आजपर्यंत सप्टेंबर महिन्याचा शेवटचा रविवार हा 'जागतिक हृदयदिन' म्हणून ओळखला जाई. परंतु २००३पासून २९ सप्टेंबर हा 'जागतिक हृदयदिन' म्हणून नक्की करण्यात आला.

आज समाजात हृदयाची काळजी, त्यावरील उपचार, शस्त्रक्रिया याबद्दल खूप बोललं जात असलं, तरीही म्हणावी तशी त्याबद्दलची पुरेशी ओळख लोकांना नसते; आणि असलीच तरी ती फक्त आपल्या जीवनशैलीमुळे उद्भवणाऱ्या हृदयरोगाबाबतच असते.

जन्मजात हृदयदोषांबद्दल फारशी चर्चा होताना दिसत नाही. मग त्यासंदर्भात जनजागृतीचं काम होणं ही तर फारच दुर्मीळ बाब म्हणायला हवी. ग्रामीण भागात तर शहरापेक्षाही वाईट परिस्थिती आहे.

- जन्मजात हृदयदोषांबद्दल पुरेशी माहिती नसल्यामुळे हा आजार लवकर लक्षात येत नाही, त्याची लक्षणं समजत नाहीत.
- अंधश्रद्धेचा पगडा खूप मोठा असतो.
- अगदी खेड्याच्या ठिकाणी तपासणी केंद्र उपलब्ध नसतात, बालरोगतज्ज्ञ नसतात. अशा ठिकाणी आरोग्यसेवकांकडून योग्य निदान केलं जात नाही.
- बाळाचा त्रास बघून त्याच्या आई-वडिलांना अनेक प्रश्न पडतात. गोंधळून, घाबरून गेल्यामुळे त्यांना योग्य निर्णय घेता येत नाही.
- या सगळ्यांमुळे शस्त्रक्रिया होऊ शकणाऱ्या बाळांना वेळीच उपचार मिळू न शकल्यामुळे त्यांचा आजार वाढत जातो. शेवटी आपल्या हातात काही उरत नाही.

याबाबत काहीतरी करावं असं मला वाटलं. कारण हृदयरोगापेक्षाही जन्मजात हृदयदोषांचं प्रमाण खूपच जास्त आहे. दर हजार बाळांमागे आठ बाळं हृदयदोष घेऊन जन्माला येतात. हे प्रमाण खूप जास्त, फारच भयानक असून त्याबद्दल जनजागृती होणं फार गरजेचं आहे.

माझ्या मनात हा विचार रुजला. कित्येक रात्री त्या विचारांत घालवल्या. मी शहरात राहते, त्यामुळे मला योग्य ते उपचार मिळतात; पण ग्रामीण भागातील मुलांचं काय? याबद्दलची माहिती समाजाच्या कानाकोपऱ्यांत पोहोचणं अत्यंत आवश्यक आहे. कारण हृदयदोष घेऊन जन्मलेल्या बाळांनादेखील निरोगी आयुष्य जगण्याचा पूर्ण हक्क आहे. शेवटी एका विचारावर मन स्थिर झालं आणि ३ जून २००४ रोजी 'हृदय-ज्योत परिवार' या ट्रस्टची स्थापना केली.

मला जीवनदान मिळालं

न्यासाचं काम करत असतानाच ऑगस्ट २००५मध्ये वर्तमानपत्रात बातमी वाचली – 'दीनानाथ मंगेशकर हॉस्पिटलमध्ये लहान मुलांच्या हृदयशस्त्रक्रियेसाठी शिबिर घेण्यात येणार होतं. त्यामध्ये जागतिक कीर्तीचे आंतरराष्ट्रीय चिल्ड्रेन्स हार्ट फाउंडेशनचे संस्थापक आणि अध्यक्ष डॉ. विल्यम नोव्हिक आणि त्यांच्या तज्ज्ञ डॉक्टरांची टीम १४ वर्षांखालील लहान मुलांवर शस्त्रक्रिया करणार होते.' ऑपरेशनसाठीच्या वयोगटात मी बसत नसले, तरी माझ्यासारखा आजार असणाऱ्या

काही लहान मुलांवर शस्त्रक्रिया होऊन ती नॉर्मल आयुष्य जगू शकणार होती, यांचा मला खूप आनंद झाला.

यामध्ये माझ्या न्यासातर्फे लहान मुलं रुग्ण म्हणून सहभागी झाली होती. दीनानाथ मंगेशकर हॉस्पिटलने परदेशी डॉक्टरांच्या सहकार्याने आमच्यासारख्यांना मिळवून दिलेली संधी अनमोल ठरली. नोव्हेंबर २००५मध्ये हे शिबिर घेण्यात आले होते.

त्या वेळी मी अक्षरशः शेवटचे दिवस मोजत होते. असह्य वेदना होत असत, स्वत:चं काही करता येत नसे. या वयात आई-बाबांना आपलं सर्व करावं लागत आहे, या विचाराने मानसिकदृष्ट्या मी हतबल होते आणि त्यामुळे खचत होते.

'तू ये! तिथे मी वाट पाहीन!'

असा आश्वासक आधार असेल तर कितीही अडचणी आल्या तरी बेहत्तर!
स्वत:ला झोकून देत अल्लड नदीसारखी खाचखळग्यांतून
हुंदडत येईन मी तुझ्याजवळ!
मिळेल का असा आधार मला?
सध्यातरी एकच मला असा विश्वास देतोय,
माझा मृत्यू माझी वाट बघतोय...

त्याच वेळी चेकअपसाठी डॉ. शिरीष हिरेमठ यांच्याकडे गेले असता ते म्हणाले, ''ज्योती, तुझी केस आपण अमेरिकन डॉक्टरांपुढे ठेवून त्यांचा सल्ला घेऊ या. बघू काही औषधोपचार मिळाला तर!''

माझा आनंद गगनात मावेना!

१२ नोव्हेंबर २००५ रोजी माझं टूडी इको आणि कॅथ झाल्यावर डॉ. उषाप्रताप आणि अमेरिकन डॉक्टर सुनीता यांच्या चेहऱ्यावर समाधानाचं हास्य पसरलेलं मी पाहिलं आणि मला कळलं, की रिझल्ट खूप 'पॉझिटिव्ह' आले आहेत.

साडेपाच वाजता डॉ. नोव्हिक यांनी मला तपासून सर्व रिपोर्ट्स पाहिले. आमच्याशी बोलताना त्यांना मी माझ्यासारख्या रुग्णांना मदत करत असल्याचं कळल्यावर ते भारावून गेले.

ते माझं ऑपरेशन करायला तयार झाले. डॉक्टरांनी आपला निर्णय कळवला होता. आता निर्णय घ्यायची वेळ आई-बाबांची होती. सगळ्यांनाच प्रश्न पडला होता. काय करावं? निर्णय घेण्यासाठी एकच रात्र हातात होती. मी माझा होकार डॉक्टरांच्या निर्णयानंतर लगेच जाहीर केला होता.

माझ्या हृदयात असलेल्या अनेक दोषांपैकी एक VSD (Ventricular Septal Defect) म्हणजे हृदयाच्या खालच्या कप्प्याला असलेलं दोन रुपयांच्या नाण्याच्या आकाराचं छिद्र! ते बंद करण्याचं ऑपरेशन ठरलं.

पाच-सहा तास ऑपरेशन चाललं.

सगळ्यांत अवघड शस्त्रक्रिया यशस्वी झाली होती. १७ नोव्हेंबरला मला जीवनदान मिळालं. अर्थात, ते देण्यासाठी पृथ्वीवरील कितीतरी देवदूत माझ्या मदतीला धावून आले होते.

'हृदयाची गोष्ट' आणि न्यासाची योजना

गेली अडतीस वर्षं मी या आजारासोबत झगडत आहे. शारीरिक मर्यादेमुळे मी प्रत्येक ठिकाणी स्वतः पोहोचू शकत नाही, तर योग्य माहिती गरजू लोकांपर्यंत पोहोचणार कशी? म्हणूनच २०११मध्ये 'हृदय-ज्योत परिवार ट्रस्ट'तर्फे जन्मजात हृदयदोषावर 'हृदयाची गोष्ट' या माहितीपटाची निर्मिती करण्यात आली. त्याचं उद्घाटन प्रसिद्ध लेखक आणि समाजसेवक डॉ. अनिल अवचट, ज्येष्ठ अभिनेते डॉ. श्रीराम लागू आणि अभिनेत्री दीपा लागू यांच्या हस्ते झालं.

मनाचं पाखरू आभाळात आणखी उंच भराऱ्या मारत आहे. परंतु ही सगळी उद्दिष्टं पूर्ण करण्यासाठी मी शारीरिक, आर्थिक बाजूने पूर्णतः कमकुवत आहे. शारीरिक अशासाठी म्हटलं, कारण अजूनही माझा आजार पूर्ण बरा झालेला नाही. हृदयातील अनेक दोषांपैकी एक दोष बरा करण्यात डॉक्टरांना यश आलं. बाकीचे तसेच असल्यामुळे अजूनही जास्त धावपळ किंवा काम केल्यानंतर मला खूप त्रास होतो. परंतु कशाचीही पर्वा न करता कामामध्ये स्वतःला झोकून देणं हे माझं ध्येय ठरलं आहे.

अनंत अमुची ध्येयासक्ती अनंत अन् आशा, किनारा तुला पामराला, कुसुमाग्रजांच्या या ओळीचा प्रत्यय आणून देणारे काही लोक या जगात भेटतात, तेव्हा आयुष्य म्हणजे काय असतं, ते कशा पद्धतीने जगता येऊ शकतं याची जाणीव बरंच काही शिकवून जाते.

आता पुन्हा मी नव्या जोमाने कामाला सुरुवात केली आहे. भविष्यात माझ्या काही योजना होत्या –

- न्यासातर्फे जन्मजात हृदयदोष असणाऱ्या आणि कधीही बरे न होणाऱ्या रुग्णांसाठी सर्व वैद्यकीय सोयीसुविधायुक्त असा आश्रम स्थापन करणे
- निरनिराळे लघुउद्योग सुरू करून हृदयरुग्णांना रोजगार मिळवून देणे
- महाराष्ट्रातील खेड्यापाड्यांतून हृदयासंबंधीच्या आजाराबद्दल जनजागृती मोहीम राबवणे

माझे अण्णा

१ जानेवारी २०१४, आज माझ्या अण्णांची १००वी जयंती. मनात इतक्या आठवणी दाटून आल्या आहेत, की सुरुवात कुठून करू समजत नाहीये. गेले दोन दिवस तर मन पार सैरभैर झालंय... मनातील प्रत्येक भावना आपण कागदावर उतरवू शकूच असं नाही होत. बऱ्याचदा शब्दही तोकडे पडावेत अशी जिव्हाळ्याची नाती आपल्या आयुष्यात असतात. कधी-कधी तर माणूस अनंतात विलीन झाल्यानंतरही त्याच्याशी आपली नाळ जोडलेलीच राहते. असंच माझं आणि अण्णांचं नातं आहे.

खूप प्रेमळ, सतत दुसऱ्याला मदत करण्यास पुढे... दारात कोणी याचक आला तर घरात असेल ते अन्न लगेच त्याच्या झोळीत पडत असे. कोणी उपाशी आहे असं दिसलं की त्याला घरी आणून जेवू घालायला आजीला सांगत, अशी परोपकारी वृत्ती.

माझ्या हृदयाचा एक कप्पा त्यांच्या आठवणींनी सतत वाहता असतोच. त्यांची आठवण आली नाही असा एकही दिवस जात नाही. अण्णांनी मला कधीही सोडून जाऊ नये, असं मला सतत वाटायचं. मी जिवंत असेपर्यंत माझ्यासोबत त्यांनी असायला हवं. ते गेल्यावरही बरीच वर्षं ते माझ्या सोबत आहेत असं वाटायचं. मी त्यांच्याशी मनातल्या मनात बोलत राहायची. माझ्या आयुष्यातल्या घटना मी त्यांना सांगत राहायची. ते नेहमी माझ्या स्वप्नात यायचे. त्यांचा हात माझ्या पाठीवरून फिरायचा. अगदी मागच्या तीन-चार वर्षांपर्यंत असं सुरू होतं.

दिवाळी-उन्हाळ्याच्या सुट्ट्या लागल्या रे लागल्या, की आम्हा नातवंडांचा मुक्काम हडपसरला आजोळी असायचा. मग अण्णांसोबत जी काही धमाल सुरू व्हायची ती सुट्टी संपेपर्यंत. अगदी सकाळी उठण्यापासून ते रात्री गोष्टी ऐकत झोपेपर्यंतचा रोजचा शिस्तबद्ध कार्यक्रम ठरवलेला असायचा. सकाळी लवकर

उठून अंघोळ आवरून सगळे नाश्त्यासाठी एकत्र जमायचो. खूप धमाल यायची नाश्ता करताना. भेळ, बालुशाही, म्हैसूरपाक वडी अशी मेजवानी असायची. त्यातल्या त्यात भेळ खायला खूप मजा यायची, एका वर्तमानपत्राच्या कागदावर ती ठेवली जायची. मग त्याच्या बाजूने आम्ही सगळे बसायचो. प्रत्येकाचा वाटा कागदावरच त्याच्यापुढे सरकवला जायचा. कधी-कधी त्याचा वाटा मोठा माझा छोटा अशी भांडणं व्हायची; पण त्यातच मजा होती.

नाश्ता झाल्यावर कधी शिरीष मामा, तर कधी अण्णा मोठ्या मुलांना सायकल चालवायला शिकवायचे; तर लहान मुले तीनचाकी सायकल चालवत असत. मी एक वर्षाची झाले तेव्हा अण्णा माझ्यासाठी तीनचाकी सायकल घेऊन राहुरीला आल्याचं आई-बाबा सांगतात. अण्णांनी प्रत्येक नातवंडाचे सगळे लाड पुरवले, नातवंडांसाठी काहीही करताना त्यांच्यामध्ये एक वेगळाच उत्साह असायचा. दुपारी जेवणं झाल्यावर घरातले खेळ खेळायची सक्त ताकीद असायची. मग पत्ते-कॅरमचे शिक्षण सुरू व्हायचे. पत्त्यांची हातचलाखी करून खूप वेगवेगळ्या जादू ते आम्हांला दाखवत असत. आम्ही अचंबित होऊन बघायला लागलो की ते त्यामागील हातचलाखी समजून सांगत व आम्हांला ती जादू शिकवत असत.

असे खेळ सुरू असतानाच बाहेरून काळी मैना, करवंद, जांभळं आणि कुल्फीवाल्याची (पानावरची कुल्फी, बर्फाचा गोळा असे प्रकार असायचे त्यात) आरोळी ऐकताच सगळा लवाजमा तिकडे निघायचा. मग यथेच्छ त्यावर ताव मारला जायचा. खेळ किंवा खाणं यापेक्षा या सगळ्या गोष्टी अण्णांसोबत करण्यात एक वेगळीच मजा असायची. अण्णा आम्हांला छोट्या-छोट्या खेळांतूनही खूप काही शिकवायचे. त्यांना कोडी घालण्याची खूप सवय असल्यामुळे ती सोडवताना मजा तर यायचीच; पण बौद्धिक कसरतही व्हायची.

रोज संध्याकाळी बागेत खेळायला जायचा कार्यक्रम ठरलेलाच असायचा. घरात डांबून ठेवलेले आम्ही बागेत गेलो की दोन-तीन तास अक्षरशः मोकाट सुटलेल्या वासरांसारखे हुंदडत असू. मग घरून नेलेल्या पदार्थांवर यथेच्छ ताव मारत असू. खेळून घरी आले की शुभंकरोती, मनाचे श्लोक आणि इतर अनेक स्तोत्रं म्हटली जायची. तेव्हा टीव्ही नसल्यामुळे पुन्हा बैठे खेळ किंवा थोडा पाठांतराचा अभ्यास सुरू व्हायचा.

रोज संध्याकाळी एक मजेशीर खेळ असायचा, जो कोणी डास मारेल त्याला अण्णा एका डासाला पाच पैसे द्यायचे. त्यामुळे आमच्यामध्ये डास मारायची स्पर्धा

लागायची. खूप धमाल यायची. अण्णांना अनेक कविता, मराठी गाणी, नाट्यपदे मुखोद्गत होती, ते ती गाऊन दाखवत असत. ते खूप छान गायचे आणि गोष्टी रंगवून सांगण्यात तर त्यांचा हात कोणीच धरू शकलं नाही. रोज रात्री जेवण झाल्यावर त्यांच्याकडून गोष्ट ऐकायला आम्ही सगळे आतुर होत असू. एक गोष्ट संपली की अण्णा अजून एक, अजून एक असं करत चार-पाच गोष्टी ऐकल्याशिवाय आम्ही झोपत नसू. त्यांना नाटक-सिनेमाचं खूप वेड होतं. त्यातल्या त्यात नाटकाचं जास्त होतं. ते आम्हांलाही बालनाटकाला, सिनेमांना नेत असत.

अण्णांचं सगळ्या नातवंडांवर सारखंच प्रेम असलं तरी त्यांचं आणि माझं एक वेगळं नातं होतं. कदाचित माझ्या आजारामुळे ते माझी जरा जास्तच काळजी घ्यायचे. आजपर्यंत माझ्यावर त्यांच्याइतकं प्रेम कोणीच केलं नाही. माझ्या मर्यादा लक्षात घेऊन, आयुष्यातल्या प्रत्येक टप्प्यावर मला समजून घेऊन त्यांनी जो प्रेमाचा, विश्वासाचा भक्कम आधार दिला, तो मी कधीच विसरू शकत नाही. दहावी होणं ही काही फार मोठी गोष्ट नव्हती. परंतु मी दहावी पास झाल्याचं कौतुक सगळ्यांत जास्त अण्णांकडून झालं होतं.

कुठलीही परीक्षा असो किंवा कोणतंही जेमतेम यश असो, अण्णांनी त्याचं भरभरून कौतुक केलं, शाबासकीची थाप पाठीवर मारली, बक्षिसं दिली. खरं तर त्यांनी मला कधीच हरू दिलं नाही. आपल्या प्रेमाचा भक्कम हात माझ्या पाठीवर ठेवून कायम लढण्याची ताकद दिली.

'अण्णा, तुम्ही सोडून गेल्यानंतर या २१ वर्षांच्या वाटचालीत खूप यश संपादन केलं, खूप पुरस्कार मिळाले, खूप सत्कार झाले; पण ते बघायला तुम्ही नव्हतात. तुमची उणीव सतत जाणवत आहे. आज तुमच्या ज्योतूचं यश बघून तुम्हांला किती आनंद झाला असता... भरभरून कौतुक केलं असतं... घट्ट मिठी मारून पाठीवरून हात फिरवला असता....'

अण्णा खूप वेगळे होते. माझ्या मनातील त्यांची जागा आजपर्यंत कोणीच घेऊ शकलं नाही. ज्या कोवळ्या वयात मुलं घडतात, फुलतात त्याच वयात त्यांना जपायचं आणि फुलवायचं काम माझ्या अण्णांनी केलं. त्यांची खूप वेगवेगळी रूपं माझ्या डोळ्यांसमोरून धावताहेत.

प्रिय अण्णा,

आज तुम्ही माझ्यासोबत असायला हवं होतं. मरणयातना सोसताना तुमच्या हाताचा मऊ स्पर्श मला अमृत देऊन गेला असता. मला जगायचं बळ तुमच्यामुळे आलं असतं. तुमच्या नातीला काटेरी विषाने घेरलंय. तुम्ही आज असता तर तुमच्या मायेने त्या विषाचं अमृत केलं असतं. मी तुमची प्रत्येक क्षणी आठवण काढते. अण्णा पुढच्या जन्मी परत भेटू या ना!... नक्की!

तुमची प्रिय नात,
ज्योती

माझी लढाई, माझ्या शिक्षणाशी

मरण येणार म्हणून कोणी जगायचं थांबतं का?
जीव जडून प्रेम कोणी करायचं थांबतं का?

मंगेश पाडगावकरांच्या या ओळी माझ्या मनात सतत रुंजी घालत आहेत. मी थांबवलंय का जगणं...? अजिबात नाही. माझा त्रास हळूहळू वाढतोय. पण म्हणून काय झालं, जगायचं सोडून देऊ की काय? साधं-सोपं-सरळ आयुष्य तर सगळेच जगतात. मला तर उंच आकाशात भराऱ्या घ्यायच्या आहेत... मुक्त जगायचंय मला माझ्या टर्म्सवर... जायचंय क्षितिजापलीकडे!

२०१४ साल उजाडलं. पेसमेकरची बॅटरी संपत आलीय. खरं तर मागच्या वर्षी नोव्हेंबरमध्येच बदलायची होती. आज मार्च उजाडला तरी माझं जाणं झालं नव्हतं डॉक्टरांकडे. का? कारण मी टाळाटाळ करत होते. किती दिवस आहेत अजून आपल्याकडे? नाही माहीत; आणि मला त्याचा विचारही करत बसायचं नाहीये. खरं तर कुठल्याही माणसाला आपले किती दिवस उरलेत हे कधीच माहीत नसतं. तरुणपणी तर आपण त्याचा विचारही अभद्र मानतो. साठीच्या पुढची मंडळी मात्र 'आता थोडे दिवस राहिले आहेत. जगून घेऊ या मनासारखं' असं म्हणत भरभरून जगतात; पण ते जगतात स्वतःसाठी. मला माझ्या आयुष्यातला काही काळ तरी दुसऱ्यांसाठी व्यतीत करायचाय.

नियतीच्या मनात काय आहे हे अजूनही अगम्य आहे, तर मग या आजारातून वाचणार आहे की नाही, याचा विचार मी का करू? काही गोष्टी मी मनाशी ठरवल्या असून मी त्या निश्चितच करणार आहे.

गेल्या दोन वर्षांत आजार बळावला होता ही गोष्ट खरी आहे. औषधोपचार पूर्णपणे बंद केला आहे... खाणं-पिणं, चालणं, बोलणं जरा त्रासदायक ठरतंय... सतत छातीत कळा येताहेत... डावा हातपाय बधिर होतोय... पूर्ण शरीरावर सूज आहे... सतत ऑक्सिजन लावावा लागतोय... आणि... आणि एम.ए.चे शेवटचे दोन महिने राहिले आहेत. मी ते शक्य करून दाखवणार आहे. ते नक्की पूर्ण होणार याची मला खात्री आहे. कारण,

लहरों से डरकर नौका पार नहीं होती
कोशिश करने वालों की हार नहीं होती

डॉक्टर काय म्हणतात याचा अंदाज तरी घ्यावा म्हणून मी आणि बाबांनी तपासणीसाठी जायचं ठरवलं. २० मार्च संध्याकाळी ५.३० ही वेळ ठरली. मनात विचारांचा प्रचंड गोंधळ सुरू होता. बातमी नक्कीच चांगली नसणार, त्यामुळे मनाला जास्तीत जास्त काबूत ठेवण्याचा मी प्रयत्न करत होते. खरं तर माझं शिक्षण पूर्ण करण्याचा मी निर्धार केला होता. आता कुठलीही लढाई लढणं माझ्यासाठी नवीन नव्हतं.

माझी तपासणी झाली. डॉक्टर टेन्शनमध्ये दिसत होते, कदाचित माझ्याहीपेक्षा जास्त!

''पेसमेकरची बॅटरी पूर्ण संपली आहे. दोन-तीन दिवसांत बदलावी लागेल.'' त्यांनी निर्णय दिला.

''नाही बदलली तर...?'' माझा प्रश्न.

''तर जिवाला धोका!'' ते म्हणाले.

मला हसू आलं. मी जन्मल्यावरही डॉक्टर हेच म्हणाले होते. तेव्हा मला कळत नव्हतं म्हणून ते असं म्हटल्यावर मी माझं बोळकं दाखवत त्यांच्याकडे बघून हसले असेल कदाचित. आता तर मला त्यांच्या बोलण्याचा अर्थ समजत होता, तरीही मला हसावंसं वाटलं. कारण डॉक्टरांच्या अशा कित्येक अंदाजांना मी खोटं ठरवलं होतं.

मी विचारलं, ''नाही बदलली तर किती दिवस?''

''फार नाही. कधीही...''

"ओके! बसवली तर माझा त्रास कमी होईल? माझं चालणं-फिरणं सुरळीत होईल?"

"नाही."

"ओके! माझं निकामी होत चाललेलं हृदय किंवा फुप्फुस?"

"त्यात बदल नाही. त्यांचा ऱ्हास होणं थांबणार नाही."

"मग शस्त्रक्रिया कशाला?"

"पेसमेकर बदलला नाहीस तर कडेलोट..."

"म्हणजे?"

"म्हणजे, धाडकन कड्याच्या टोकावरून पडून मरशील!"

"ओके! आणि पेसमेकर बसवला तर...?"

"टोकावरून गडगडत..."

"ओके! म्हणजे फरक फक्त मरण कसं येईल यात आहे. मरण निश्चित आहे."

"हो! पण काळाचा फरक आहे. लगेच किंवा काही काळानंतर..."

"यातनेत फरक आहे?"

"नाही सांगता येणार. कदाचित नाही."

"थँक यू, डॉक्टर! आता मला निर्णय घ्यायला सोपं जाईल."

२०१३पासून कोणत्याही गोळ्यांचा शरीरावर परिणाम होतच नव्हता. त्रास मात्र वाढल्यामुळे मी औषधं बंद केली होती. औषधांनी आयुष्य लांबलं असतं; पण परावलंबी व्हावं लागलं असतं. असं आयुष्य मला नको होतं. म्हणून यापुढे आता कसलेही उपचार किंवा शस्त्रक्रिया करायची नाही, असं मी ठरवून टाकलं.

"बाळा, परत विचार कर ना आमच्यासाठी! अजून काही काळ गेला तर कदाचित विज्ञान काहीतरी चमत्कार दाखवेल. आपल्या आजारावर उपचार होऊ शकतील." बाबांना आशा होती. रोज नवीन शोध लागत आहेत. माझ्या आजारावर नक्की उपाय होतील, मला खूप आयुष्य मिळेल. त्यांची ही आशा फोल होती हे मला कळत होतं. आपल्या मुलीला सगळी सुखं मिळावी, असं प्रत्येक आई-बाबांना वाटत असतं. नव्हे, हे त्यांच्या आयुष्याचं ध्येय असतं. माझे आई-बाबा कमनशिबी होते. त्यांच्या मुलीच्या जन्मापासूनच तिच्यावर मृत्यूची टांगती तलवार होती; आणि या टांगत्या तलवारीला सांभाळत आयुष्य जगणं मला असह्य झालं होतं.

बाबांचा हात हातात घेऊन मी म्हटलं, ''बाबा, मला कळतंय, तुम्हांला काय म्हणायचंय ते! २५ तारखेपासून माझी इंटरनल परीक्षा आहे आणि मेमध्ये फायनल. अजून माझा थिसीस पूर्ण व्हायचाय. त्यामुळे मेपर्यंत तरी शस्त्रक्रिया शक्य नाही.''

''आणि परीक्षेपर्यंत तू जिवंत राहिली नाहीस तर...''

हे ऐकून मला आतून रडू यायला लागलं. मला एम.ए. करायचंच होतं. या आधी दोन वेळा मी तसा प्रयत्न केला होता. परंतु आजारपणामुळे तो असफल झाला. आता एम.ए. दृष्टिक्षेपात आलं होतं. फक्त दोन महिने हवे होते. उपचार केले तर तेही हातात नव्हते. कारण शस्त्रक्रियेमध्येच तेवढा वेळ गेला असता. आणि उपचार केले नाहीत तर मात्र कदाचित एम.ए. शक्य होतं. मृत्यूला हुलकावणी देणं मी शक्य करून दाखवत होते.

''मला माझ्या अभ्यासावर लक्ष केंद्रित करायचं आहे. तेव्हा सध्या उपचार नाहीत.'' मी निर्णय दिला.

''एक फोटो प्लीज तुझ्याबरोबर!'' डॉक्टर म्हणाले.

मला हसायला आलं.

''जरूर! न जाणो मी उद्या जिवंत असेन नसेन.''

बाबांच्या डोळ्यांत पाणी आलं.

''बाबा, नका काळजी करू. माझी परीक्षा नक्की पार पडणार.''

मी कितीही निर्धाराने उपचार नकोत, मरण चालेल असं म्हटलं तरीही मनात विचारांचं वादळ उठलं. यापुढे दोन गोष्टींवर विचार करायचा. एम.ए.चा अभ्यास आणि या जगातून 'एक्झिट' घेण्यापूर्वीची आवराआवरी!

घरी आल्यावर आईला काहीही सांगायचं नाही, असं मी आणि बाबांनी ठरवलं. मूकपणे जेवणं झाली. आईने काहीही विचारलं नाही. बहुतेक तिला अंदाज आला असेल.

रात्रभर डोक्यात मुंग्या फिरत होत्या. मध्यरात्री मात्र चमत्कार झाला. एक भन्नाट विचार मनात स्थिर झाला... न जाणो या दोन महिन्यांत मरण नाही आलं, तर अभ्यास झाला नाही म्हणून नापास व्हायला नको. येस! ठरलं तर... मरण हातात नाही, तर जे हातात आहे ते करू या. आता दोन महिने फक्त अभ्यास आणि अभ्यास...

एक काळजी मात्र घ्यावी लागणार होती. आता पेसमेकर काम करत नाहीये तर हालचाली जपून करायला हव्यात.

''आई, चहा!'' उजाडताच मी आईला म्हटलं.

''सगळं ठीक?'' आईने विचारलं.

आज नेहमीपेक्षा मी शांत आहे हे तिने ओळखलं. आई सुज्ञ होती 'ता'वरून ताकभात तिने ओळखला. तेवढ्यात फोन वाजला, ''ताई, डॉक्टरची व्हिजिट होती ना काल!'' अपेक्षेप्रमाणे प्रीतम-शीतलचा अमेरिकेतून फोन.

''हं, सगळं ठीक! आजपासून मी अभ्यासाला लागणार आहे. आता दुसरा विषय नको, असं मी ठरवून टाकलंय. तुम्ही कसे आहात?'' मी मोघम उत्तरं दिली, जेणेकरून त्यावर परत चर्चा नको. माझी इच्छा नसताना त्यावर बोलणं टाळायला हवं हे समजण्याइतके ते सुज्ञ होते. मग इकडच्या-तिकडच्या गप्पा झाल्या; परंतु त्यात औपचारिकपणा होता. त्यांना जाणून घ्यायची इच्छा होती, आणि ते त्यांच्या दृष्टीने बरोबरही होतं. फोन ठेवला तरी मला ते जाणवत होतं. माझे बहीण-भाऊ म्हणून त्यांना सांगायला हवं, या विचाराने मी त्यांना ईमेल पाठवली, अगदी सविस्तर... अगदी माझ्या निर्णयासहित!

थोड्याच वेळात त्यांचा परत फोन –

''ताई, आम्हांला हवी आहेस ग तू! प्लीज, करू या शस्त्रक्रिया! पेसमेकर बसवायला हवा.'' दोघांचाही स्वर रडवेला होता. आई मूकपणे ऐकत होती... छिन्नविछिन्न चेहरा. त्यांची घालमेल, तडफड मला जाणवत होती. माझ्यासाठी त्या सर्वांची मनःस्थिती महत्त्वाची होतीच. माझीही मनःस्थिती त्यांच्यापेक्षा वेगळी नव्हती. मनाची घालमेल, स्वप्न पूर्ण होणार नाहीत ही जाणीव... जगायची इच्छा असताना दारात यम उभा आहे ही जाणीव! पण...

हा पण मोठा होता. यात माझ्या यातना होत्या, ज्या मी जन्मापासून अनुभवत होते. मला निरोगी आयुष्य मिळणार नसेल तर यापुढे औषधोपचाराने मरण पुढे ढकलण्याची माझी अजिबात इच्छा नव्हती. मृत्यूला घाबरून मला जगणं नको होतं.

''प्रीतम, डॉक्टरांशी बोलून घेशील?'' बाबा म्हणाले.

''आई-बाबा, ताईला तयार करा!''

''ताई, प्लीज...!'' पण मी ठाम होते.

''मी हिंडू-फिरू शकणार नाही, सतत बेडवर पडून जगायचं असेल तर त्या जगण्याचा काय फायदा? श्वास चालू आहे म्हणून याला जगणं म्हणायचं का? माझ्या यातना तुम्ही कोणीही वाटून घेऊ शकत नाही, हे सत्य आहे आणि फायनल म्हणून निर्णयही माझाच असेल.''

"ताई..."

"तुम्हांला ताईला आनंदी बघायचं आहे ना?"

"अर्थात!" एकमुखाने सगळे म्हणाले.

"तर मग आनंदाने माझं म्हणणं मान्य करा!"

सगळ्यांनी मान्यता दिली, अगदी आईनेसुद्धा! तिच्याकडे बघवत नव्हतं.

मी तिला मिठी मारून म्हटलं, "आई, अशी मी हरणार नाही. यमसुद्धा मला घाबरलाय. मस्त चहा करतेस!"

मला त्यांची भावना कळत होती. आपल्या जिवाभावाच्या माणसाला मृत्यूच्या हवाली करणं त्यांना खूपच त्रासदायक होतं. खरं तर मलाही होतं. पण गेली थोडीथोडकी नव्हे; तर चाळीस वर्षं मी त्रास सहन करत होते. एका आशेवर, की कधीतरी माझ्या आयुष्यातून हे मृत्यूचं सावट निघून जाईल आणि मी मोकळ्या मनाने आयुष्याला सामोरी जाईन. पण आता मी जगण्याच्या लढाईत हरत चालले होते. मला निश्चितच हरायचं नव्हतं आणि म्हणून मी निर्णय घेतला होता.

आम्ही तिघांनी गप्पा मारत चहा घेतला.

संध्याकाळी अचानक माझी डॉक्टर मावसबहीण आली. तिला माझ्या आजाराची सर्व कल्पना होती. ती काय म्हणणार होती याचा मला अंदाज आला.

"ज्योती, काय म्हणाले डॉक्टर?"

"वाघाचे पंजे आणि हत्तीचे दात!" मी हसत म्हटलं. यावर ती रागावली.

"चेष्टा नको, नीट सगळं सविस्तर सांग!"

मग तिला सविस्तर सांगितलं.

"ज्योती, झोपून तर झोपून; पण तू असशील, हे महत्त्वाचं नाही का वाटत तुला?"

"नाही वाटत." माझं उत्तर तिला अनपेक्षित होतं.

"ज्योती, प्लीज ऑपरेशन करून घे की!"

मी गप्प बसले. तेच-तेच उत्तर देऊन आता कंटाळा आला होता मला. त्रास, मृत्यू, अल्पायुषी, सहनशक्ती, डॉक्टर, औषध, धडधड, स्ट्रेस, अशक्तपणा, ऑक्सिजन, बेड... माझ्या शब्दकोशात सतत प्रामुख्याने येणाऱ्या या शब्दांचा मला भयंकर कंटाळा आला होता. या सर्वांना एक शब्द मी शोधला होता. तो म्हणजे 'काटेरी-विष'! त्या जागी मला हवे होते यश, दीर्घायुष्य, मज्जा, अभ्यास, परीक्षा, लग्न, मुलं, संसार, माझं कुटुंब असे अमृतासारखे शब्द! या सगळ्या शब्दांच्या

आधाराने आम्ही सर्व जण मोकळा श्वास नक्कीच घेऊ शकलो असतो. एवढीच माझी इच्छा उरली होती. त्यासाठी मी पैलतीराच्या कुठल्याही बाजूला हसतमुखाने जायला तयार होते. 'मृत्यूला हुलकावणी' या खेळात मी आता पारंगत झाले होते.

दोन दिवसांवर परीक्षा आली होती आणि अभ्यासाचा पत्ता नव्हता. नाही म्हटलं तरी या बातमीने मी पूर्ण ढवळून निघाले होते. नैराश्य तर किंचितही नव्हतं. परंतु परीक्षेची आणि या जगातून जायची तयारी खूप करावी लागणार होती. माझ्या मनात काहीतरी वेगळंच सुरू होतं; आणि तिकडे आई-बाबा, प्रीतम आणि शीतल हे धास्तावलेले होते.

उगाच बाबांना घेऊन गेले डॉक्टरांकडे...! त्यामुळे सगळ्यांना खरं काय ते कळलं. नेहमीप्रमाणे एकटीने जायला हवं होतं. सगळ्यांना निदान अज्ञानात सुख तरी मिळालं असतं. बऱ्याच गोष्टी लपवून ठेवण्यात मी पटाईत होते.

दोन दिवसांवर इंटरनल परीक्षा येऊन ठेपली होती. काटेरी-विष सोडलं तर एकंदरीत अभ्यास चांगला होत होता. या काटेरी विषात अजून एक गोष्ट घडत होती, ती म्हणजे माझं बेशुद्ध होण्याचं प्रमाण थोडंसं वाढलं होतं. पहिला पेपर कोणतंही विघ्न न येता छान गेला. दुसऱ्या पेपरच्या आदल्या रात्री मात्र त्रास वाढला. आई-बाबांना कळू न देता खोलीचं दार बंद करून एक वाजेपर्यंत तशीच बसून राहिले. खूप अस्वस्थ वाटत होतं आणि छातीतलं दुखणंही वाढलं होतं.

तरीही मी डगमगणार नव्हते. कारण,

एक नन्ही चिंटी जब दाना लेकर चलती है
चढ़ती दीवारों पर सौ बार फिसलती है

मी तिचाच आदर्श समोर ठेवला आहे.

माझा पेपर... एक भयनाट्य

सात वाजता उठून थोडा अभ्यास करून पेपरला गेले. काही महिन्यांपासून जिने चढणं बंद झालं होतं, त्यामुळे चार जिने चढायला नको म्हणून मी पहिल्या मजल्यावरील टीचर्स रूममध्ये बसत होते. तिथेही रोहित नावाचा माझा वर्गमित्र मला उचलून नेत होता. दुसरा पेपर सुरू झाला. वाचून पाहिला तर सगळा लिहिता येणार असल्यामुळे मी खूश झाले. जेमतेम दहा मिनिटं पेपर लिहिला असेल आणि मला चक्कर येत असल्याची जाणीव झाली. प्रसंगावधान राखून मी समोरच्या बाईंना म्हटलं, "मॅडम, मला बहुतेक चक्कर येत आहे. तुम्ही माझ्या बाबांशी..."

माझं वाक्य पूर्ण व्हायच्या आतच जोरात चक्कर येऊन मी बेशुद्ध पडले. कॉलेजमध्ये रोहित सोडला तर माझा त्रास कोणालाच माहीत नव्हता. दोघी-तिघी जणी माझ्याभोवती जमा होऊन माझे हातपाय चोळू लागल्या. कोणीतरी घरी फोन करून बाबांना बोलावून घेतलं. जवळजवळ एक तास मी बेशुद्ध होते. माझ्यासाठी हे नवीन नव्हतं. परंतु कॉलेजमध्ये सगळे घाबरले होते. मी शुद्धीवर आल्यावर सगळ्यांना हायसं वाटलं. बाबाही शेजारी बसले होते. माझे टीचर्स माझा त्रास बघून म्हणाले, ''नका लिहू तुम्ही पेपर! असाईनमेंट आहे, त्यावर पास व्हाल तुम्ही!''

''पण मला सगळं येतंय.''

''ही इंटरनल परीक्षा आहे. पास होणं महत्त्वाचं आहे. तुम्ही नक्की पास व्हाल तर मग लिहायचा त्रास का घेता?''

''पण मला सगळं लिहायला येतंय, तर मी पेपर का नाही लिहायचा? केवळ पास होण्याइतक्या मार्कांवर समाधान मानायचं, हे मला मान्य नाही. मी एक तास बेशुद्ध होते. मला तो एक तास द्या. मी पेपर लिहिते.''

''तुम्हांला त्रास होईल.''

''मी पेपर लिहिला नाही तर मला जास्त त्रास होईल.''

मी ऐकत नाही म्हटल्यावर त्यांनी मला एक तास दिला. त्या एक तासात मी पूर्ण पेपर लिहिला. दुसऱ्या दिवशी शेवटचा पेपर दिला. अशा रीतीने माझी इंटरनल परीक्षा पार पडली. अभ्यास केल्यामुळे सगळे पेपर चांगले गेले होते. मी माझीच पाठ थोपटली, 'ज्योतीबाई, आपण करू शकता बरं का!'

परीक्षा तर झाली. आता पुढची लढाई मोठी होती. लगेच अभ्यासाला लागणं गरजेचं होतं. काटेरी विषाकडे लक्ष द्यायचं नाही हे ठरवलं तरीसुद्धा त्रास दिवसेंदिवस वाढतच होता.

दोन वर्षांपासून डाव्या बाजूला पॅरालिसिसचा माइल्ड अॅटॅक येणं, पूर्ण शरीराला शुद्ध रक्त न मिळाल्यामुळे हात-पाय-ओठ निळे पडणं, लिहिता न येणं, चालताना-बोलताना धाप लागणं, खुर्चीवर बसता न येणं, चक्कर येणं, बेशुद्ध पडणं, सतत ऑक्सिजन लावावा लागणं, पूर्ण शरीर सुजणं, अन्न न पचणं, डोळ्यांच्या असंबद्ध हालचाली होणं ही सगळी हृदय निकामी होत चालल्याची लक्षण होती. आता तर त्यांची तीव्रता आणि वारंवारता वाढली होती.

वेळ आली की काय!

एप्रिलच्या पहिल्या आठवड्यात एका रात्री वाचत बसले असताना १२.१५ वाजता अचानक हृदयावर ताण आल्यासारखं झालं, खूप घाम फुटला, अस्वस्थ वाटू लागलं, उलटी येत होती आणि घसाही कोरडा पडत होता, पोट फुगलं म्हणून संडासला जावं वाटलं. कसंतरी इथे-तिथे धरत गेले आणि बसले तर एकाच वेळी उलटी आणि संडासला झाली. अंगात अजिबात त्राण नव्हतं, डोळे बाहेर येतात की काय वाटायला लागलं. कसंतरी आवरून बाहेर आले. मला बोलणं-चालणं काहीच शक्य होईना. कसातरी जीव एकवटून आईला हाक मारली. खुणेनंच तिला ऑक्सिजन लावायला सांगितला. तिने आधी मला कसंतरी धरून नेलं, ऑक्सिजन लावला. बाबांना उठवलं. माझं संपूर्ण अंग सुजलं होतं, थंडगार पडलं होतं. प्रत्येक क्षणी मी मरतेय असं वाटत होतं.

हीच ती वेळ आहे का? माझं मनोधैर्य कमी पडायला लागलंय असंच वाटतंय... खूप विचित्र वाटतंय... आता मृत्यू येणार असंच वाटत होतं. 'प्लीज, अजून फक्त काही दिवस देशील?' असं मी सारखं विनवत होते. कोणाला? ते नाही माहीत. ज्यांनी माझ्या या जगातल्या अस्तित्वाची शंका घेतलीय त्यांना!

दोन तासांनंतर त्रास थोडा कमी झाला. आई-बाबा रात्रभर माझ्याजवळ बसून होते. दुसऱ्या दिवशी जीभ नीट झाली; पण बोलता येत नव्हतं आणि गिळताही येत नव्हतं.

हे सगळं बघून आई-बाबा म्हणाले, ''नको ना करू हट्टीपणा! कशाला अभ्यासाचं टेन्शन घेतेस? नको देऊस परीक्षा, मजेत जग!''

''बाबा...''

''ओके!'' आई-बाबांनी माझ्यापुढे हार मानली.

माझा निर्धार बघून सगळ्यांनी मला मोलाचं सहकार्य केलं.

दुसऱ्या दिवशी बाबा म्हणाले, ''बरं का, ज्योती! प्रीतम, शीतल काही दिवसांसाठी येत आहेत.''

ते का येत आहेत, ते माझ्या लक्षात आलं. एक तर डॉक्टरांनी माझ्या मृत्यूचा आलेख नक्की केला होता. थोडे दिवस ताईच्या सहवासात घालवू या असा विचार स्पष्ट दिसत होता.

प्रीतमने तर मज्जाच केली. चक्क त्याच्या ऑफिसमध्ये मी सीरिअस असल्याचं सांगितलं. मला माझ्या बहिणीच्या सहवासात दिवस व्यतीत करायचे आहेत, असं सांगून 'मला भारतात कामासाठी पाठवा' असं सुचवलं.

"आम्ही पाठवू शकत नाही आत्ता! पण तुमच्या खर्चाने तुम्ही जा आणि तिथून ऑफिसचं काम करा."

कंपनीने तडजोड करून एक महिन्याची परवानगी दिली. सगळे सोपस्कार होता-होता त्यांना भारतात यायला १ मे उजाडला. एप्रिलचा पूर्ण महिना थिसिसचं काम करण्यात गेला. बाबांना घेऊन कधीतरी कॉलेजला जात होते. काटेरी विषाचा परिणाम दिसत होताच.

प्रीतम, शीतल आणि ओमकार (वय २ वर्षं) आल्यावर मात्र मन थोडं डगमगलं. वाटायला लागलं, नको ती परीक्षा! आपण चूक करतोय का हट्ट करून.... माझ्यासाठी सगळ्यांच्या भावनांना मी महत्त्व देत नाहीये का...? सगळ्यांना माझ्या हट्टापायी मी वेठीला धरतेय का?

माझ्या सर्व कुटुंबीयांना मी म्हटलं, "मला माहीत आहे, मी तुम्हा सगळ्यांना खूप त्रास देत आहे. खरं तर माझ्या जन्मापासून मी फक्त त्रासच देत आलेय."

आई रडायला लागली, "असं नको म्हणूस! तुझा त्रास आम्ही कोणीही घेऊ शकत नाही, याचं आम्हांला जास्त दुःख आहे."

प्रीतम म्हणाला, "ताई, आम्ही सर्व जण तुझ्या पाठीशी आहोत. यापुढे 'परीक्षा नको' हा विषय बंद! हं, सांग बरं मी काय मदत करू तुला?"

शीतल म्हणाली, "येस, आम्हांला तुला एम.ए. झालेलं बघायचं आहे."

"ब्राव्हो! ही सगळी माझी माणसं! आता बघाच मी कसं चकवते यमाला!"

मला उभारी आली. ओमकार, माझं प्रभावी औषध होतं. त्याच्यासोबत खेळता तर येत नव्हतं; पण म्हणून काय झालं? त्याच्या बाललीलांमध्ये मन रमत होतं. त्याने माझी आजाराची मरगळ पूर्णपणे झटकून टाकली.

प्रीतम होता म्हणून माझा थिसिस वेळेत पूर्ण झाला. अर्थात, यासाठी बऱ्याच जणांची मदत झाली. जयश्री टीचर, त्रिभुवन सर, डॉ. नताशा काळे, प्रीतम, बाबा, शीतल असे सगळे जण मला मदत करत होते. थिसिसचा विषय होता, 'जन्मतः

शीतलवहिनी आणि ओमकारसमवेत

हृदयदोष असणाऱ्या पेशंटच्या गुणात्मक आयुष्यावर (क्वालिटी ऑफ लाइफ) मानसिक, आर्थिक, सामाजिक घटकांचा होणारा परिणाम'

माझ्या आजाराशी निगडित विषय असल्यामुळे त्यावर काम करताना अजून मजा येत होती. अभ्यासात आणि कष्टात मी कुठेही कमी नव्हते. जे करायचं ते उत्तमच झालं पाहिजे, असं अंगवळणी पडलेलं असल्यामुळे कष्टाला सीमा नव्हती.

जन्माला येताना नियतीने आणि आई-बाबांनीच बाळकडू दिलं होतं. मला वेदना आणि आलेल्या परिस्थितीला कष्टाने तोंड द्यायची इच्छाशक्ती एवढी शिदोरी दिली होती, तर मला फिकीर करण्याची गरज नव्हती. वेळ आली की काय, असं वाटत असतानाचा परत एकदा मृत्यूला चकवलं. वेळ आली नव्हती.

मनातली खळबळ विचारमंथनातून बाहेर येते; कधी आनंदाने जगताना, कधी जीवन संपावंसं वाटतं तेव्हा...

फायनल परीक्षा... जणू एक युद्ध

सगळे अडथळे पार पाडत अखेर मी फायनल परीक्षेपर्यंत जिवंत होते, ही माझ्या दृष्टीने खूप महत्त्वाची गोष्ट होती. परीक्षा १३ मे ते २१ मे या काळात होती. फायनल परीक्षेची एक मोठी गंमतच होती. खरं तर शेवटच्या सेमिस्टरला फक्त तीन पेपर होते आणि थिसिसची तोंडी परीक्षा! परंतु दुसऱ्या सेमिस्टरला मी हॉस्पिटलमध्ये

ॲडमिट असल्यामुळे परीक्षा देऊ शकले नव्हते. कसाबसा एकच पेपर दिला होता. त्यामुळे आता मला त्याही सेमिस्टरचे तीन पेपर द्यायचे होते. म्हणजे माझ्यासाठी लेखी सहा पेपर आणि एक तोंडी परीक्षा द्यायची होती. तेव्हा कुठे मी एम.ए. झाले असते. खरंच माझ्यासाठी ही खूप मोठी कसोटी होती.

कारण... काटेरी विष आता बाभळीचं झालं होतं.

परीक्षेसाठी सगळ्यांत मोठा प्रश्न होता, की आयत्या वेळी लिहिता आलं नाही तर... म्हणजे येतंय; पण ते परीक्षकाला मार्क देण्यासाठी पेपरवर उतरवायला तर हवंय. नाहीतर त्याला मी अभ्यास केलाय आणि मला सगळा पेपर सोडवता आला हे कळणार कसं? संपूर्ण शरीराला रक्तपुरवठाच होत नसल्यामुळे लिहिणं तर खूप जिकिरीचं झाल होतं. शिवाय, हात खूप सुजणं, बोटं न हलणं, खूप कळा येत राहणं, असं वारंवार होत होतं. त्यामुळे खरा प्रश्न सहा पेपरच्या प्रत्येकी त्या तीन तासांचा होता. त्या विचाराने मी अस्वस्थ होत होते. आणि आयत्या वेळी इंटरनल परीक्षेला झालं तसं झालं तर...? ही परीक्षा युनिव्हर्सिटीची होती. त्या वेळी मला एक तास मिळाला होता तसा आता मिळाला नसता.

असे विचार मनात वारंवार येत होते. तरीही आत्मविश्वास आणि इच्छाशक्ती तसूभरही कमी झाली नव्हती. 'जो होगा वो देखा जाएगा' असं मी मनाला बजावत होते. अर्थात, त्यात सगळ्यांचं सहकार्य खूप मोलाचं होतं.

प्रत्यक्ष परीक्षेचे दिवस

अखेर पहिल्या पेपरचा दिवस. मनातून खूप भीती होती. मनापासून शक्य तेवढा अभ्यास केला होता. बाबा, मी, रोहित आणि माझा जन्माचा साथीदार, ज्याने आत्तापर्यंत यमाविरुद्धच्या लढ्यात मला सतत साथ दिली होती असा ऑक्सिजन सिलिंडर घेऊन आम्ही कॉलेजला निघालो. ऑक्सिजन सिलिंडर माझ्या जीवनाचा अविभाज्य घटक झाला होता, जणू माझा एक महत्त्वाचा अवयव! तिथे गेल्यावर कळले, की माझा नंबर तिसऱ्या मजल्यावर होता आणि लिफ्टही बंद होती. आता काय करायचं काही कळेना! पेपर सुरू व्हायची बेल झाली होती. कोणीतरी धावून आलंच माझ्या मदतीला. प्रिन्सिपॉल रूमच्या शेजारच्या रूममध्ये माझी बसायची व्यवस्था केली गेली. एक शिपाई आणि बाबा असे दोघे जण माझ्यासोबत बसून होते. शिवाय, प्रिन्सिपॉलही बसल्या जागेवरून माझ्यावर लक्ष ठेवून होते.

ऑक्सिजन लावून मी पेपर लिहायला सुरुवात केली. पेपर सोपा होता. परंतु मी कितीही भरभर लिहायचा प्रयत्न केला तरी माझा स्पीड कमीच पडत होता. हाताला खूप वेदना होत होत्या. अक्षरशः रडायला येत होतं. तरीही मी जीव तोडून लिहीत राहिले. मध्येच बाबांनी मला थोडं खायला दिलं आणि चहाही पाजला. त्यामुळे जरा तरतरी आली. अधूनमधून बाबा थोडा हात दाबून देत होते. तीन तास कसे गेले कळलंच नाही. संपूर्ण पेपर लिहून झाला होता.

'देवा रे! असंच अजून काही दिवस साथ दे!'

पेपर संपल्यावर मी माझ्या हातांकडे पाहिले तर भयानक दिसत होते ते! पूर्ण काळेनिळे झाले होते व हालचालही होत नव्हती. पण मी ते बाबांना न दाखवता ओढणीत लपवून ठेवले.

दुसऱ्या दिवशी पेपर नव्हता. त्यामुळे जरा दमाने घ्यायचं ठरवलं. घरी आल्यावर थोडा वेळ झोपून राहिले. नंतर शीतलने हाताला मालिश करून दिलं. तरीही रात्रभर हात दुखतच होता. पुढच्या पेपर्सची तर अजून कसोटी होती. सलग तीन पेपर होते. शिवाय, तिसऱ्या पेपरच्या दिवशी सकाळी तोंडी परीक्षाही होती. मी ऑक्सिजन लावून जीव तोडून पेपर लिहीत राहिले. रोज हात काळेनिळे होत होते. कधी-कधी पेपरला जायच्या एक-दोन तास आधी इतका त्रास झालेला असायचा, की पेपरला जाऊ शकेन की नाही याची चिंता वाटायची. कधी पूर्ण शरीराची हालचाल बंद व्हायची. खूप यातना व्हायच्या; पण निकराचा लढा सुरू होता.

आता फक्त शेवटचे दोन पेपर. थोडं टेन्शन कमी झालं होतं. त्या दिवशी पेपर लिहीत असतानाच शेवटचा एक तास राहिलेला असताना *महाराष्ट्र टाइम्स*मधून एक पत्रकार माझी मुलाखत घ्यायला आली होती. ऑक्सिजन सिलिंडर लावून पेपर लिहितानाचा माझा फोटो माझ्या मुलाखतीसकट त्यांना हवा होता. पेपर लिहिता-लिहिता ती माझ्याशी बोलायला लागली.

मी म्हटलं, "मला पेपर लिहायचा आहे. प्लीज, तुम्ही बाबांची मुलाखत घ्या! त्यांना माझ्याबद्दल सगळं माहीत आहे."

तिने ते ऐकलं. मग ते दोघंही बाहेर गेले. मध्येच एक जण येऊन माझा ऑक्सिजन लावून पेपर लिहितानाचा फोटो काढून घेऊन गेले. खरं तर खूप चीड येत होती. माझ्यासाठी काय महत्त्वाचं हे त्यांनी जाणलं नव्हतं. मला माझ्या आजाराचं प्रदर्शन केलेलं अजिबात आवडत नव्हतं.

ऑक्सिजन सिलिंडर लावून पेपर लिहिताना

यात दहा मिनिटं वाया गेली. पेपर संपल्याची बेल झाली. या सगळ्या गोंधळामुळे माझा पाच मार्कांचा एक प्रश्न लिहायचा राहिला होता. मी फक्त दहा मिनिटं वाढवून मागितली. परंतु विनवण्या करूनही त्यांनी वेळ वाढवून दिला नाही.

मी त्यांना म्हटलं, ''इतका त्रास होऊनही मी पेपर लिहीत आहे, तर मला तुम्ही माणुसकी म्हणून थोडा जास्त वेळ द्यायला हवा.''

''तुम्ही रायटर का घेतला नाहीत?''

''मला बोलताना धाप लागते म्हणून मी रायटर घेऊ शकत नाही. मग माझ्यासारख्या पेशंटने करायचं काय? शिकायचं नाही का?''

यावर त्यांचं उत्तर होतं, ''तुमचा आजार अंध किंवा अपंग या गटात बसत नसल्यामुळे ते नियम तुम्हांला लागू होत नाहीत. म्हणून तुम्हांला वेळ वाढवून देता येत नाही.''

असे नियम बनवणाऱ्या प्रशासनाचा खूप राग येत होता आणि येत असूनही पेपर लिहायचा राहिला म्हणून वाईटही वाटत होतं.

खरं तर आजाराशी सामना करायचा, कॉलेजचे नियम, परीक्षेचे नियम, अभ्यास, पेपर लिहायचं टेन्शन, या सगळ्यांशी झगडा करता-करता स्वतःला सिद्ध करणं खूप कठीण असतं. कधी-कधी तर केवळ अशक्य असतं. मनाचं खच्चीकरण होईल अशा गोष्टी आजूबाजूला घडत असतात. त्यातून आपला आपणच मार्ग काढत पुढे जायचा प्रयत्न करायचा. बऱ्याचदा अगदी याच्या उलट घडतं. काही जण ऐन वेळी देवदूतासारखे मदतीला धावून येतात. त्यामुळे धीरही येतो.

आज पेपर पूर्ण करायच्या नादात जरा जास्तच भरभर लिहीत गेल्यामुळे त्याचा ताण हाताला सहन करावा लागला. त्यामुळे हात नेहमीपेक्षा जास्त काळेनिळे पडले होते. ते बाबांना दिसू नये म्हणून मी ओढणीच्या आत लपवायला गेले. परंतु बाबांनी ते पाहिलेच.

ते बघून त्यांना खूप धक्का बसला. त्याच्या डोळ्यांत पाणी आलं. मला ते दिसू नये म्हणून त्यांनी पटकन मान फिरवली. आम्ही दोघंही एकमेकांपासून आपल्या भावना लपवत होतो.

''ज्योती, मला तुझा अभिमान वाटतो!'' बाबांचे हे शब्द माझ्यासाठी अमृताप्रमाणे असतात. एवढं स्ट्रगल करून आपली मुलगी पेपर देत आहे, ही भावना मला त्यांच्या डोळ्यांत स्पष्ट दिसत होती.

घरी आल्यावर आईला हे समजलं.

''ज्योती, बाळा!'' तिला पुढे बोलवेना.

''फारच त्रास झाला न आज!''

''माझी मेंदी आहे ती!''

''मेंदी...!''

''येस, लग्नात मेंदी काढतात. माझ्यासाठी परीक्षा हेच माझं लग्न. माझ्या लग्नासारखीच तीही खूप महत्त्वाची आहे. त्यामुळे ही माझी मेंदीच जणू!''

यावर कोणीच काही बोलेना. बहुतेक मी असं बोलून त्या सगळ्यांना माझं लग्न होणार नसल्याची जाणीव करून दिली होती. कधी-कधी थट्टा करायच्या नादात मी जरा जास्तच बोलत असे. आता वातावरण नॉर्मल करणं गरजेचं होतं.

''आई, फक्कडसा चहा कर! मग बघ, हात कसे पूर्वपदावर येतात ते!'' मी हसून म्हटलं.

माझ्या बोलण्याने घर हसरं झालं. तरीही, आई-बाबांना माझ्या हाताची काळजी वाटत होती. बाबा तर दिवसभर सगळ्यांना सांगत होते.

शेवटचा पेपरही पार पडला. पेपर दिल्यानंतर माझ्या मनातील भावना व्यक्त करणंही अशक्य होतं, इतकं मन भरून आलं होतं. डोळ्यांतून नुसते आनंदाश्रू वाहत होते. माझ्या कुटुंबीयांचे, मित्र-मंडळींचे ऋण मी कसे फेडू?

घरातील सगळ्यांनाच खूप आनंद झाला होता. जी मुलगी परीक्षेपर्यंत जिवंत असेल की नाही हेही माहीत नव्हतं, तिने आज सगळे पेपर दिले होते. घरातील

सगळ्यांचं सहकार्य, तसेच आशीर्वाद आणि शुभेच्छांमुळे एक अवघड, अशक्य ध्येय साध्य झालं होतं.

'हे यमा, आता मरण कधीही येवो, मी परीक्षा दिली आहे. पुन्हा एकदा डॉक्टरांना, वैद्यकशास्त्राला मी खोटं ठरवलंय.' मला याचा अभिमान आहेच; परंतु त्यापेक्षा जास्त असं करण्याची संधी मला मिळाली म्हणून मी स्वत:ला नशीबवान मानते. अशी संधी फार कमी जणांना मिळते.

एम.ए. हे स्वप्नच राहणार का?

परीक्षेचा निकाल ऑगस्टमध्ये लागणार होता. त्यामुळे परत एक मोठं प्रश्नचिन्ह होतं – आपण तोपर्यंत जिवंत असू की नसू?

मग मी ठरवलं. आता याबद्दल विचार करायचा नाही. हार न मानता कष्ट आणि त्रास सहन करून आपण ही परीक्षा तर देऊ शकलो, म्हणजे मी एम.ए. झाले असंच मानायचं. हुर्योऽऽऽ!

Wow! what a great feeling!

एम.ए. पूर्ण करू शकलो याचं समाधान कशातच मोजता न येणारं होतं. माझं स्वप्न हे स्वप्न न राहता वास्तवात पूर्ण झालं होतं.

मी एम.ए.ला पहिली आले. हुर्योऽऽऽ!

विचारांचं द्वंद्व : पेसमेकर बसवायचा की नाही?

बरेच महिने विचार केल्यानंतर वाटलं की, इतक्यात तरी आपल्याला मरण नाही. मग पेसमेकर बसवून घेतला तर आपण भविष्यात अजून काही आपली स्वप्नं पुरी करू शकू, असा प्रचंड आत्मविश्वास मनात उभारी धरू लागला. कारण आजपर्यंत प्रतिकूल परिस्थितीवर मात करत-करतच इथपर्यंत आले होते. जन्मल्यापासून नशिबाने कधीच कोणतीही अनुकूल परिस्थिती माझ्यासाठी आयती दिली नव्हती. प्रत्येक गोष्ट धोका पत्करून इच्छाशक्तीच्या आणि खडतर परिश्रमाच्या जोरावर मिळवावी लागली होती.

पेसमेकरची बॅटरी मार्चमध्ये संपल्याचं कळलं. तेव्हापासून मी मृत्यूच्या सावटाखाली जगत होते. या आठ महिन्यांत मी स्वत:लाही अजमावून पाहिलं होतं की खरंच मृत्यू येतोय का? तर, तो येत नव्हता असं नव्हतं; पण जीव जाता-जाता

राहायचा. जीवन-मृत्यूचा सतत पाठशिवणीचा खेळ सुरू होता. त्यामुळे आई-बाबा, बहीण-भाऊ, मित्र-मैत्रिणी, नातेवाईक हितचिंतक, डॉक्टर अशा सगळ्यांनी परोपरी मला पेसमेकरची बॅटरी बसवून घेण्याची विनंती केली होती.

मी माझ्या नकारावर ठाम होते. मला क्वालिटी ऑफ लाइफ हवं होतं. किती वर्षं, हा हिशेब माझ्याकडे नव्हता; तर कसं जगायचं, हा विचार माझ्या मनात होता. म्हणून मी शस्त्रक्रियेचा निर्णय घेत नव्हते. डॉक्टरांशी अर्धा तास चर्चा केल्यानंतर समोर आलेले सत्य न पचणारंच होतं. पेसमेकरची बॅटरी बसवली तरी हृदय आणि फुप्फुसं हळूहळू निकामीच होत जाणार होती. आत्ता होणाऱ्या त्रासात तात्पुरता फरक पडला, तरी पुढे तो त्रास वाढतच जाणार होता.

दोन वर्षांपासून माझ्या शरीराला एकही गोळी चालत नव्हती. कोणतीही गोळी घेतली तरी तिच्या साईड इफेक्टचे परिणाम मूळच्या त्रासापेक्षा भयानकच होते. ताप, सर्दी, खोकला, जुलाब असल्या आजारांत गोळीशिवाय पर्याय नाही असं दिसताच, गोळी घेतल्यावर अगदी मरणयातना सहन कराव्या लागत होत्या. हृदयरोगाच्या सगळ्याच गोळ्या दोन वर्षांपासून बंद होत्या. त्यामुळे हृदयाचा आणि फुप्फुसाचा त्रास हा वाढतच होता. त्रास सहन करणं माझ्यासाठी नवीन नव्हतं. परंतु अलीकडे तो सहन करणंही अशक्य होत होतं. शिवाय आई-बाबांचंही वय झाल्यामुळे त्यांना माझं सगळं करणं खूपच कठीण जात होतं. कधी चक्कर येऊन घरात पडले तर उचलून आणून मला बेडवर झोपवण्यात त्यांची खूप दमछाक होत असे.

संस्थेचं काम जोरात सुरू होतं. तरीही मला वाटायचं की, आत्ता मरण आलं तर चांगलंच आहे. माझी सगळ्या त्रासातून सुटका होईल आणि आई-बाबांना किंवा कोणालाच माझ्यासाठी काही करावं लागणार नाही. आजपर्यंत कुठेही, कधीही मी कोणाची सहानुभूती स्वीकारली नव्हती. ताठ मानेनं आयुष्य जगले होते. आत्ता वर्ष -दीड वर्षं अंथरुणावर पडून असले तरी मी परावलंबी आयुष्याचा विचारच करू शकत नव्हते. त्यामुळे पेसमेकरची बॅटरी बसवून नुसतीच जगण्याची वर्षं वाढवून स्वतःला आणखी यातना देणं मला क्रूरपणाचंच वाटत होतं. इच्छामरणाचा कायदा असता तर मी नक्कीच त्याचा वापर केला असता. मी जशी सन्मानाने जगण्याची अपेक्षा केली होती, त्याचप्रमाणे मरणही मला सन्मानानेच यायला हवं ही माझी अंतिम इच्छा आहे.

लहानपणापासूनच मी स्वतंत्र वृत्तीची असल्यामुळे स्वत:च्या बाबतीतले निर्णय सहसा मी दुसऱ्या कोणाला घेऊ देत नाही. त्यातही आपले आपण निर्णय घेतले की होणाऱ्या चांगल्या-वाइटाची जबाबदारी आपली राहते, हे माझ्या मनात पक्कं कोरलं गेलं होतं. आठ महिन्यांनंतर मरण येत नाही म्हटल्यावर पेसमेकरची बॅटरी बदलून घेण्याच्या दिशेने विचार सुरू झाले.

शस्त्रक्रियेनंतर मिळणारं आयुष्य कितीही त्रासदायक असलं तरी ते हसत-हसत स्वीकारणं आपल्याला जमणार आहे का?

आयुष्यात नवीन ध्येय आपल्याला खुणावत आहेत त्यासाठी परिश्रम घ्यायची आपल्या मनाची तयारी आहे का?

हृदय-फुप्फुसांच्या निकामी होण्यामुळे पुढे होणाऱ्या यातना सहन करायची माझी तयारी आहे का?

शस्त्रक्रियेतील धोका पत्करण्याची मनाची तयारी आहे का?

या सगळ्या शक्यतांचा भरपूर विचार केला. १९९७पासूनच फुप्फुसं निकामी झालेली होती, म्हणजे त्यांचा आकार वाढलेला होता. त्यामुळे त्रासही वाढला होता. ब्लडप्रेशर वाढलं होतं, डोळे बाहेर येतील इतकं प्रेशर डोळ्यांवर होतं आणि डोक्यातल्या रक्तवाहिन्या फुटून बाहेर चिळकांड्या उडतील इतकं प्रेशर डोक्यात होतं. २०१४मध्ये तर हा त्रास खूपच वाढला. इतका की, ऑक्टोबरपासून तर रात्री पलंगावर झोपल्यावर कोणीतरी गळा दाबत असल्याची भावना व्हायची आणि श्वासही गुदमरायचा, म्हणून मी झोपू शकत नसे. दिवसरात्र बसून असायची. याचा अर्थ असा होता की, आडवं पडल्यावर फुप्फुसांना श्वास आत घेऊन सोडताना जेवढी जागा लागते ती कमी पडत होती. श्वास घेतला तरी फुप्फुसं हवी तेवढी प्रसरण पावू शकत नव्हती.

...आणि मी शस्त्रक्रियेला तयार झाले

हा त्रास तसा गेली दोन वर्षं होत होता. आता मात्र फारच सहन करणं अशक्य होत होतं. एकीकडे हा त्रास सहन होत नव्हता आणि दुसरीकडे मरणही येत नव्हतं. अशात जीवनदान मिळालंच तर पुढच्या सर्व शक्यतांचा विचार करून आणि मनाची तयारी करून शस्त्रक्रिया करण्याचा मी निर्णय घेतला. निर्णय घेतल्या क्षणी डॉक्टरांच्या क्लिनिकला फोन लावला. दिवाळीमुळे डॉक्टर आठवडाभर सुट्टीवर होते, त्यामुळे पुढच्या आठवड्यात म्हणजे ऑक्टोबरच्या ३० तारखेला औंधच्या

एम्स हॉस्पिटलमध्ये सकाळी येऊन भेटायला सांगण्यात आलं. निर्णय होईपर्यंत पुन्हा एक आठवडा विचार स्वस्थ बसू देणारं नव्हते.

माझा एकंदरीत त्रास बघता शस्त्रक्रिया झेपेल की नाही, त्यात आपण जिवंत राहू की नाही, याबद्दल मनात सतत शंका होतीच. म्हणून शस्त्रक्रियेच्या आधी पुन्हा एकदा आवराआवरीला सुरुवात केली. तशी ती आधीच झाली होती, त्यामुळे आता फार काही करण्यासारखं उरलं नव्हतं आणि मृत्यूचं नवीन रूपही मला कळलं होतं.

मृत्यू म्हणजे शेवट नसतोच, ती तर असते नवी सुरुवात! मग त्याची कसली भीती? मी शस्त्रक्रियेला तयार असल्याचं आई-बाबांना सांगितलं. त्यांना खूप आनंद झाला. दुसऱ्या दिवशी स्वाती-हरीश, प्रीतम-शीतल यांना अमेरिकेला फोन करून निर्णय सांगितला.

सगळे जण खूप खूश झाले. परंतु शस्त्रक्रिया मला झेपेल की नाही, या विचाराने आईला आणि शीतलला जरा जास्तच काळजी वाटत होती.

गेल्या अनेक वर्षांत माझ्या एकटेपणात कधीही कसलाही फरक पडला नव्हता. अगदी दिवाळीच्या दिवसातही सगळ्यांमध्ये असूनही मला एकटेपणाची जाणीव सतत होत असायची. म्हणून अलीकडे दिवाळी तशी मला आवडत नव्हती.

भाऊबिजेच्या आदल्या रात्री खूप त्रास झाला म्हणून रात्रभर बसून राहावं लागलं होतं. सकाळी सहाला झोप लागली. आठ वाजता जाग आली. परंतु उठल्यापासून मूड छान होता. कारण आज बाबांचा वाढदिवस आणि भाऊबिजेसाठी हडपसरला जायचं होतं.

जेमतेम चहा प्यायले आणि पाण्यासारखे जुलाब व्हायला सुरुवात झाली. मला वाटलं नेहमीप्रमाणे एक-दोन होतील. परंतु लागोपाठ सहा जुलाब झाले आणि मी पूर्ण गळून गेले. काय करावं समजेना. गोळी घ्यावी तरी त्रास, न घ्यावी तरी त्रास!

शेवटी, काही झालं तरी हडपसरला जायचंच असं ठरवून गोळी घेतली. गोळीमुळे जुलाब तर थांबले; पण बोलताना खूप धाप लागायला लागली, धडधड वाढली. अस्वस्थपणा, सूज, चालतानाही धाप लागत होती. तसंच सगळं आवरलं. जिद्दीने ठरवलं, काहीही झालं तरी जायचंच. सगळ्यांना भेटून जगायची ऊर्मी मिळाली असती. हेही नसे थोडके!

सगळ्यांना भेटून खूप आनंद झाला. खूप साऱ्या गप्पा झाल्या. मी माझा शस्त्रक्रियेचा निर्णय सांगितला. सगळ्यांनाच खूप आनंद झाला. सारंग, वैशाली,

उमा या सर्वांना माझी अवस्था पूर्ण माहीत होतीच, त्यामुळे मला आता जीवनदान मिळेल याची सगळ्यांनाच आशा वाटत होती. मी मृत्यूला सहज हरवते अशी आतापर्यंत सगळ्यांची धारणा झाली होती. खरं तर मलाही याची खात्री वाटत होती.

पण...

हा 'पण' नेहमीच माझ्यासाठी हजर असतो. पण, आज मी त्याचा विचार करत नव्हते.

औक्षण झाल्यावर जेवणाची पंगत बसली. मला काही जेवायची इच्छा होत नव्हती. मी कसाबसा थोडासा भात खाल्ला. थोडी विश्रांती घेतल्यावर आम्ही घरी आलो. संध्याकाळी बाबांच्या वाढदिवसानिमित्त हॉटेलमध्ये जेवायला जायचं ठरलं होतं. मी खूपच दमले होते, त्यामुळे पार्सल घरीच आणलं. दिवसभराच्या दगदगीनंतर पुन्हा रात्र बसून काढली. त्रास काही कमी होणारा नव्हताच. पण दिवसभरात मिळालेला आनंद कशातही मोजता येणारा नव्हता. शिवाय, हा आनंद होणाऱ्या त्रासावर मलम लावणाराच होता.

माझी शस्त्रक्रिया

दिवाळी तर बरी गेली. सगळ्या नातेवाइकांना भेटल्यामुळे जगण्यासाठी जणू अमृत मिळालं होतं. मनातल्या मनात शस्त्रक्रियेला सामोरं जायची तयारी सुरू झाली होती. एकदाची ३० तारीख उजाडली. मी आणि बाबा एम्स हॉस्पिटलला साडेअकरा वाजता गेलो. तिथे आधीच खूप गर्दी होती. बराच वेळ बसावं लागलं. डॉ. राधिका मला भेटून खूप खूश झाल्या. कारण बऱ्याच वर्षांत आमची भेट झाली नव्हती.

जुजबी गप्पा मारत असतानाच डॉ. हिरेमठ आले. मला बघून ते खूप हसले. त्यांनी विचारले, "कशी आहेस?"

"तुम्ही म्हणाला होता, मी जगणार नाही. पण एम.ए.च्या फायनल परीक्षेला मी ऑक्सिजन लावून पेपर दिले आणि पहिली आले. वर्तमानपत्रात बातमीही आली होती. ती वाचलीत का तुम्ही?"

"शाब्बास! मला माहीत आहे, अशी हरायची नाहीस तू! मग काय तयार?" त्यांना खूप आनंद झाला.

"येस, मला पेसमेकरची बॅटरी बदलायची आहे. मी शस्त्रक्रियेसाठी तयार आहे. पण, एम्सला किंवा दीनानाथला करा."

माझा मागचा अनुभव चांगला नसल्यामुळे मला 'त्या' हॉस्पिटलमध्ये ऑपरेशन का करायचं नाही, याचं कारण डॉक्टरांना माहीत होतं.

डॉक्टर हिरेमठ म्हणाले, "ज्योती, असा हट्टीपणा नको करूस. शस्त्रक्रियेच्या वेळी तुला काही झालं तर तिथे सगळी सपोर्ट सिस्टीम आहे. बाकी कोणत्याच हॉस्पिटलमध्ये ती नाही. त्यामुळे आपल्याला तिकडेच ऑपरेशन करावं लागेल."

नवीन डॉक्टरकडे जाण्यापेक्षा, काही कमीजास्त झाल तर तिथे सपोर्ट सिस्टीम चांगली आहे, तर तिथेच आपण शस्त्रक्रिया करू, असं सर्वांचं मत पडलं.

१९९२पासून डॉ. हिरेमठ माझ्या तब्येतीकडे बघत आहेत. माझाही त्यांच्यावर खूप विश्वास आहे, तेव्हा ते म्हणतात तसंच करू या, असा विचार करताच मन शांत झालं. झोपही चांगली लागली.

दुसऱ्या दिवशी उठले तर अचानक पाळी आली. तारीख पाहिली तर दहा दिवस आधीच आली होती. दर महिन्याला पाळीत जीवघेण्या वेदना होतात. आता पुन्हा शस्त्रक्रिया पुढे ढकलावी लागणार याची जाणीव झाली. दिवसभर काही खाता-पिता येईना, धाप आणि अस्वस्थपणा खूपच होता. चक्कर येत होती. आज डॉक्टरांकडे जाता येईल की नाही, इतका अशक्तपणा आला. शेवटी, संध्याकाळी विचार केला, उद्या आणखीनच त्रास वाढेल, त्यापेक्षा आज जाऊनच यावे. निदान शस्त्रक्रियेची तारीख ठरली तर बाकीची तयारी तरी करता येईल. साडेसात वाजता मी आणि बाबा क्लिनिकला पोहोचलो. थोड्या वेळाने डॉक्टरांशी भेट झाली. मागच्या वेळी जे-जे झालं त्याचा पाढा वाचला.

"ज्योती, तू काळजी करू नकोस. या वेळी मी स्वत: जबाबदारी घेतो. तुझी काळजी मी घेईन."

"तुमच्यावर माझा विश्वास आहे."

८ नोव्हेंबर २०१४. हुश्श! एकदाची शस्त्रक्रियेची तारीख ठरली! डॉक्टरांवर विश्वास ठेवला तरी त्या वेळी काय होईल याची काळजी वाटत होती.

आईची भाऊबीज करायची राहिली होती. त्यामुळे पाच तारखेला माहेरच्या सगळ्यांना जेवायला बोलवायचं ठरलं. पाच तारखेची सकाळ उगवली तीच जरा काळजीत टाकणारी होती. पूर्ण शरीरावरची सूज खूप वाढली होती. पाळीत रक्तस्राव खूप होत होता. त्यात सूज उतरावी म्हणून त्यावरची अर्धी गोळी घेतली होती. त्या गोळीमुळे सारखी लघवी होऊन सूज कमी होते. ती गोळी शरीराला चालत नाहीच.

परंतु अगदीच चालणं, बोलणं, खाणं किंवा पाणी पिणं अशक्य होतं तेव्हा अर्धी गोळी मी घेते. तशीच ती त्या दिवशी घेतली. वरचेवर लघवीला जायचेही त्राण उरले नाही, तेव्हा व्हीलचेअर काढली. नंतर-नंतर तर बाथरूमशेजारीच बसून राहिले. जवळजवळ २५ वेळा मी लघवीला जाऊन आले होते, तरी त्रास फारसा कमी झाला नव्हता.

काहीही खावंसं वाटेना. खूपच अस्वस्थ वाटत होतं म्हणून बीपी तपासलं तर ते १६० / ५५ होतं. ते बघून खूपच टेन्शन आलं. वाटलं, आता आपलं काही खरं नाही. इतका त्रास होतो आहे, न जाणो या त्रासातच सगळं आटोपायचं!

संध्याकाळी मामाकडचे बारा-तेरा जण जेवायला येणार होते. आई-बाबा म्हणाले, "ज्योती, तुला त्रास होतो आहे तर आपण त्यांना सांगू आणि भाऊबिजेचा कार्यक्रम रहित करू या." पण मीच 'नको' म्हणाले.

"येऊ देत सगळ्यांना! वाटेल थोड्या वेळाने बरं!" मला मात्र माहीत होतं हा त्रास काही आता कमी होणार नव्हता.

संध्याकाळी सगळे आले. मी पडूनच होते. माझी अवस्था बघून सगळ्यांनाच खूप वाईट वाटलं. शिरीषमामा तर माझा हात हातात घेऊन रडला, मग मीही रडले. त्याचा पहिल्यापासूनच आम्हा मुलांवर जरा जास्तच जीव होता. भावनाविवश होऊन बोलता-बोलता मला चक्कर आली आणि मी थोडीशी बेशुद्ध झाले. ऑक्सिजन लावल्यानंतर थोड्या वेळाने शुद्धीवर आले. हसतखेळत सगळ्यांची जेवणं झाली. सगळे गेल्यानंतर मी थोडासा भात खाल्ला. ती रात्रही बसून काढावी लागणार अशीच स्थिती होती आणि झालंही तसंच!

त्यानंतरचे दोन दिवस खूप अस्वस्थतेत गेले. बीपी काही कमी झालं नाही. जेवण आणि झोप दोघांचाही पत्ता नव्हता, जणू त्यांनी असहकार पुकारला होता.

नर्सचा निष्काळजीपणा

शस्त्रक्रियेच्या आदल्या दिवशी डॉक्टरांना फोन केला, तेव्हा त्यांनी लवकर ॲडमिट व्हायला सांगितलं. शस्त्रक्रियेचा खर्च अंदाजे ८०,००० रुपये इतका येणार होता.

मला जगवण्यासाठीचा हा अजून एक खर्च!

एकदाचा शस्त्रक्रियेचा दिवस उजाडला, ८ नोव्हेंबर २०१४.

"पहाटे तीनपासून हेच काम करत आहे. जिवाला अजिबात आराम नाही. एकापाठोपाठ एक सारखी कामं सुरूच आहेत. त्यात या कामासाठी दोनच बायका

असल्यामुळे खूप काम अंगावर पडत आहे.'' खराखरा रेझर चालवून नर्स तिचा वैताग बोलण्यातून मला दाखवून देत होती. माझ्या सगळ्या अंगाची आग-आग होत होती. काही ठिकाणी रेझर लागून जखमा होत होत्या. पण तिला त्याची काहीच फिकीर नव्हती. तिला तिचं काम संपवून लवकर जायचं होतं. मी स्वतःला शांत ठेवलं. 'मला अँटिबायोटिक हे इंजेक्शन चालत नाही' हे मी नर्सला सांगितलं.

आई आणि माझा मानलेला मुलगा कार्तिक आले. खरं तर कार्तिकला काहीही सांगू नकोस असं मी आईला बजावलं होतं. तो खूप हळवा आहे. मला त्रास होतो आहे हे नुसतं ऐकूनही त्याला रडू आवरत नसे. मग दोन-चार दिवस तरी त्याची मनःस्थिती अस्वस्थ राहते. त्यामुळे त्याला इतक्यात काही सांगू नये असं मला वाटत होतं. परंतु त्याला भेटून मला खूप आनंद झाला, हे मात्र खरं होतं.

दोन-तीन फॉर्म घेऊन एक नर्स माझ्या सह्या घ्यायला आली, तेव्हा सही करताना माझ्या मनात आलं – हॉस्पिटल किंवा डॉक्टर लोक काही कमीजास्त झालं तर आमची कसलीही जबाबदारी नाही म्हणून आपल्या सह्या घेतात, तर आपणही अँटिबायोटिक्सच इंजेक्शन मला चालत नाही हे एका कागदावर लिहून त्यांची सही घ्यावी, असं खूप 'स्ट्राँगली' मला वाटत होतं. मग विचार केला, असं केलं तर अतिशहाणपणाचं होईल; आणि डॉ. हिरेमठ यांनी विश्वास दिला आहे ना, की मी स्वतः सगळी काळजी घेईन, तर आपण विश्वास ठेवला पाहिजे.

फॉर्मवर सह्या करताना पुन्हा एकदा त्या नर्सला आठवण करून दिली.

''मला अँटिबायोटिक्सचा त्रास होतो. तेव्हा आधी अँटासिडचं इंजेक्शन द्या, मगच ते इंजेक्शन द्या.''

तर ती मला उद्धटपणे म्हणाली, ''तुमच्याकडे प्रूफ आहे का?''

झालं! मग माझं डोकंच फिरलं. मी तिला सुनावलं, ''मला माझ्या शरीराबद्दल जितकं माहीत आहे तेवढं डॉक्टरांनाही माहीत नाही. आज ४२ वर्षं मी या त्रासासोबत काढली आहेत. माझं शरीर माझ्यासोबत बोलतं, त्यामुळे कशाने काय होतं हे मला खूप चांगलं समजतं. मागच्या वर्षी मी इथे अॅडमिट असताना नर्सकडून अशीच चूक झाली होती आणि मी मान टाकली होती. अर्धा तास बेशुद्ध होते.''

हे ऐकूनही तिच्या चेहऱ्यावरची रेषदेखील हलली नाही. ती माझ्या सह्या घेऊन सरळ निघून गेली. परत आली ते इंट्राकॅथ लावायचं सामान घेऊनच! तेव्हा सोनू (कार्तिक) माझ्याजवळ होता आणि शीतलचा अमेरिकेवरून फोन सुरू होता. मी फोन सोनूकडे दिला. नर्स इंट्राकॅथची सुई माझ्या हातात खुपसत असताना मी

तिला परत एकदा आठवण करून दिली, 'आधी अँटिबायोटिक्सचं इंजेक्शन देऊ नकोस.' तिने काहीच प्रतिसाद दिला नाही. इंट्राकॅथ लावून झालं आणि त्याला पट्टी लावायच्या आधीच तिने त्याला इंजेक्शन लावलं.

मी लगेच विचारलं, "कोणतं इंजेक्शन देते आहेस?"

"अँटिबायोटिक!"

माझ्या डोक्यात सणकच गेली. तरीही शांतपणे मी तिला म्हणाले, "तुम्हांला पुन:पुन्हा सांगूनही कळत नाही का?"

"डॉक्टरांनीच हे इंजेक्शन द्यायला सांगितलं आहे. तुम्हांला काहीही त्रास होणार नाही."

ती वेळच अशी होती, की मी इंजेक्शनही काढून फेकू शकत नव्हते आणि इंट्राकॅथची सुईही काढून टाकू शकत नव्हते. सिनेमात या असल्या फालतू गोष्टी खूपदा पाहिल्या होत्या. प्रत्यक्षात मात्र हे असले उद्योग खरंच शक्य नसतात, अगदी कितीही गरज असली तरी! इंजेक्शन तर देऊन झालं. आता त्रास सहन करणं एवढंच हातात होतं. दुसरीकडे लक्ष गुंतवण्यासाठी म्हणून मी पुन्हा शीतलशी बोलायला लागले. मला पाच मिनिटांतच त्रास व्हायला लागला. डोक्यात मुंग्या, पाठ, स्पायनल कॉर्डमध्ये कळा सुरू झाल्या. मग मात्र बोलण्यावरचा माझा ताबा सुटला. त्या नर्सला मी वाट्टेल तसं बोलू लागले –

"काय बिनडोकपणा चालवला आहे? कसं वागायचं हे कळत नसेल तर 'कसली ॲलर्जी आहे का' असं दहा-दहा वेळा डॉक्टर्स-नर्स येऊन का विचारत होते?... नाही आता केस केली तुमच्यावर तर बघा!... हे किती फालतू हॉस्पिटल आहे, हे मला आधीपासूनच माहीत होतं. म्हणून इथे पाय ठेवणार नव्हते. डॉक्टर हिरेमठ स्वत: काळजी घेणार म्हणून आले, तर पुन्हा तोच सगळा हलगर्जीपणा!... ही सगळी बातमी मी आता नाही पेपर आउट केली तर बघाच!"

एवढं बोलल्याने मला धाप लागली, खूपच अस्वस्थ वाटू लागलं. कोरड्या उलट्या सुरू झाल्या. कार्तिक बाबांना सांगायला पळतच बाहेर गेला. बाबांना वाटलं होतं असेल थोडा त्रास! परंतु माझा एम.ए.चा वर्गमित्र रोहित राजपूत याने माझा मागच्या वेळीचा त्रास बघितला होता. तो बाबांना म्हणाला, "बाबा, लवकर जा! ताईला जास्त त्रास होत आहे." परंतु तिथली माणसं बाबांना आत येऊच देईनात. मग रोहित तिथे असणाऱ्या सगळ्यांवरच ओरडला. सगळ्यांना ढकलून त्याने बाबांना आत जायला लावलं.

एक भयनाट्य

बाबा येईपर्यंत माझा त्रास खूपच वाढला होता. शरीर गार पडत चाललं होतं. माझी अवस्था पाहून बाबा हॉस्पिटल, डॉक्टर आणि नर्स यांच्यावर खूप चिडले. बाबांचा आवाज ऐकून कार्तिकची आई जया आत आली. बाबा आणि जया माझे हातपाय चोळू लागले, तरी नर्स हे सगळं बघत बसल्या होत्या. त्यांनी फक्त डॉक्टरांना फोन केला होता.

माझा त्रास वाढतच होता. डॉक्टरांचा निरोप आल्यावर मग नर्सने ऑक्सिजन लावला आणि ॲलर्जीचं इंजेक्शन दिलं. त्यानंतर तर मी ओरडायलाच लागले. कारण माझ्या कमरेखालच्या भागाला जोरात चावल्यासारखं 'इचिंग' होत होतं. त्याचं प्रमाण खूप जास्त होतं. आत नक्की काय सुरू आहे हे कळत नसल्याने बाहेर सगळेच खूप चिंतेत होते. मला बेडसकट पहिल्या मजल्यावरच्या आयसीयूमध्ये हलवायला सुरुवात केली. माझी अवस्था बघून आई आणि कार्तिक तर रडायलाच लागले. रोहितच्याही डोळ्यांत पाणी होते. बाबा तर खूप टेन्शनमध्ये होते. त्यांना काहीच सुचत नव्हते. दुसऱ्या मजल्यावरून लिफ्टने पहिल्या मजल्यावर येईपर्यंत माझा आवाज बंद झाला होता. मी कोणताही 'रिसपॉन्स' देणं बंद केलं होतं. शरीर थंड पडलं होतं. मग मात्र सगळे खूप घाबरले. बाबा आयसीयूमध्येही खूप आरडाओरडा करत होते. त्यामुळे तिथल्या सुरक्षारक्षकाने त्यांना बाहेर काढलं. रोहित मात्र जबरदस्तीने आत येऊन थांबला. सगळे बाबांना समजावत होते – 'जे झालं ते झालं. आता डॉक्टरांना त्यांचं काम करू द्या. तिच्यावर उपचार होऊ द्या.' काही कारण नसताना, एकच गोष्ट दहा वेळा सांगूनही तीच चूक नर्स आणि हॉस्पिटलने पुन्हा केली होती आणि मला या स्टेजला आणून ठेवलं होतं.

आई-बाबा, जया-कार्तिक कसे शांत होणार होते!... इकडे माझी नाडीही लागत नव्हती. एकीकडे व्हेंटिलेटर आणि हृदयाला शॉक देण्याचं मशीन आणलं, तर दुसरीकडे सगळे डॉक्टर...

नर्स मला जोरजोरात हलवत म्हणत होत्या, ''ज्योती, उठ! डोळे उघड!''

थोड्या वेळाने शुद्धीवर आले. हिरेमठ डॉक्टरांचे दोन असिस्टंट समोर उभे होते. दोघंही मला फार पूर्वीपासून ओळखत होते. आधी काय-काय झालं आणि त्या क्षणाला मला नेमकं काय होत आहे, ते विचारत होते. खूप 'गिडीनेस' होता, जीभ जड झाली होती. गळा दाबल्यासारखं होत होतं.

आयसीयूमध्ये हे सगळं सुरू असताना बाहेर कार्तिक खूपच रडत होता. तो कोणालाच आवरत नव्हता. आजूबाजूच्या बायका जयाला विचारात होत्या, ''कोण आहे हा? तिचा भाऊ आहे का?''

जया म्हणाली, ''नाही. तिचा मुलगा आहे तो!''

कार्तिक कसातरी थोड्या वेळाने सावरला, तर आता आई आणि जया रडायला लागल्या. बाबा तर हतबल होते. त्यांना काहीच सुचत नव्हतं आणि रोहित माझ्याजवळ आयसीयूमध्ये होता.

अर्ध्या तासाने मला जरा बरं वाटू लागलं. डॉक्टर दुसऱ्या कोणालातरी सांगत होते, ''काही नाही, जरा पॅनिक झाली होती. बाकी काही त्रास झाला नव्हता.'' पुन्हा एकदा डोक्यात सणक गेली. स्वत:चा बचाव करायला माणूस किती खोटं वागू-बोलू शकतो? सगळ्यांना आता भीती वाटत होती ही आणि हिचे वडील खरंच काही ॲक्शन घेतील का याची!

मी शुद्धीवर आल्यावर तीच नर्स समोर होती. मी तिला म्हटलं, ''या सगळ्याचं तू शूटिंग केलंस की नाही? आता मिळालं का तुला प्रूफ?''

ती मान खाली घालून फक्त 'सॉरी' म्हणाली. बाहेरही आई-बाबांना ती सारखी 'सॉरी' म्हणत होती.

बाबांनी केस करू नये म्हणून आता सगळ्यांची गोड बोलून चमचेगिरी सुरू झाली होती. हॉस्पिटलमधील एक पोलीस बाबांना भेटायला आला आणि विचारू लागला, ''कोणाची चूक आहे, नाव सांगा फक्त! मी बघतो पुढचं!''

परंतु अजून माझी शस्त्रक्रिया व्हायची होती. ते मोठं टेन्शन बाकी होतं. मग आत्ताच कशाला यात पडायचं, असा बाबांनी विचार केला.

सकाळी अकरा वाजता शस्त्रक्रियेला घेणार होते. ते आता शक्य नव्हतं. कारण माझं बीपी १७०पर्यंत वाढलेलं होतं. संपूर्ण शरीर नॉर्मलला आल्याशिवाय मला शस्त्रक्रियेला घेता येणारच नव्हतं. शेवटी दीड वाजता मला शस्त्रक्रियेसाठी घेतलं.

आता मी बरीच नॉर्मल झाले होते. ऑपरेशन थिएटरमध्ये जाताना 'थम्स अप' करून हसत सगळ्यांना सांगत होते, ''डोण्ट वरी! सगळं नीट होणार आहे. कोणीही काळजी करू नका!''

माझ्या हसण्याने त्यांनाही धीर आला. शस्त्रक्रियेच्या वेळी मला सगळं कळत होतं, कारण मला लोकल ॲनेस्थेशिया दिला होता. माझ्या सगळ्यांशी मस्त गप्पा सुरू होत्या. बोलण्यात थोडा जडपणा होता; पण मला मजा येत होती.

ऑपरेशन थिएटरमधून बाहेर आणलं तेव्हा मी हसत होते. सगळ्यांच्या चेहऱ्यावर आनंद दिसत होता.

''या वेळचं ऑपरेशन मी खूप 'एन्जॉय' केलं. तुम्ही सगळे दमला असाल. तेव्हा मंडळी, आता सगळ्यांनी जेवून घ्या. मी मस्त आहे.'' असं मी हसत-हसत म्हटलं तर माझे प्रियजन माझ्याकडे आश्चर्याने बघायला लागले. हिचं डोकं ताळ्यावर आहे ना, असंच सगळ्यांना वाटलं. रोहितने तर लगेच माझा हसतानाचा व्हिडिओ बनवला. सकाळपासून सुरू असलेल्या भयनाट्यामुळे मानसिक आणि शारीरिक दृष्टीने मी खूप थकले होते. मग पूर्ण दिवस असाच अर्धवट झोपेत, अर्धवट बोलण्यात गेला.

माझी ही आनंदाची अवस्था साधारण साडेपाचपर्यंत टिकली. आयसीयूमध्ये एसी सुरू असूनही नंतर मला खूप घाम यायला लागला. सुरुवातीला तसंच सहन केलं. आधी मला वाटलं, माझ्या रूमचा एसी काम करत नसेल, म्हणून तो नर्सकडून वाढवून घेतला. तरीही घाम काही कमी होईना. नंतर मी आईला म्हटलं, ''माझं पोट फुगलंय. त्याचं प्रेशर हृदयावर यायला लागलंय आणि लघवीही नाही झाली.''

उठून बसायला, चालायला बंदीच असल्यामुळे उठून लघवीसाठी जाणं अशक्यच होते. बेडपॅन घेऊन पाहिलं. तरीही काहीच होईना. थोडा वेळ वाट बघितली. नंतर मात्र त्रास वाढला. घामाने माझं अंग चिंब भिजलं.

खूप अस्वस्थ वाटू लागलं. शेवटी सहा वाजता नर्सला म्हणाले, ''मला लघवी होत नाहीये. जरा कॅथेटर लावून बघा!''

''तुम्हांला ते नाही लावता येणार. इन्फेक्शनची भीती आहे.''

''तुम्ही डॉक्टरांना विचारून बघा. माझं पोट फुगलंय, घाम किती फुटला आहे ते तरी बघा! लघवी पोटात साठून राहिली तर त्याचं इन्फेक्शन नाही का होणार?''

मग कुठे तिच्या डोक्यात प्रकाश पडला. म्हणाली, ''बरं, विचारते.''

शेवटी, कॅथेटर बसवला. संध्याकाळी सातनंतर मात्र ऑपरेशनच्या जागी खूप दुखायला सुरुवात झाली. औषधं चालत नाही म्हटल्यावर सहन करण्याशिवाय काहीच पर्याय नव्हता.

नीलिमा : जणू एक देवदूत!

रात्री माझ्या सोबतीला माझी मैत्रीण नीलिमा गावडे येणार होती. मला रात्रभर खूप त्रास होणार आहे, याची मला कल्पना होती. अशा वेळी रात्रभर नीलिमाशिवाय कोणीच जागू शकणार नव्हतं. खरं तर तिची खूप धावपळ सुरू होती. एम.फील.च्या थिसिसचं काम पूर्ण करून तिला ते सोमवारी प्रेझेंट करायचं होतं. आणि शनिवारची रात्र ती माझ्यासोबत राहणार होती. तिचं तिथे असणं हा माझ्यासाठी खूपच मोठा आधार होता. मी नको म्हणत असतानाही तिने आपणहूनच माझ्यासोबत राहण्याचं ठरवलं होतं, हा तिचा मोठेपणा होता. नीलिमा जेवण करून आली आणि आई-बाबा घरी गेले. त्यानंतर नीलिमा सतत माझ्याजवळ उभी होती. कधी पाय दाब, कधी डोक्यावरून हात फिरव, कधी हात दाब, कधी अर्धवट कुशीवर करून पाठीला मसाज कर. कारण मला उजवा पाय हलवायला बंदी होती. पूर्ण एक दिवस तो एकाच सरळ रेषेत ठेवायचा होता. डावीकडे ऑपरेशनची जागा आणि उजवीकडे कमरेपासून पाय असं प्रचंड दुखत होतं. पहाटे चार वाजता तिला जरा डुलकी लागली. माझा जरा जरी आवाज आला, की ती लगेच उठून माझ्याजवळ येऊन डोक्यावरून प्रेमाने हात फिरवत विचारायची, ''ज्योती, काय होतंय ग? काही हवंय का?''

तिच्या प्रेमळ स्पर्शाने माझ्या डोळ्यांत पाणी यायचं. आपण दुसऱ्यासाठी काही करतोय याचा जरासुद्धा लवलेश तिच्या चेहऱ्यावर नव्हता, होतं ते फक्त प्रेम. अशी माणसं भेटणं म्हणजे पुण्याईच!

मी आजारी असताना मला लांबचे नातेवाईक भेटायला आले. माझ्या तब्येतीची चौकशी केल्यावर म्हणाले, ''ज्योती, तू साईबाबांना साकडं घाल. नक्की बरी होशील.''

मी फक्त मान डोलावली. त्यांच्याशी वाद घालण्याइतकी शक्ती माझ्याकडे नव्हती. या लोकांना कळत कसं नाही! साईबाबा फक्त आणि फक्त एक असामान्य माणूस होते, ज्यांना जीवन कळलं होतं. आणि म्हणून ते इतरांना उपदेश करून समाजजीवनात बदल घडवून आणायचा प्रयत्न करत होते. परंतु लोकांनी त्यांना देवाची उपाधी देऊन टाकली. त्यांनी आपल्यावर प्रसन्न व्हावं आणि आपल्याला जे हवंय ते द्यावं, म्हणून उपवास करणं, नवस करणं वगैरे प्रकार सुरू केले. आत्ताची परिस्थिती तर फारच वाईट आहे. जे जिवंतपणी कफल्लकासारखं आयुष्य

जगले आज त्यांच्याच मूर्तीला सोन्याचं सिंहासन आहे. हा सगळा मूर्खांचा बाजार वाटतो... मन व्यथित होतं फार...

'आईपणा'साठी पुरस्कार

रहिमतपूरच्या पंचक्रोशी शिक्षण मंडळातर्फे 'आदर्श माता' या पुरस्कारासाठी माझी निवड झाली.

माझं लग्न झालं असतं तरी मी कधीही मूल जन्माला घालू शकले नसते. त्यामुळे या जन्मात आपल्याला 'आई' अशी कोणीच हाक मारणार नाही, हे शल्य उराशी बाळगून मी जगत होते. अशा वेळी अवघ्या चाळिसाव्या वर्षी माझी 'आदर्श माता' पुरस्कारासाठी निवड होणं यासारखं दुसरं भाग्य नाही. या विचारांनीच डोळे भरून आले. पुरस्कारासाठी चित्रलेखाताईंचा मला फोन आला, तेव्हा प्रथम कानांवर विश्वासच बसला नाही. वाटलं ताईंने चुकून आपल्याला फोन केला असेल. यापूर्वी आम्ही कधी भेटलेलो नव्हतो. त्यापूर्वी प्रतिभा देशपांडे यांनी आपल्या *आई* पुस्तकात माझ्याबद्दल लेख लिहिला होता. तो वाचून चित्रलेखाताईंचा आणि माझा फोनवर तीन-चार वेळा संवाद झाला होता. त्यातूनच त्यांना माझ्या कार्याची ओळख झाली.

त्यांना मी म्हटलं, ''ताई, मी कोणालाही जन्म दिला नाही, तर मग मी आई कशी? हा पुरस्कार मी नाही स्वीकारणार.''

''ज्योती, तू कितीतरी लहान मुलांना जीवनदान दिलं आहेस, तर मग तू त्यांची आईच आहेस. आईपण हे काय फक्त मुलांना जन्म दिल्यावरच मिळतं का?''

या उत्तराने मला आईपणाचा एक वेगळा दृष्टिकोन मिळाला.

यापूर्वी मी आपण आई होऊ शकत नाही, या विचाराने खिन्न व्हायचे, दु:खी व्हायचे. यापुढे मात्र असं नाही होणार! मी अभिमानाने स्वत:ला सांगीन 'हो, मी पण आई आहे.' प्रत्येक स्त्री ही उपजतच आई असते. मी तर असं म्हणेन की, प्रत्येक पुरुषही आई असतो. कारण आईपण-मातृत्व, ही एक भावना आहे, वृत्ती आहे. मी असे अनेक पुरुष पाहिलेले आहेत, जे आई बनून आपल्या मुलांवर माया करतात, मुलांचा भक्कम आधार बनतात. माझ्या बाबतीत म्हणाल तर, मी स्वत:ला खूप भाग्यवान समजते. कारण आईप्रमाणेच माझे बाबाही आईच्या मायेने मला जपतात. किती नशीबवान आहे मी!

माझ्या न्यासाच्या कार्यात आजपर्यंतच्या वाटचालीत सर्वात महत्त्वाचा सहभाग हा डॉ. जगदीश हिरेमठ यांनी दिलेला पाठिंबाच आहे. खेडेगावातील रुग्णांसाठी तपासण्या, शस्त्रक्रिया यासाठी त्यांनी कधी कमी पैसे घेऊन, तर कधी विनामूल्य सेवा उपलब्ध करून दिली. त्यामुळे न्यासातर्फे जास्तीत जास्त रुग्णांना त्याचा लाभ घेता आला. डॉक्टरांच्या मदतीशिवाय हे केवळ अशक्य होतं आणि म्हणूनच त्यांचा पाठिंबा हा माझ्या दृष्टीने बहुमूल्य ठरला.

माझ्या पर्यटन सहली

शरीराने दुबळी असले तरी मी त्याचं कधी भांडवल केलं नाही. जे करायचं होतं ते मी करणारच होते.

आजपर्यंत मी लांबच्या प्रवासासाठी कुठेही गेले नव्हते. जायची इच्छा मात्र प्रचंड होती. कसं आहे पुण्याबाहेरचं जग?

डॉक्टरांचं यावरचं उत्तर माहीत असल्याने त्यांना विचारायच्या भानगडीत पडले नाही. मनाचा हिय्या करून बाबांना म्हटलं, ''बाबा, काय व्हायचं ते होऊ दे! मला प्रवासाचा आनंद घ्यायचा आहे.''

''जाऊ या की! कुठे जायचंय तुला?''

''राजस्थान!''

''अरे व्वा!''

मग आम्ही धीर करून गेलो. राजस्थानचा सर्व प्रवास बसने असायचा. बसचा मला फार त्रास व्हायचा. रात्री माझे पाय फार दुखायचे. परंतु तक्रार केली तर पुढची भटकंती बंद होईल या भीतीने मूग गिळून गप्प बसायचे.

पहिलीच ट्रिप मस्त झाल्यामुळे आता कुटुंबात काश्मीरच्या सहलीची चर्चा सुरू झाली. मला काश्मीरची थंडी सहन होईल का, असं सगळ्यांना वाटत होतं. माझं उत्तर ठरलेलं होतं, ''येस! पृथ्वीचं नंदनवन बघितलं नाही, तर मग जन्माला येऊन काय फायदा? जायचं आपण नक्की जायचं.''

अहाहा! मी निसर्गसौंदर्याचा भरभरून आनंद घेत होते. 'बेताब' सिनेमाच्या शूटिंगची दरी पाहिली. घोड्यावरून राइड झाली. एक दिवस सोनमार्गला भेट दिली. सगळीकडे बर्फच बर्फ! रस्त्याने हिमवृष्टी होत होती. माझ्या चेहऱ्यावरील आनंद ओसंडून वाहत होता. हिमवृष्टी पाहून सर्वांना धन्य-धन्य झाल्यासारखं वाटलं.

पहलगाम, काश्मीर, लीडर नदीकाठी (एप्रिल २००९)

श्रीनगरहून वैष्णवदेवीसाठी कटरा येथे पोहोचलो. आमच्या दुर्दैवाने हेलिकॉप्टर सेवा बंद होती. माझ्यासाठी पालखीची व्यवस्था करावी म्हटलं तर दोन दिवसांचं बुकिंग फुल! शेवटी घोड्यावरूनच निघालो. घोड्यावरून चार-पाच तास जायला फारच त्रास झाला. पण मी ते निभावलं. वैष्णोदेवीचं दर्शन छान झालं. येताना पायीच उतरलो. १५-१६ किलोमीटर अंतर पायी उतरताना फारच त्रासदायक झालं. सर्व जण थकले होते. पण मी? बहुतेक देवीनेच मला शक्ती दिली असावी.

काश्मीरची सहल झाल्यावर वेध लागले सिमला-कुलू-मनालीचे!

मनालीहून रोहतांग पास या अत्यंत उंच ठिकाणी जातानाही मला खूप मजा आली. मी आपली कायम सगळ्यांच्या पुढे... कोणती शक्ती माझ्यात अवतरली होती कुणास ठाऊक?

आत्तापर्यंत फक्त देशांतर्गत सहलीच केल्या होत्या. आता ओढ लागली परदेशाची. मला अमेरिकेतील भावंडांकडे जाण्याची तीव्र इच्छा होती. त्यासाठी पहिल्यांदा

जवळचा विमानप्रवास करून बघायचा होता. मग आम्ही थायलंड, मलेशिया आणि सिंगापूर सहलीला जायचं ठरवलं.

पटायाला मला पॅरासेलिंग करायचं होतं. परंतु माझ्या तब्येतीची कल्पना दिल्यावर संचालकांनी नकार दिला. मी त्यांना सांगितलं, ''मी उंच आकाशात भरारी घेताना मेले तर माझ्यासारखी भाग्यवान मीच!''

बाबा म्हणाले, ''तिचं काही बरंवाईट झालं तर जबाबदारी माझी! लिहून देऊ का?''

मग कुठे मला परवानगी मिळाली.

'बहारदार प्रवास' असं मी त्याचं वर्णन करीन.

पटाया येथे पॅरासेलिंग करताना

निखळ आनंद देणारा क्षण होता तो! एखादी गोष्ट मिळवण्यासाठी आपण किती जिवाचं रान करतो. कशासाठी? खरं तर आपलं अस्तित्व एका मुंगीएवढंही नाही, हे आकाशात गेल्यावर मला जाणवलं. माणसं, त्यांचा राग-लोभ, इगो एवढा मोठा का? ती तर आहेत एखाद्या मुंगीसारखी!

परतीच्या विमानप्रवासात मात्र मला खूपच त्रास झाला. मी बेशुद्ध झाले. हवाईसुंदरीने ताबडतोब ऑक्सिजन सिलिंडर हजर केला. विमानात एक कार्डियालॉजिस्ट होते. त्यांनी एक गोळी जिभेखाली ठेवायला सांगितली. तासाभराने मी शुद्धीवर आले. ही ट्रिप माझ्या जिवावर बेतते की काय, या विचाराने सर्व जण स्वतःला दोष देऊ लागले. मी मात्र बिनधास्त होते. पुढच्या वर्षी केरळ, अंदमान-निकोबारची सहल करायला मी तयार!

मासिकासाठी लेख

एका मासिकाने पालकांना मार्गदर्शन करणारा लेख लिहिण्याविषयी मला सांगितले.

'चुकायचा हक्कदेखील अबाधित असला पाहिजे'

स्वतःच्या आयुष्यात काय करायचे, याचा निर्णय पालकांनी मुलांना स्वतः घ्यायला शिकवलं पाहिजे. यदा-कदाचित पुढे जाऊन निर्णय चुकलाच तर आई-

वडिलांनी त्यांच्या पाठीशी खंबीरपणे उभं राहिलं पाहिजे. नाहीतर चुकायच्या भीतीने मुलं कधीच स्वत:चे निर्णय स्वतः घ्यायला शिकणार नाहीत.

एक निर्णय चुकला तर आयुष्यात निर्णय घेताच येऊ शकत नाहीत, असं अजिबात नसतं. सध्या सरळसोट आयुष्यापेक्षा चुकतमाकत मिळणारं शिक्षण लाखमोलाचं असतं आणि असंच आयुष्य जास्त समृद्ध आणि परिपूर्ण असतं. पालकांनी फक्त कोणत्याही निर्णयातले चांगले किंवा वाईट मुद्दे मुलांच्या निदर्शनास आणून द्यावेत. निर्णय मात्र त्यांनाच घेऊ द्यावेत. नाहीतर मुलं/मुली चुकांना घाबरतील आणि झालीच एखादी चूक तर त्याची जबाबदारीही नाकारतील.

'झीरो' नंबरचा चश्मा

मित्र हे मित्र असतात. असाच माझा एक खास शालेय मित्र, डॉ. नितीन भालेराव (डोळ्यांचा डॉक्टर). दोन वर्षांपूर्वी त्याची पुन्हा एकदा भेट झाली. म्हणजे सगळेच जुने मित्रमैत्रिणी खूप वर्षांनंतर भेटले. मनसोक्त गप्पा झाल्या, एकमेकांची सुख-दु:ख वाटून घेतली. प्रत्येकामध्ये वयाने, संसाराच्या जबाबदारीने, कामाच्या व्यापामुळे बदल झालेले दिसून येत होते. माझ्या डोळ्यांवरचा चश्मा सोडला तर माझ्यात तसा फारसा बदल झाला नव्हता.

थट्टामस्करी, हास्यविनोद करत आमची मैफल संपली. जाता-जाता नितीन मला म्हणाला, ''चल, ज्योती! आपण तुझ्यासाठी एकदम भारी चश्मा बनवू.'' मी म्हटलं, '' चालेल की! तूच डोळे तपास. नंबर बदलला असेल तर चश्माही तुझ्या आवडीचा करून दे.'' त्यानंतर दोन-तीन वेळा डोळे तपासून झाले; पण नंबर बदलला नव्हता. आम्हां दोघांमध्ये दर वेळी संभाषण होत राहिले.

तो म्हणायचा, ''ज्योती, मस्त फ्रेमचा चश्मा करू या की!''

''करायचा आहेच रे! पण नंबर तर बदलू दे!''

''अग, नंबर नाही बदलला, तरीही नवीन चश्मा आपण करू शकतोच की!''

''हो रे! पण उगाच कशाला खर्च! आधीच माझ्या आजारासाठी खूप खर्च होतोय.''

एके दिवशी मी त्याला सांगितलं, ''नितीन, एक वाईट बातमी आहे. माझा चश्म्याचा नंबर गेला रे!''

मला वाटलं तो म्हणेल, 'बघ, आधी केला असता तर तुला वापरता तरी आला असता!'

पण पङ्या सवाशेर निघाला. म्हणाला, ''ग्रेट न्यूज! म्हणजे नंबर बदलला की! चल तर, मी आता तुला झीरो नंबरचा चश्मा करून देतो.''

आणि खरच त्याने झीरो नंबरचा चश्मा मला आणून दिला. आता त्याने दिलेला हा चश्मा घालून मी सगळीकडे मिरवत आहे.

खरंच प्रसंग किती छोटा होता. पण त्या मैत्रीतून व्यक्त होणारं प्रेम, आपुलकी खूप मोठी आहे. एखाद्या व्यक्तीसाठी स्वतःहून काहीतरी करावंसं वाटणं आणि त्यातून त्याच्या आयुष्यात आनंदाचे काही क्षण फुलवणं ही खूप अनमोल गोष्ट असते त्या व्यक्तीसाठी! आपल्या माणसांसाठी केलेली छोट्यातली छोटी गोष्टही त्या माणसाला मोठी बनवून जाते. इच्छा असली की मार्ग कसेही निघत जातात. अशाच छोट्या-छोट्या प्रसंगांतून आयुष्य सुंदर बनत जातं. खरंच नितीन, त्या चश्म्यापेक्षा तू दिलेला आनंद मी भरभरून जगले. अजून काय हवं असतं आयुष्यात!

आशेचे पंख

३० ऑक्टोबर २०१८, माझ्या आयुष्यातला एक महत्त्वाचा दिवस. मनात आशेचे पंख फुटत होते. तपासणीसाठी चेन्नईला निघाले होते. पास झाले तर अंतिम लढाई... अल्याड की पल्याड, ते नव्हतं माहीत. पण ऑपरेशन ठरलं तरी खर्चाचं काय?

प्रीतम म्हणाला, ''ती काळजी तू नको करू.''

कशी नको करू? जीवनदान मिळालं तर उत्तम; आणि पल्याड गेले तर सगळे पैसे वाया!

८ नोव्हेंबर २०१८

येस! माझं ऑपरेशन करणं शक्य होतं.

आता मी नक्की जिंकणार... मृत्यूला हरवणार... १०० टक्के!

आई-बाबांनी आयुष्याची पुंजी मला अर्पण केली. लहान बहीण स्वातीने जमेल तेवढी मदत केली आणि माझा छोटा भाऊ, प्रीतमने तर कमालच केली. मला काहीही कमी पडू नये, हीच त्याची इच्छा होती.

माझे कुटुंबीय माझ्यासाठी सहा ते बारा महिने चेन्नईला राहायला तयार झाले. हे सोपं नव्हतं.

आता फक्त दैवाने 'तथास्तु' म्हणायचं बाकी होतं.

❑

माझी आवराआवर...

बरीच कामं बाकी आहेत. लवकर उरकायला हवीत.

मृत्युपत्र करायचं आहे... कुटुंबीयांना पत्र लिहायचं आहे...

कदाचित बिऱ्हाड हलवावं लागेल...

लागेल का?

माहीत नाही. पण तसं गृहीत धरून तयारी तर करावी लागेल.

त्यासाठी केवढी ही यातायात! तरी बरं, सामान नाही नेता येणार. तरीही इच्छा, आशा, स्वप्नं, ध्येयं यांची पोतडी तर न्यायला हवी सोबत, पुढच्या बिऱ्हाडासाठी!

माझ्यासाठी ही पोतडी तयारच होती आणि कायमच असते माझ्याजवळ! फक्त बिऱ्हाड हलवण्याची वेळ आली की ती हृदयाशी घट्ट धरून चालू लागायचं.

पण... हा 'पण'च मेला, सगळं मनोधैर्य विस्कळीत करून टाकतो.

आपण निघण्याच्या तयारीत असतो आणि आपले सगेसोयरे, जिवलग आपल्याला सोडायला तयार नसतात. त्यांची घालमेल, अस्वस्थता कधी-कधी आपल्याला व्याकूळ करून टाकते. मग पाऊल उचलणं थोडं जडच जातं निघताना... बाकी मी पुढच्या प्रवासासाठी अगदी खुशीत तयार आहे. कारण वायदा आहे पुढच्या सुंदर जन्माचा...

कदाचित सगळ्यांचा निरोप घ्यावा लागेल...

निरोप घेताना तो कोणत्या परिस्थितीत घेतला जातो हे महत्त्वाचं असतंच; पण तो तात्पुरता आहे की कायमचा, यावरही बरंच काही अवलंबून असतं. निरोपाचा अल्पविराम, स्वल्पविराम आणि पूर्णविराम दोघांनाही जीवघेणाच ठरतो. असं म्हणतात की, मागं वळून पाहिलं की आपण त्या व्यक्तीत जास्तीत जास्त गुंतून पडतो. म्हणून गेल्या काही वर्षांपासून मी मागं वळून पाहणं सोडून दिलं आहे. तरीही, वेडं मन भूतकाळात नेहमीच डोकावतं. ज्याला आपली किंमत असते त्याच्याकडे आर्जवं करावी लागत नाहीत, त्याच्याकडून आपलं मन आपोआप जपलं जातं. कोणी आपली आर्जवं करावीत इतके आपण निष्ठुर तर अजिबातच नाही. त्या आर्जवी नजरेतच जीव गुंतलेला असतो. म्हणून तर ती आर्जवं कायमची हृदयस्थ होतात. आपले आणि जाणाऱ्याचे अर्थ वेगवेगळे असू शकतात. निरोप घेतला म्हणजे त्याच्याशी आपला काडीमात्र संबंध नाही, असं तर अजिबातच होत नाही. मागे बंध उरतातच. एक अनामिक हुरहुर मनाला कायम टोचणी लावते.

❑

माफी आणि आभार!

माझे प्रियजन,

आई-बाबा, स्वाती-हरीश, प्रीतम-शीतल, कार्तिक, इतर कुटुंबीय, माझे मित्र-मैत्रिणी आणि ज्यांनी माझं आयुष्य सुंदर केलं या सर्वांना माझे शतशः आभार. ज्यांना मी माझ्या कळत-नकळत दुखावलं आहे, त्यांची माफी मागते.

आणि विशेष आभार ओमकार आणि नील.

प्रिय आई-बाबा,

साष्टांग नमस्कार

हे पत्र तुमच्या हातात पडेल तेव्हा मी या जगात नसेन. तुम्ही खूप दुःखात असाल. परंतु मला ते मान्य नाही. त्यामुळेच मी आज तुम्हांला हे पत्र लिहीत आहे. माझ्या मृत्यूचा सोहळा व्हावा, सगळे आनंदी असावेत आणि सर्वांनी आनंदाने मला निरोप द्यावा, अशी माझी मनापासून इच्छा आहे.

यापुढे तुम्ही जे वाचाल, तो सगळा तुम्हांला वेडेपणा वाटेल. पण माझी खरंच अशीच इच्छा आहे. आपलं लग्न होऊ शकणार नाही, हे मला खूप उशिरा कळलं. परंतु लग्नाची स्वप्नं तर मी खूप पाहिली होती. लग्नानंतरची पाठवणी माझी कधीच होणार नाही, हा विचार मनाला फार क्लेश देतो. माझी पाठवणी होणार ती मृत्यूनंतरच, ही भावना मनात यायला लागली, तशी मी जास्त स्वप्नं बघितली ती मृत्यूनंतरची! आपला मृत्यू कसा सुंदर होईल याची कल्पना नकळत माझ्या मनात फेर धरू लागली.

मनासारखं जगता येतं नव्हतं म्हणून कायमच मला मृत्यू जवळचा वाटत गेला. कधी तो माझा प्रियकर झाला, हे माझं मलाच कळलं नाही. त्यामुळेच जगण्याची स्वप्नं बघण्याऐवजी मृत्यूचीच स्वप्नं मी खूप पाहिली. माझा मृत्यू खूप सुंदर असावा. या जगातून माझं बिऱ्हाड हलवताना, या जगातून माझी पाठवणी करताना सगळ्यांनी मला हसून निरोप द्यावा. खरं तर लग्नात वाजवल्या जाणाऱ्या सनईचे सूर माझ्या मनात घर करून राहिले आहेत. लग्नात बँड वाजवतात तसा शक्य असेल तर तोही माझ्या मृत्युसोहळ्यात वाजवावा. ज्या-ज्या गोष्टीत माझा जीव अडकलेला आहे, त्या सगळ्या निदान मृत्यूच्या वेळी तरी पूर्ण व्हाव्यात असं मला वाटतं, म्हणूनच हे सगळं लिहितेय. मृत्यूसारखा सखा आणि सत्य या जगात दुसरं नाही. आत्तापर्यंतच्या आयुष्यात जगाशी, तुमच्याशी आणि स्वतःशी खूप

भांडले, झगडले. पण कधीच हवं तेव्हा सुख मिळालं नाही. जेव्हा ते पदरात पडायचं तेव्हा त्याची आस उरायची नाही. सतत नियती, नीतिमत्ता, नैतिक-अनैतिक या संदर्भात माझा स्वतःशीच झगडा सुरू असायचा.

तुम्ही सतत मला सपोर्ट दिलात. परंतु कोणीही माझ्यासोबत बसून कोणत्याही गोष्टीवर कधीही नीट चर्चा केली नाही. त्यामुळे आपण जो आणि जसा विचार करतो त्यासाठी मी स्वतःला कायम 'नालायक' समजत आले. स्वतःच्या नजरेतून उतरत चालले होते. कारण मी जुन्या जमान्यातील लोकांसारखं वागू शकत नव्हते; आणि आत्ताच्या जीवनशैलीसारखं जगायचं तर माझं मन, माझी तत्त्वं, माझे विचार मला परवानगी देत नव्हते. मीच माझ्या कचाट्यात सापडत आणि तडफडत गेले. आपण चुकतोय की बरोबर आहोत, हेच कळत नव्हतं.

आयुष्यात भरपूर जगायची ऊर्मी कमी होत नव्हती. भरभरून हवं तसं मनासारखं कधी जगता येईल याची मात्र मी कायम वाट बघत असायची. तो क्षण कधीच माझ्या आयुष्यात सहजासहजी आला नाही. कायम संघर्षच पुरून उरला आयुष्याला! तरीही येईल तो क्षण हसत जगायचा प्रयत्न केला. मन आतून कायम उदास, विकल असायचं. मला काय हवंय आणि मी काय जगतेय? हा प्रश्न सतत मला छळत असायचा. संस्था सुरू करायचा निर्णय माझाच होता. कारण जिवंत आहे तर आयुष्यात काहीतरी करायला हवंच होतं. आयुष्यात नेहमी झगडा असतोच; मला मात्र जरा जास्तच सगळ्या बाजूने झगडावं लागत होतं. किती वेळा हरले, पुन्हा उभी राहिले, पुन्हा हरले आणि तरीही उभी राहिले. किती वेळा जीव द्यावासा वाटला, प्रयत्नही केला. परंतु दर वेळी तुम्ही मला वाचवलं. का? माझ्या जगण्यावर माझा हक्क होता, तसा माझ्या मरणावरही माझा हक्क का नव्हता? मला तुमचा प्रचंड राग यायचा. माझे क्लेष कोणीही घेऊ शकत नव्हतं, तरीही मी जगायलाच हवं, हा प्रत्येकाचा हट्ट का होता?

अशा वेळी वाटायचं, तुम्ही मला समजून घ्यावं, माझ्याशी मोकळेपणाने बोलावं, मग मी तुम्हांला माझी मृत्यूची कल्पना समजावून सांगीन. परंतु ते शक्य झालं नाही. कारण तुम्ही काहीही करून ज्योतीला जगवणं, नैतिक-अनैतिक अशा सगळ्या गोष्टींत अडकून पडला होता.

मीही तुमची मनःस्थिती समजू शकले नाही, त्यामुळे सतत तुमच्याशी भांडत राहिले. आपल्यातला संवाद कमी होत गेला आणि मी अजूनच एकटी पडत गेले. तसं तर एका टप्प्यानंतर मित्र-मैत्रिणी, भाऊ-बहीण, नातेवाईक सगळ्यांनीच मला

एकटं पाडलं होतं. सगळ्यांत जास्त माझ्या आजाराने मला एकटं पाडलं. माणसाने किती वेळा हरायचं आणि तरीही उभं राहायचं?

मी आतूनच हरत चालले होते. परंतु सगळ्यांचा देव, इन्स्पिरेशन, रोल मॉडेल होते ना! मग मला सगळं दुःख, त्रास हसत सहन करणं आवश्यकच होतं. तेच माझ्यावर लादलं गेलं. मी कधीही नकाराचा सूर काढला की समोरचा मलाच चार शब्द सुनवायचा. माझ्या शारीरिक वेदना तर कोणीच वाटून घेऊ शकत नव्हतं; पण माझ्या मानसिक वेदनाही कोणाला कळत नव्हत्या. जेव्हा मी हा एकटेपणा अनुभवला तो फार भयानक होता. नंतर-नंतर तर मी मलाच एकटं केलं... मी मिटून गेले. माझ्या त्रासात मला कोणीही जवळ नको असायचं. अगदी एकटी राहून शारीरिक आणि मानसिक वेदना सहन करायला लागले मी... मीच स्वतःचा आधार बनले.

मी काय लिहायला घेतलंय आणि काय लिहितेय हे मला कळत नाहीये. मनात खूप सारे विचार घोळत आहेत. काय लिहू आणि काय लिहू नको, काही समजत नाहीये. मनात खूप काही साचून राहिलंय. त्याला बाहेर यायला कधी वावच मिळाला नाही. आता लिहिताना खूप काही बोलावंसं, सांगावंसं वाटतंय म्हणून लिहून ठेवतेय.

तुमची,
ज्योती

❑

मृत्युपत्र

जगण्यासाठी लागते जिगर
आणि
मृत्यूला हसतमुखाने सामोरं जायला?
त्यासाठीही असेल जिगर तर
मृत्यूही होईल आपला मित्र-सखा-प्रियकर!

मला कळायला लागल्यापासून मी नेहमीच स्वप्नं बघत आले माझ्या संसाराची!

माझं लग्न ठरलंय... उमद्या व्यक्तिमत्त्वाचा... जणू माझ्या स्वप्नातला राजकुमार असणारा... जोडीदार मला लाभलाय... माझ्यावर खूप प्रेम करणारा माझा प्रियकर-सखा, जिवाभावाचा... माझ्या यातना छू-मंतर झाल्या आहेत... वेदना विरून गेल्या आहेत... सनईच्या मंगल स्वरात मी त्याची झाले... त्याच्या मायेच्या घरात माझं अस्तित्व पुसून गेलंय आणि मी खूप-खूप सुखात आहे. ज्याची मी इतकी वर्षं अपेक्षा केली होती ते आयुष्य मला मिळालंय... जगणं कसं सुंदर झालंय.

आता असणार आहे माझं घर... त्या घरातली माझी माणसं, सासू-सासरे जणू माझे आई-वडील... दीर-नणंदा झालेत माझे सगळ्यांत जवळचे मित्र.... थोड्याच वर्षांत घराचं गोकूळ होणार आहे... छानशी गोंडस मुलं, आता मला माझ्या यातनांची नाही फिकीर... असू देत बापड्या मला मधूनमधून त्रास द्यायला... अजिबात भीक नाही घालणार त्यांना...

कन्यादानाचं पुण्य तर मिळालं; पण सुखी होईल ना आपली लाडाने वाढवलेली मुलगी?... आपल्यासारखं प्रेम करतील का तिच्यावर सासरची मंडळी... घेतील तिची काळजी मायेने?... अशा विचाराने मुलीची पाठवणी करताना माझ्या आई-बाबांच्या डोळ्यांत अश्रू... एक डोळा हसतोय आनंदाने, तर दुसरा माझ्या विरहाचं दुःख झेलतोय.

आता माझी पाठवणी... माहेर सोडून सासरला जाताना माझ्याही डोळ्यांत पाणी; मनात मात्र आनंदाश्रू... मला माझ्या मैत्रिणींनी सजवलंय... आई-बाबांनी खूप दिवसांपासून या वस्तू जमवल्यात... भरजरी शालू लाल रंगाचा, कपाळावर बिंदी, नाकात नथ, गळ्यात मंगळसूत्र, हातात हिरवा-लाल चुडा, कपाळावर लाल चंद्रकोर, पायात जोडावी, डोक्यात फुलांचे गजरे... सौभाग्याची सर्व लेणी माझ्या

अंगावर आहेत. अशा नवरीच्या रूपात प्रियकराच्या मिलनासाठी माझं मन व्याकूळ झालंय.

मी खूप उत्सुकतेने या क्षणांची वाट बघतेय... जो करणार आहे मला काटेरी विषातून मुक्त!

बँड-बाजा वाजतोय... सगळे नातेवाईक, मित्रजन आनंदात आहेत. त्यांच्या लाडक्या ज्योतीची पाठवणी आनंदानेच करायची, तिथे दुःखाला वाव नाहीये.

वाटत होतं होईल माझं स्वप्न पूर्ण जितेपणी...

पण...

हा 'पण' मला नेहमीच त्रास देतो. मी होते तयार निभवायला; पण कोणाही राजकुमाराला नव्हती खात्री!

'कोई बात नहीं.' मी तर आहे माझ्या पाठीशी खंबीरपणे उभी... माझं स्वप्न पूर्ण करायला हवेत कशाला कोणाचे पंख?... माझ्या पंखात खूप बळ आहे. कारण ते पंख आहेत फुलपाखराचे! क्षणभंगुर; पण उडण्याची ताकद आहे त्यांच्यात!

ठरलं तर... मृत्यू सारखा साद घालतोय तर त्यालाच करते प्रियकर! नाहीतरी माझा प्रियकर मला यातनामुक्त करेल ही माझी खात्री आहेच; तर मग why not death? तोही तेच करणार आहे. ठरलं तर... यापुढे मृत्यू माझा प्रियकर-सखा. आता कसं, जगतानाही असेल मला त्याची आस!

आई-बाबा, माझा मृत्यू कोणत्या परिस्थितीत होईल ते आत्ता सांगता येणार नाही. परंतु तो सुंदर असेल हे नक्की!

ज्या क्षणी ती वेळ येईल तेव्हा कराल माझं स्वप्न पूर्ण? तुमची ज्योती आज सासरी चाललीय. पांढरं वस्त्र नको माझ्या अंगावर, त्यापेक्षा नववधूसारखा शृंगार हवा. नका देऊ मला निरोप अश्रूंनी भरलेल्या डोळ्यांनी... ज्योतीला सासर सुखाचं मिळालंय हा विचार हवा.

सगळ्या गोष्टी मी आधीच गोळा करून ठेवल्या आहेत माझ्या कपाटात. तुम्हांला आयत्या वेळी धावपळ करावी लागणार नाही.

मला देहदान करायची इच्छा नाही; पण माझे जे अवयव दान करण्यासारखे असतील त्याचं दान नक्की करावं. उदाहरणार्थ, डोळे, यकृत, किडनी... यांव्यतिरिक्त अन्य काही होऊ शकत असतील तर तेही दान करावेत.

कोणीही रडून मला निरोप देऊ नये. माझी पाठवणी होतेय असं समजून आनंदाने मला सजवून नवरीच्या रूपात माझी पाठवणी करा.

नकोत ते सोपस्कार नको ती अंघोळ!... माझं दहन लाकडाची चिता रचून व्हायला हवं. मला विद्युतदाहिनीमध्ये जाळू नये.

मला अग्नी माझा मुलगा कार्तिक (अभिषेक अय्यर) यानेच द्यावा, अशी माझी इच्छा आहे. त्याच्यासोबत बाबा, प्रीतम, रोहित आणि इतर कोणाला हात लावायचा असेल तर तो त्याने लावावा. जे-जे कोणी मला अग्नी देतील किंवा खांदा देतील त्यांनी कोणीही केस काढलेले मला चालणार नाही. कारण एखाद्या मुलीला अग्नी द्यायची वेळ येते तेव्हा ती डोक्यावरचे केस काढत नसेल तर मुलांनी तरी का काढावेत?

मी चालले आहे पतिगृही, म्हणून कोणत्याही विवाहित स्त्रीचे मरणानंतर जे सोपस्कार / विधी करतात, तसे सगळे माझे विधी व्हावेत.

माझ्या मृत्यूनंतर बाराव्या-तेराव्या दिवसाच्या जेवणावळी नकोत. त्यापेक्षा दर महिन्याला योग्य त्या व्यक्तीला, संस्थेला आर्थिक मदत करावी. त्याची रक्कम किती असावी, ते तुम्ही ठरवा.

चौथं भरणी श्राद्ध किंवा वर्षश्राद्ध करण्याच्या मी तीव्रतेने विरोधात आहे. त्यापेक्षा माझी आठवण म्हणून कोणत्याही गरजू व्यक्तीला मदत करावी.

मी शरीराने तुमच्यामध्ये नसले तरी मनाने सदैव तुमच्यातच आहे. माझी आठवण येईल तेव्हा सगळे एकत्र जमून, गोडधोड करून किंवा छान-छान पदार्थ करून मस्त मजेत गप्पा मारा. आणि हो, माझ्यासाठी एक रिकामी खुर्ची ठेवा तुमच्यात. मी असेनच तिथे हजर खुशीने!

अग्नी दिल्यानंतर माझी राख आणि अस्थी विसर्जन फक्त आणि फक्त नाशिकलाच करावं. असं समजा, आता तुमच्या मुलीचं सासर नाशिकला आहे. घरातील लोक म्हणजे आई, बाबा, स्वाती, हरीश, भाचा नील, प्रीतम-शीतल, आणि भाचा ओमकार यांपैकी जे कोणी असतील त्यांनीच फक्त अस्थिविसर्जन करावं. भाड्याने गाडी करून जावं. इतर कोणाची गाडी वापरू नये.

घरात माझा एक मोठा सुंदर फोटो लावावा. त्याला कधीही हार घालू नये. कुठला फोटो लावायचा हे मी शीतलला सांगून ठेवलंय.

माझ्या नावाने माझ्या कॉलेजमध्ये शिष्यवृत्ती द्यावी. त्याबद्दल प्राध्यापक ज्योती गगनग्रास यांच्याशी बोलावं. यासाठी मी चाळीस हजार रुपये जमा करून वेगळे ठेवले आहेत.

अजून काय सांगू? आई-बाबा, प्रीतम, स्वाती खूप साथ दिलीत तुम्ही! खूप सेवा केलीत. तुमच्यासाठी अशा लेकीला जगवणं हे खडतर होतं. सहा महिनेच आयुष्य असलेल्या एका मुलीला सेहेचाळीस वर्ष जीवन दिलंत... मी तृप्त आहे. मुक्तपणे जगले, आनंदाने समाधानाने जगले. कधी उद्वेग व्हायचा जिवाचा, तरीही तुम्ही मला सतत सावरलंत. माझी एकच इच्छा, एकच स्वप्न अपूर्ण आहे, ते तुम्ही पूर्ण कराल याची खात्री आहे.

खूप खूप आभार आणि माझ्या कळत-नकळत मी जो त्रास दिला, त्याबद्दल मनापासून क्षमा मागते.

ज्योती

❑

माझ्यानंतर हृदय-ज्योत परिवार...

माझ्या मृत्युपश्चात 'हृदय-ज्योत परिवार' ट्रस्ट पुढे कसा चालवावा किंवा चालवणे शक्य नसेल तर त्याबाबत काय निर्णय घ्यावेत, या संदर्भात मी माझं मत इथे मांडत आहे. या ट्रस्टची संस्थापिका आणि अध्यक्षा या नात्याने ते माझं कर्तव्य आहे, असं मी मानते. मी सुरू केलेलं कार्य पुढे कोणालाही करणं अशक्य झाल्यास, त्याच्यावर हे कार्य सुरू ठेवण्याची सक्ती असू नये, या प्रामाणिक भावनेने मी काही मुद्दे स्पष्ट करत आहे. जे आज माझ्या दृष्टिकोनातून योग्य वाटतात.

माझ्या मृत्यूनंतर –

- *ट्रस्टचं कामकाज पूर्वीप्रमाणेच सुरू ठेवणं शक्य असल्यास ते तसंच चालू ठेवावं.*
- *ट्रस्टचं कामकाज चालवणं अशक्य झाल्यास सर्व ट्रस्टींनी मिळून निर्णय घ्यावा व ट्रस्टकडे असलेला निधी गरजू रुग्णांना आर्थिक मदत म्हणून देऊन ट्रस्ट बंद करावा.*
- *ट्रस्टचं कामकाज सांभाळणं अजिबात शक्य नसेल तर ट्रस्ट निधी हृदयासाठी काम करणाऱ्या (जन्मजात हृदयदोषासाठी काम करणाऱ्या) एखादी संस्था किंवा हॉस्पिटल यांपैकी कोणालाही देण्यात यावा. आणि हृदय-ज्योत ट्रस्टचं कामकाज पूर्णपणे बंद करावं.*
- *ट्रस्ट बंद केल्यानंतरही 'हृदय-ज्योत पुस्तिका' आणि 'हृदयाची गोष्ट' या डॉक्युमेंटरीद्वारे लोकांमध्ये जन्मजात हृदयदोषाबद्दल जनजागृती करावी.*
- *कधी कोणी रुग्ण उपचारासंबंधी आणि मानसिक आधारासाठी मदत मागायला आला, तर त्याला शक्य ती मदत करावी. त्यासाठी 'हृदय-ज्योत परिवार' ट्रस्ट अस्तित्वात असणं गरजेचं नाही.*

कोणतीही संस्था किंवा ट्रस्ट चालवणं कायदेशीररीत्या फारच किचकट कार्य आहे. त्यातच ट्रस्टसाठी काम करायला तयार असणाऱ्या लोकांची कमतरता असेल तर असा ट्रस्ट एकट्याच्या बळावर चालवत राहणं खूप कठीण आहे. त्यामुळेच हृदय-ज्योत परिवार ट्रस्टकडून १२ वर्षं काम झालं असलं तरी त्यासाठी फारच कमी लोकांची साथ मिळाली आहे. त्यामुळेच हे कार्य कोणा एकट्याच्या खांद्यावर देऊन मला कोणावरही दबाव (प्रेशर) टाकायचा नाहीये.

माझ्या मते, कोणतंही कार्य करण्यासाठी काही भव्यदिव्य करायलाच हवं असं काही नसतं. माणुसकी आणि समोरच्याला देण्याची इच्छा असली तरी आपण

गरजू व्यक्तीला मदत करू शकतो आणि म्हणूनच सर्व संमतीने ट्रस्ट बंद झाला तरी छोट्या प्रमाणात का होईना; हे कार्य पुढे असंच सुरू राहील, याची मला खात्री आहे.

मी माझी मतं इथे मांडली असली, तरी कोणावरही जबरदस्तीने 'हृदय-ज्योत परिवार' ट्रस्ट चालवावा लागू नये, यासाठीच माझी इच्छा व्यक्त केली.

माझ्या पश्चात 'हृदय-ज्योत परिवार'चे सचिव डॉ. हरिभाऊ बा. मुंगसे यांना मी माझे सर्व हक्क देत आहे. माझ्यानंतर ट्रस्टच्या बाबतीतील सर्व हक्क वा निर्णय घेण्याचे स्वातंत्र्य मी त्यांना देत आहे.

❑

यापुढे कुटुंबीयांशी माझी भेट...? (२४ एप्रिल २०१९)

मला आयसीयूमध्ये सोडून आई, बाबा, स्वाती ओपीडीमध्ये 'कन्सेन्ट फॉर्म'वर सही करायला गेले. ते दिसेनासे होईपर्यंत मी त्यांच्याकडे बघत होते. परत दिसतील ना? डोळ्यांतलं पाणी मी पुसणार नाही. जरी मी 'अल्याड किंवा पल्याड' या सीमारेषेवर उभी असले तरी मी खूप आनंदात आहे. जन्म आणि मृत्यू यामधील अंतर म्हणजे आयुष्य जगणं आणि ते तर मी उत्तम जगले होते. मला जेवढं म्हणून शक्य होतं तेवढं माझ्या मस्तीत जगले, मला हवं तसं जगले. समाजासाठी मला जे करायचं होतं ते केलं आणि अजूनही आयुष्य मिळालं तर ते मी माझ्या शेवटापर्यंत करत राहीन.

आज आई-बाबा स्वाती, प्रीतम-शीतल असं माझं कुटुंबीय माझ्यामागे खंबीरपणे उभं आहे. माझ्या जीवनाच्या लढ्यात त्यांनी तन-मन आणि विशेष म्हणजे खूप-खूप मोठं धन ओतलंय. प्रीतम आणि स्वाती यांची तर मी शतशः आभारी आहे. या लढ्यात यश मिळेल की नाही, याची शाश्वती नसतानाही त्यांनी एका क्षणाचाही विचार न करता एवढी मोठी रक्कम लगेच देऊ केली. बऱ्याचदा मी मलाच कोत्या विचारांची वाटते. कधी-कधी माझ्या मनात त्यांच्याबद्दल मत्सर जागा होतो. मला त्यांची असूया वाटते. त्यांच्या मनात मात्र माझ्याबद्दल फक्त आणि फक्त प्रेमच आहे, हे मला खात्रीशीर माहीत आहे.

डोळ्यांची झापडं बंद असली तरीही त्यापलीकडे एखादा काजव्यांचा पुंजका तेजोमय व्हायला हवा. कधी एका निमिषात डोळ्यांसमोरून काहीतरी सरकन अंतर्धान पावावं, तर कधी कानांत एखादी धून सतत वाजत राहावी. शरीर निश्चेष्ट होतं तेव्हा जाणवतं, आत्मा जणू शरीराच्या बाहेर पडून शरीराकडे हताशपणे बघतोय... नुसताच बघतोय. कसलीच हालचाल नाही की कसली वेदना नाही... सगळंच तरल, हलकं... जणू काही कापसाची म्हातारी होऊन विहरते आहे... निर्विकार - निराकार... एक वेगळीच अनुभूती... एका वेगळ्याच वाटेवरचा प्रवास...

■

फायनल कॉल

(ज्योतीच्या शेवटच्या संघर्षाची कहाणी बाबांच्या शब्दांतून साकारलेली)

८ नोव्हेंबर २०१४ रोजी ज्योतीची पेसमेकर बदलण्याची शस्त्रक्रिया झाली. त्या वेळी तिला भरपूर त्रास आणि मनस्ताप झाला. शस्त्रक्रियेनंतर तिच्या तब्येतीत चांगला फरक पडून ती एक बऱ्यापैकी नॉर्मल आयुष्य जगू शकेल असं आम्हां सर्वांना वाटलं होतं. पण, तसं झालं नाही. म्हणावी तशी प्रकृती सुधारली नाही. प्रकृतीतील चढउतार सारखे सुरूच राहिले.

अधूनमधून वर्तमानपत्रात हृदय प्रत्यारोपण शस्त्रक्रिया यशस्वी झाल्याच्या बातम्या येत असत. त्या वाचल्यानंतर ज्योती, पत्नी शीला आणि मी त्यावर चर्चा करत असू.

आपणही ज्योतीच्या हृदय प्रत्यारोपण शस्त्रक्रियेचा विचार करायला हरकत नाही, असं मला वाटू लागलं. डॉक्टर मंडळींतही यावर अनुकूल-प्रतिकूल मतप्रवाह होते. त्यामुळे आमच्या मनात त्याविषयी संभ्रम निर्माण होत असे. एकदा रुबी हॉल क्लिनिकला 2D इको काढण्यासाठी गेलो असता डॉ. जगदीश हिरेमठांची भेट झाली.

ते म्हणाले, ''रुबी हॉल क्लिनिकमध्ये हृदय प्रत्यारोपण शस्त्रक्रियेची सोय करण्याचं काम आम्ही हाती घेतलं आहे. ज्योती, भविष्यात तुझी अशा प्रकारची शस्त्रक्रिया होऊ शकेल.''

''डॉक्टर, करू या का विचार शस्त्रक्रियेचा?'' असं ज्योतीनं विचारल्यावर ते म्हणाले, ''शस्त्रक्रिया करण्यास हरकत नाही. चेन्नईचे डॉ. बाला आपल्याला या कामी मदत करत आहेत. ते पुण्याला आल्यावर तुझी भेट घालून देतो. तुझ्या शंकांचं निरसन ते करतील.''

ज्योती खूश झाली. काही दिवसांनी पुण्यात एक-दोन हृदय प्रत्यारोपण शस्त्रक्रिया झाल्या; परंतु अजूनपर्यंत फुप्फुस प्रत्यारोपण शस्त्रक्रिया झाली नव्हती. हृदयापेक्षा फुप्फुस प्रत्यारोपण शस्त्रक्रिया अवघड आणि अधिक गुंतागुंतीची असते.

विचार... इरादा पक्का (२०१८)

असेच दिवस जात होते. ज्योतीच्या तब्येतीत चढउतार सुरूच होते. तिचं काम ती जोमाने करत होती. बऱ्याचदा ऑक्सिजन सिलिंडर लावून ती हिरिरीने लोकांना मदत करायची.

परंतु ती आतून थकत चालली आहे, यातनांना कंटाळली आहे, हे मला कळत होतं. काटेरी विष दिवसांगणिक वाढत होतं. सोसवत नव्हतं. आयुष्य एक प्रकारे ओढल्यासारखं झालं होतं. त्यामुळे ती निराश होत होती. मानसिक बळाच्या आधारे ती शरीर ओढत असली, तरी तिची जगण्याची ऊर्मी कमी होऊन मृत्यूची ओढ वाढत चालली होती. बऱ्याचदा बोलताना भाषा निरवानिरवीची असायची.

म्हणायची, ''बाबा, आत्तापर्यंत मिळालेल्या आयुष्यात मी समाधानी आहे. अजून कष्ट, शारीरिक यातना सोसवत नाहीत. काटेरी विष नको वाटतंय. 'इस पार या उस पार' यासाठी मी तयार आहे. पैशांचं जमत असेल तर करू या ऑपरेशन!''

मनात एक धाकधूक असल्यामुळे माझ्याकडे उत्तर नसायचं. पण मी तिच्या अंतिम लढाईत सामील व्हायचं ठरवलं. अंतिम लढाई? हो, अंतिमच! जिंकलो तर उत्तम आणि हरलो तर... नाही माहीत. निदान एक प्रयत्न करायला काय हरकत आहे?

सप्टेंबर २०१८च्या शेवटच्या आठवड्यात डॉ. एम. एस. हिरेमठ सरांच्या क्लिनिकमध्ये ज्योती आणि मी नेहमीच्या तपासणीला गेलो होतो. डॉक्टरांनी ज्योतीला तपासल्यानंतर त्यांच्या साहाय्यकाला सांगितलं, की 'ज्योतीला, कोमल पवारचा मोबाइल नंबर दे!'

कोमल पवारची नुकतीच हृदय-फुप्फुस प्रत्यारोपण शस्त्रक्रिया झाली होती. ती साताऱ्याला राहते. ''ज्योती, तिला भेट आणि मग काय तो निर्णय घे!''

कोमल पवार आणि नेहा साळुंके

आम्ही कोमल पवारशी संपर्क साधून तिच्या भेटीची वेळ घेतली. ज्योती आणि मी साताऱ्याला तिला भेटायला गेलो. तिच्याकडून शस्त्रक्रियेबद्दल इत्थंभूत

माहिती घेतली. खर्चाबद्दल चौकशी केली. शस्त्रक्रियेनंतर कोमल अगदी नॉर्मल झाल्यासारखी दिसत होती. तिने नेहा साळुंकेचा नंबर दिला. कोमलनंतर नेहाचीही हृदय-फुप्फुस प्रत्यारोपण शस्त्रक्रिया झाली होती. ज्योती, मी आणि पत्नी शीला नेहा साळुंकेला भेटायला चिंचवडला गेलो. तिच्याशी दोन-तीन तास गप्पा मारून पुन्हा शस्त्रक्रियेसंबंधी चर्चा केली. नेहाची तब्येतही शस्त्रक्रियेनंतर चांगलीच सुधारली होती. या दोघींची शस्त्रक्रिया चेन्नई येथील ग्लोबल हॉस्पिटलमध्ये झाली होती.

ज्योतीच्या आशा पल्लवीत झाल्या. त्या रात्री आम्ही तिघं खूप वेळ गप्पा मारत बसलो. झोपही शांत लागली. स्वप्नं होती उद्याची... आशा दाखवणारी!

डॉ. अप्पार जिंदाल

ग्लोबल हॉस्पिटलचे (चेन्नई) डॉ. अप्पार जिंदाल ४ ऑक्टोबर २०१८ रोजी परळ (मुंबई) येथील ग्लोबल हॉस्पिटलमध्ये येणार असल्याचे कोमल आणि नेहा यांच्या बोलण्यातून आम्हांला समजले. रीतसर फोन करून ज्योती आणि आम्ही दोघं परळला डॉ. जिंदाल सरांना भेटलो. प्राथमिक तपासणीनंतर डॉ. जिंदाल यांच्याबरोबर दीड तास हृदय-फुप्फुस बदलण्याबद्दल विस्तृत चर्चा केली. हृदय आणि दोन्ही फुप्फुसं बदलणं गरजेचं असून आपण हे करू शकतो, हा विश्वास त्यांनी दिला. ज्योतीने तिच्या मनातील सगळ्या शंका-कुशंका विचारून घेतल्या. डॉक्टरांनीही मनमोकळेपणाने तिच्या सगळ्या शंकांचं निरसन केलं. ज्योतीला त्यांच्याशी बोलून आपण बरं होऊन नॉर्मल आयुष्य जगू शकू असा विश्वास वाटला, तिच्या मनातली उरलीसुरली भीतीही नष्ट झाली.

शस्त्रक्रियेपूर्वीच्या तपासण्या करण्याकरिता चेन्नईला येण्याचा सल्ला त्यांनी दिला. साऱ्या परतीच्या प्रवासात मग याच विषयाचा ऊहापोह आम्ही करत होतो. सगळ्यांनाच एक उत्साह वाटत होता.

मुलांशी सल्लामसलत

घरी आल्यावर फोनवरून अमेरिकेतील मुलगा प्रीतम, मुलगी स्वाती, तसेच जावई हरीश दांगट आणि सूनबाई शीतल यांच्याशी सल्लामसलत करून सध्या तपासण्या तरी करू, पुढचं पुढे बघता येईल असं ठरलं.

सर्वानुमते आणि मुख्यत: ज्योतीचा होकार असल्याने हृदय-फुप्फुस बदलण्याच्या शस्त्रक्रियेपूर्वीच्या तपासण्या करून घेण्याचं निश्चित होऊन पुढील हालचाली सुरू झाल्या.

सगळ्या तपासण्यांसाठी चेन्नईला प्रयाण (३० ऑक्टोबर २०१८)

ग्लोबल हॉस्पिटल चेन्नईला संपर्क साधला असता शस्त्रक्रियेपूर्वीच्या तपासण्या करण्याकरिता 'चार लाख रुपये खर्च येईल. तो भरून कधीही चेन्नईला या!' असा निरोप मिळाला. पैसे भरून ३० ऑक्टोबर २०१८ रोजी तपासण्यांसाठी येत असल्याचं कळवलं. ज्योती, मी आणि शीला ३० ऑक्टोबरला दुपारी दीडच्या विमानाने चेन्नईला निघालो.

दुसऱ्या दिवशी सकाळी दहा वाजता हॉस्पिटलच्या कार्डियाक विभागात पोहोचलो. डॉ. जिंदाल यांची साडेबारा वाजता भेट झाली. त्यांनी हॉस्पिटल ॲडमिशनची चिठ्ठी दिली. ती घेऊन हॉस्पिटल ॲडमिशन विभागात गेलो.

चिठ्ठी दाखवली असता रूम रिकामी नसल्याने थांबावे लागले. शेवटी संध्याकाळी ७ वाजता सुपर डिलक्स रूममध्ये भरती झालो. रूम फारच प्रशस्त आणि सर्व सोयींनी युक्त होती. रोजचं भाडं ९२०० रुपये होतं.

तपासण्या सुरू झाल्या (१ नोव्हेंबर २०१८)

एक्स-रे, 2D इको, अँजिओग्राफी, फुप्फुसाची कार्यक्षमता, किडनी टेस्ट, दातांची तपासणी, अन्नपचनक्रियेची तपासणी, सोनोग्राफी, हाडांची डेक्सा टेस्ट, रक्ताच्या शेकडो टेस्ट, नाक-कान-घसा तपासणी, अशा हॉस्पिटलमधल्या सर्व विभागांत वेगवेगळ्या तपासण्या होऊन ५ तारखेला डिस्चार्ज मिळाला.

निर्णय झाला (८ नोव्हेंबर २०१८)

बरेचसे रिपोर्ट हातात मिळाले. काही नंतर मिळणार होते. सर्व तपासल्यानंतरच रुग्ण प्रत्यारोपण शस्त्रक्रियेसाठी योग्य आहे किंवा नाही, हे ठरवलं जातं.

तज्ज्ञ डॉक्टरांची मीटिंग रिपोर्टसह ८ नोव्हेंबरला (गुरुवारी) होती; तीही व्हिडिओ कॉन्फरन्सद्वारे! आम्ही ५ तारखेला पुण्यात परतलो.

डॉ. विजील, डॉ. जिंदाल, डॉ. संदीप अट्टावार यांच्याबरोबर ८ नोव्हेंबरला व्हिडिओ कॉन्फरन्स झाली. ज्योतीचे सगळे रिपोर्ट नॉर्मल असून शस्त्रक्रिया होऊ शकते, असा त्यांनी निर्णय दिला.

डॉक्टरांचा शस्त्रक्रियेसाठी होकार मिळाल्यानंतर काय निर्णय घ्यावा याबद्दल आमची चर्चा सुरू झाली. प्रीतम-शीतल, स्वाती-हरीश आणि आम्ही तिघांनी मिळून यावर भरपूर चर्चा केली.

शस्त्रक्रियेसाठी चेन्नईला वर्ष-सहा महिने राहावं लागणार होतं. कारण अवयव मिळायला किती दिवस लागतील याची शाश्वती नव्हती. शस्त्रक्रियेनंतरसुद्धा तीन-चार महिने चेन्नईला राहावं लागणार होतं.

''माझं ७३ वर्षं वय आणि शीलाचं ६६ वर्षं वय पाहता आत्ताच आम्हांला शक्य आहे. अजून काही दिवसांनी आम्हांला सर्व गोष्टी झेपणार नाहीत,'' अशी आमची भूमिका आम्ही स्पष्ट केली.

मुलांना अमेरिकेहून येथे जास्त दिवस येता येणार नव्हतं. तेव्हा सर्व भार आम्हा दोघांनाच उचलावा लागणार होता. तेव्हा आत्ताचीच वेळ योग्य आहे असे सर्वानुमते ठरले.

''ज्योती, तुझं काय म्हणणं आहे?'' स्वाती, प्रीतमने तिला विचारलं.

''एक तर यातून मी पूर्ण बरी होईन किंवा नाही वाचले तर आत्ताच्या भयंकर त्रासातून मी मुक्त होईन. मी तयार आहे.''

ज्योतीचा होकार मिळताच हृदय-फुप्फुस प्रत्यारोपण शस्त्रक्रिया करायचं निश्चित झालं.

चेन्नईला जाण्यासाठी सज्ज

२२ नोव्हेंबर २०१८ रोजी चेन्नईला शस्त्रक्रियेसाठी जाण्याचं निश्चित केलं. त्याप्रमाणे तिघांची विमानाची तिकिटं काढली. दिवस थोडे आणि तयारी मोठी होती. पण आता सगळं शक्य करायचं हे नक्की ठरवलं होतं. जवळजवळ वर्षभर राहावं लागणार होतं. सगळाच प्रपंच न्यावा लागणार होता. बाकी सगळी तयारी झाली असती; पण मुख्य तयारी होती आर्थिक! रक्कम फार मोठी असल्यामुळे दडपणही आलं होतं.

हृदय-फुप्फुस प्रत्यारोपण शस्त्रक्रियेचं आर्थिक नियोजन

प्रत्यक्ष शस्त्रक्रियेस साधारण ५० लाख रुपये खर्च येणार होता. त्याव्यतिरिक्त जवळजवळ १० ते १५ लाख रुपये तिथे राहण्यासाठी येणार होता. म्हणजे साधारण ६०-६५ लाखांची सोय करणं गरजेचं होतं. लगेचच आर्थिक नियोजनास सुरुवात केली. मी २००३मध्ये सेवानिवृत्त झालो होतो. तेव्हा मिळालेले सर्व पैसे भविष्यात ज्योतीसाठी लागतील अशा कारणाने वेगवेगळ्या ठिकाणी गुंतवले होते. आमच्या दोघांच्या नावावर असलेल्या गुंतवणुकी मोडून जवळपास २० लाख रुपये त्वरित उभे केले. स्वाती, प्रीतम, शीतल आणि हरीश यांनी मदतीचं आश्वासन दिलं.

चेन्नईला प्रयाण (२२ नोव्हेंबर २०१८)

सुरुवातीला ज्योती आणि आम्ही दोघं अशा तिघांनीच चेन्नईला जायचं ठरलं. नंतर गरजेनुसार स्वाती, प्रीतम आणि शीतल आळीपाळीने मदतीला येणार होते. सगळ्या वस्तूंची जमवाजमव सुरू झाली. लागणारं सर्व सामान विमानाने नेणं शक्य नसल्याने आमची गाडी चेन्नईला नेण्याचं ठरलं. ज्योतीच्या मामाचा मुलगा स्वरूप तुपे आणि ज्योतीचा वर्गमित्र रोहित राजपूत कारने सामान आणणार होते. चेन्नईला जाताना ज्योतीच्या सर्व मामा-मावश्यांनी आणि मावस बहिणींनी उपयोगी पडतील असे फराळाचे डबे दिले. कपड्यांच्या सुटकेसव्यतिरिक्त सर्व सामान आमच्या कारमध्ये काठोकाठ भरलं.

आमचं नवीन बिऱ्हाड

हॉस्पिटलजवळ 'एम्बसी रेसिडेन्सी' येथे २० मजली एच बिल्डिंगमध्ये बाराव्या मजल्यावर ४५ हजार रुपये दरमहा भाड्याने तीन बेडरूमचा फ्लॅट आम्ही घेतला.

एम्बसी रेसिडेन्सी हा परिसर खूप मोठा होता. हॉस्पिटल आणि एम्बसी रेसिडेन्सीमध्ये फक्त एक भिंत होती. पाच मिनिटांत पायी हॉस्पिटलला जाता येत होतं.

विविध कहाण्या

येथे वास्तव्याला आल्यानंतर आणि दर मंगळवारच्या ओपीडीमुळे अनेक रुग्ण आणि त्यांच्या कुटुंबीयांच्या ओळखी झाल्या. प्रत्येक रुग्णाची वेगवेगळी कहाणी! बहुतेक रोज संध्याकाळी ७ वाजता आम्ही खाली जमत असू आणि एकमेकांच्या

ओळखी करून घेत असू. मराठी बोलणारी भरपूर माणसं भेटल्याने एकाकीपणा कमी झाला आणि दिवस मजेत जाऊ लागले. ज्योतीलाही नवीन मैत्रिणी मिळाल्या.

शस्त्रक्रियेची नोंदणी (डिसेंबर २०१८)

हृदय-फुप्फुस प्रत्यारोपण शस्त्रक्रियेसाठी Transplant Authority of Tamilnadu कडे नावनोंदणी केली. आता अवयव उपलब्ध झाल्यावर केव्हाही शस्त्रक्रिया होणार होती. ब्लड ग्रुपप्रमाणे यादी तयार होत असे. मिळणारे अवयव कोणाला द्यायचे हे सर्व तमिळनाडू सरकारची ही संस्था ठरवते.

ज्योतीची काळजी कशी घ्यायची?

शस्त्रक्रिया होण्यापूर्वी सर्व रुग्णांना Rehabilitation Programme करावा लागत असे. ज्यात फुप्फुसाचे आणि शरीराचे व्यायाम असत. तसेच सकाळी सहा वाजल्यापासून रात्री अकरा वाजेपर्यंत आहाराचं आणि व्यायामाचं नियोजन असे. ज्योतीच्या रूमचे सर्व दरवाजे, हँडल, खिडक्या, ग्रील, कपाटं, हाताळणाऱ्या वस्तू निर्जंतुक कराव्या लागत असत. तिला आहारामध्ये रोज प्रोटीन, मांस, मासे, अंडी, पनीर, दही, मोडाची कडधान्यं, डाळी आणि फळं यांचा समावेश करावा लागत असे. त्याचं आठवड्याचं वेळापत्रक किचनमध्ये लावलेलं होतं. त्याप्रमाणे नियोजन करून तिला रोज वेगवेगळे पदार्थ करून द्यावे लागत. शस्त्रक्रियेपूर्वी रुग्ण एकदम तंदुरुस्त असावा म्हणून एवढी काळजी घ्यावी लागत होती. ज्योतीचं वजन कमी असल्याने वजन वाढवण्यासाठी बरेच प्रयत्न करावे लागत होते.

सून आणि नातू चेन्नईत दाखल (२४ डिसेंबर २०१८)

शीतल (सून) आणि ओमकार (नातू) अमेरिकेहून चेन्नईला आले. ज्योतीने चेन्नईला जाण्याअगोदर कबूलच करून घेतलं होतं की, प्रीतम, शीतल आणि स्वाती यांनी आळीपाळीने चेन्नईला आलं पाहिजे. शीतल आणि ओमकार आल्यामुळे ज्योतीच्या चेहऱ्यावर आनंद फुलला. दोघांची फारच गट्टी जमते. त्याच्याबरोबर खेळण्यात ज्योतीचा वेळ जाऊ लागला. ९ जानेवारीला त्यांना सकाळीच कारने विमानतळावर सोडून आलो. शीतल आणि ओमकार गेल्यावर ज्योती पुन्हा नैराश्यात गेली.

शस्त्रक्रियेसाठी पहिला कॉल (४ फेब्रुवारी २०१९)

आम्ही इथे आलो होतो २२ नोव्हेंबर २०१८ रोजी आणि पहिला कॉल आला दोन-अडीच महिन्यांनी! मधला काळ वाट बघण्यात गेला. फोन वाजला की वाटे कॉल आला बहुतेक! शेवटी ४ फेब्रुवारीला संध्याकाळी ५ वाजता हॉस्पिटलमधून पहिला कॉल आला – 'ज्योतीला काहीही खायला देऊ नका. अवयव मिळणार आहेत.'

साधारणपणे ज्या ब्लड ग्रुपचा अवयव असेल त्या ब्लड ग्रुपच्या तीन-चार रुग्णांना हॉस्पिटल फोन करत असे. ज्याला अवयव जुळेल त्याला ॲडमिट करून घेत असत. पहिलाच कॉल आल्यामुळे आम्ही सर्व जण फारच आनंदी झालो. प्रीतम-शीतल, स्वाती-हरीश यांना व्हॉट्सॲपवर निरोप गेला. सगळीकडे चैतन्य पसरले.

रात्री बारा वाजता ज्योतीला ॲडमिट करून घेण्यासाठी बोलावलं. नक्कीच ऑपरेशन होईल अशी खात्री वाटू लागली. ॲडमिशनचा सर्व सोपस्कार झाल्यावर ज्योतीला आयसीयूमध्ये भरती केलं. रात्री १.०० वाजता मला आणि शीलाला कार्डियॉलॉजी विभागात बोलावून डॉक्टरांनी शास्त्रक्रियेविषयी सगळं समजावून सांगितलं आणि काही कागदपत्रांवर माझ्या सह्या घेतल्या. नंतर आम्ही आयसीयूच्या बाहेर वेटिंग एरियामध्ये बसून राहिलो. रात्र सरत होती, वेळ जाता जात नव्हता. प्रीतम, शीतल आणि स्वाती सारखे फोनवर आणि व्हॉट्सॲपवर चौकशी करत होते. अख्खी रात्र जागून काढली. अजिबात डोळा लागला नाही. ज्योतीशीही संपर्क होत नव्हता. शेवटी, दुसऱ्या दिवशी सकाळी ७ वाजून ५० मिनिटांनी वाजता अवयव खराब असल्याने शस्त्रक्रिया रद्द झाली. सगळे जण अतिशय निराश झालो.

शीलाच्या मणक्यात फ्रॅक्चर (गंभीर प्रसंग)

१२ फेब्रुवारीला सकाळी अचानक नळाचं पाणी गेलं. मग मी दोन मोठ्या बादल्या घेऊन टँकरचं पाणी आणायला गेलो. दोन हातात दोन भरलेल्या पाण्याच्या बादल्या लिफ्टने बाराव्या मजल्यावर आणल्या. बादल्या फारच जड होत्या. भरलेल्या बादल्या लिफ्टच्या बाहेर काढून ठेवल्या. मी पुन्हा खाली गेल्यावर शीलाने त्या दोन जड बादल्या उरापोटी कशातरी बाथरूमपर्यंत नेल्या. त्याचा व्हायचा तोच परिणाम झाला. तिची पाठ दुखायला लागली. कसाबसा तो दिवस आणि रात्र काढली. दुसऱ्या दिवशी हॉस्पिटलमध्ये आर्थोपेडिक विभागात मणकातज्ज्ञ डॉ. फनी किरणला दाखवलं. एक्स-रे पाहिल्यानंतर डी-११ मणक्यात कॉम्प्रेशन

फ्रॅक्चर असल्याचं निदान झालं. चार दिवस पूर्ण बेड रेस्ट सांगितली आणि काही गोळ्या-औषधं दिली.

शस्त्रक्रियेसाठी दुसरा कॉल (१४ फेब्रुवारी २०१९)

पत्नीच्या मणक्याच्या फ्रॅक्चरची एवढी दुर्घटना घडली असताना आणि आम्ही सर्व जण अत्यंत तणावात असताना १४ तारखेला दुसऱ्यांदा हॉस्पिटलमधून सकाळी ८ वाजता फोन आला. परंतु अवयव ठीक नसल्याने शस्त्रक्रिया रद्द झाल्याचा दुपारी एक वाजता हॉस्पिटलमधून पुन्हा फोन आला.

अमेरिकेहून स्वाती मदतीला आली

आमच्यावर गंभीर प्रसंग ओढवला. एक रुग्ण घरात असताना दुसरा रुग्ण आणि तोही बेडवर म्हटल्यावर आमचे दैनंदिन व्यवहार कसे पार पडणार होते? स्वाती आणि प्रीतमला निरोप गेला. स्वातीने अमेरिकेहून तातडीने चेन्नईला यायचं असं ठरलं. स्वातीला हरीश आणि मुलगा नीलची नीट व्यवस्था लावून तसेच नोकरीच्या ठिकाणी सर्व परवानग्या घेऊन दीर्घ रजेवर तत्काळ यावं लागलं. सर्व आवराआवर करून ती १८ तारखेला चेन्नईला पोहोचली.

ज्योती आणि मी कसाबसा स्वयंपाक करत होतो. ज्योतीची तब्येत फार चांगली नव्हती. १५ तारखेला ओपीडीमध्ये मिलीच्या आईने शीलाच्या अपघाताबद्दल ऐकले आणि त्यांनी ताबडतोब मेथी-पराठे पाठवून दिले.

दुसऱ्या दिवशीही मिलीच्या आईने पोळी-भाजी दिली. नंतर त्या रोज २०-२५ फुलके पाठवत होत्या. स्वाती येईपर्यंत त्यांनी आमची खूप काळजी घेतली.

१७ तारखेला डॉक्टरांनी शीलाला छातीला बेल्ट (Taylors brace short type) लावण्याचा सल्ला दिला.

१८ तारखेला हाडांची DEX scan 2 करायला सांगितलं. त्यातून हाडं फारच ठिसूळ झाली असल्याचं निदान झालं. फ्रॅक्चर भरून यावं तसेच हाडांची डेन्सिटी वाढावी म्हणून डॉक्टरांनी Teriftrac नावाचं दररोज एक इंजेक्शन दीड वर्ष घ्यायला सांगितलं. तीन-चार वेळा स्पाइनचा एक्स-रे काढावा लागला.

१८ तारखेला स्वाती संध्याकाळी दिल्लीमार्गे चेन्नईला येणार होती. तिला घ्यायला जावे तर काही केल्या 'ओला' मिळेना. शेवटी ज्योती आणि मी आमची कार घेऊन गेलो. विमानतळावर ज्योती-स्वातीची हृदयस्पर्शी भेट झाली. दोघींच्या

शस्त्रक्रियेसाठी जाण्यापूर्वी आई-बाबा, स्वातीसमवेत ज्योती, चेन्नई

चेहऱ्यावरील आनंद ओसंडून वाहत होता. ओमकारने स्वत: काढलेलं हृदयाचं चित्र ज्योतीला भेट म्हणून पाठवलं होतं. स्वातीने येताना स्वच्छतेचं बरंच सामान आणि मास्क, वाइप्स, हँडग्लोव्हज आणले होते. शीतलने एक ट्रॉली (सामान आणण्यासाठी) आणि एक उशी आईसाठी पाठवली होती.

शस्त्रक्रियेसाठी तिसरा कॉल (१९ फेब्रुवारी २०१९)

स्वाती आल्याच्या दुसऱ्याच दिवशी म्हणजे १९ फेब्रुवारीला संध्याकाळी ६ वाजून ५२ मिनिटांनी हॉस्पिटलमधून कॉल आला. अर्ध्या-पाऊण तासात हॉस्पिटलमध्ये पोहोचण्यास सांगितलं. घाई-गडबड करून ८ वाजून १९ मिनिटांनी हॉस्पिटलमध्ये पोहोचलो. पेपर वर्क झालं. ज्योतीला आयसीयूमध्ये नेलं. मी, स्वाती आणि शीला बाहेर वेटिंग एरियात थांबलो. रात्री १२ वाजून ३९ मिनिटांनी अवयव चांगले नसल्याने शस्त्रक्रिया रद्द झाल्याचं सांगण्यात आलं. पुन्हा आशा-निराशेचा खेळ सुरू झाला.

शस्त्रक्रियेसाठी चौथा कॉल (२३ एप्रिल २०१९)

त्यानंतर जवळजवळ दोन महिने काहीच कॉल नव्हता. आम्ही आपले रोज कॉलची वाट बघायचो. शेवटी २३ एप्रिलला सकाळची आन्हिके उरकत असताना ६ वाजून

५१ मिनिटांनी हॉस्पिटलमधून अलर्ट कॉल आला. काहीही न खाता ज्योतीला ॲडमिट व्हावं लागणार होतं. परत 'ये रे माझ्या मागल्या' झालं. अवयव चांगले नसल्याने शस्त्रक्रिया रद्द झाल्याचं हॉस्पिटलकडून कळवण्यात आलं. सर्व जण फारच निराश झालो. काय खेळ चालू आहे, काही समजेना.

अखेरचा पाचवा कॉल (२३ एप्रिल २०१९)

त्याच दिवशी संध्याकाळी ५ वाजून ३८ मिनिटांनी हॉस्पिटलमधून पुन्हा पाचवा कॉल आला. ज्योतीचं खाणं-पिणं बंद ठेवायला सांगितलं. सर्वांनी देवाकडे प्रार्थना केली की, 'हा पाठशिवणीचा खेळ थांबव. आता तरी शस्त्रक्रिया होऊ दे.' चार वेळा पदरी निराशा आली होती.

हॉस्पिटलमध्ये मला बोलावण्यात आलं.

''एक महत्त्वाचा डिसिजन घ्यायचा आहे. तुम्ही लगेच या!''

मी आणि स्वाती लगेच गेलो.

तिथे आम्हांला दिव्याप्रकाश याने सांगितलं की, ''आम्ही खूप प्रयत्न करत आहोत की अवयव उद्या 'हार्वेस्ट' करावेत. आज संध्याकाळी ६ च्या विमानाने टीम निघेल. रात्री साडेसात वाजता त्रिची येथे पोहोचून अवयवांचं डिटेल टेस्टिंग करेल. त्यानंतर अवयव चेन्नईला आणण्यासाठी देशांतर्गत विमान नसल्याने ते चार्टर विमानाने आणावं लागेल. त्यासाठी नऊ लाख खर्च येईल. तुम्ही त्यासाठी तयार आहात का?

मी आणि स्वातीने चर्चा करून आम्ही तयार असल्याचं सांगितलं.

रात्री दहा-सव्वादहा वाजता दिव्याप्रकाशकडून कळलं की, अवयव उद्याच 'हार्वेस्ट' करणार असल्याने आता चार्टर विमानाची आवश्यकता नाही. सगळ्यांचा जीव भांड्यात पडला.

आम्ही घरी आलो. रात्री १० वाजून ५० मिनिटांनी हॉस्पिटलमधून फोन आला – 'अर्ध्या तासात ॲडमिट व्हा!' सर्व फायली घेऊन आम्ही हॉस्पिटलला गेलो. रात्री ११.३२ ला ज्योतीला ॲडमिट करून घेतलं. ज्योतीला आयसीयूमध्ये हलवलं आणि आम्ही तिघं वेटिंग रूममध्ये थांबलो.

ऑपरेशनमधील धोका

डॉ. महेश यांनी ऑपरेशनचे सगळे रिस्क फॅक्टर सविस्तरपणे आम्हांला समजावून सांगितले. काही वेळा पहिल्या दोन दिवसांत नव्या अवयवांचं 'ॲक्युट रिजेक्शन' होऊन रुग्ण दगावतो. पहिल्या महिन्यातही रिजेक्शनचे चान्सेस जास्त असतात. दर दहा ऑपरेशनपैकी दोन रुग्ण दगावतात. सगळ्या कागदपत्रांवर सह्या करून, शंकांचं निरसन होईपर्यंत रात्रीचा एक वाजला.

रात्रभर झोप नाही.

डॉ. महेश म्हणाले, "ऑपरेशन पहाटे पाचनंतर सुरू होईल. रात्रभर इथे बसण्यापेक्षा तुम्ही घरी जा."

घरी गेलो तरी चैन काही पडेना. झोप येणं कठीण होतं. सारखा देवाचा धावा, जप असं सुरू होतं. सकारात्मक विचार करायचा म्हटला तरी मन दुसऱ्या दिशेला सारखं खेचलं जात होतं. यश-अपयश यांची रस्सीखेच सुरू होती.

ज्योतीची गळाभेट

पहाटे चार वाजता आम्ही सर्व जण हॉस्पिटलमध्ये गेलो. आम्हांला ज्योतीला परत एकदा भेटायचं होतं. तिचा हात हातात घेऊन डोळे भरून तिला बघायचं होतं. तिच्या डोक्यावर हात ठेवून आशीर्वाद द्यायचा होता. तिच्या खांद्यांवर थोपटून 'आम्ही तुझी वाट बघत आहोत. आम्हांला तू हवी आहेस आणि सगळं व्यवस्थित होणार आहे', असं बजावून सांगायचं होतं.

ऑपरेशन पाचनंतर होते. ज्योती अजून झोपली असल्याचं नर्सने सांगितलं. ऑपरेशनचीही काहीच तयारी सुरू झाली नव्हती. पुन्हा मनात शंका-कुशंका... कॉल कॅन्सल होणार की काय, ही भीती होतीच!

शेवटी सकाळी ७ वाजून ७ मिनिटांनी ज्योतीला ऑपरेशन थिएटरमध्ये हलवलं. आमची आणि तिची भेट घालून दिली.

तिला मी घट्ट मिठी मारली. माझ्या हृदयाशी घट्ट धरून ठेवलं. तिच्या आईने तिच्या चेहऱ्यावरून हात फिरवला. म्हणाली, "बाळा, आम्ही बाहेर तुझी वाट पाहत आहोत."

स्वातीच्या डोळ्यांत पाणी तरळत होतं. आपल्या लाडक्या ताईला बरं करण्यासाठी खूप लांबून ती आली होती. प्रीतम-शीतल, ओमकार, नील आणि हरीश सगळ्यांच्या भावना आमच्यासारखाच होत्या.

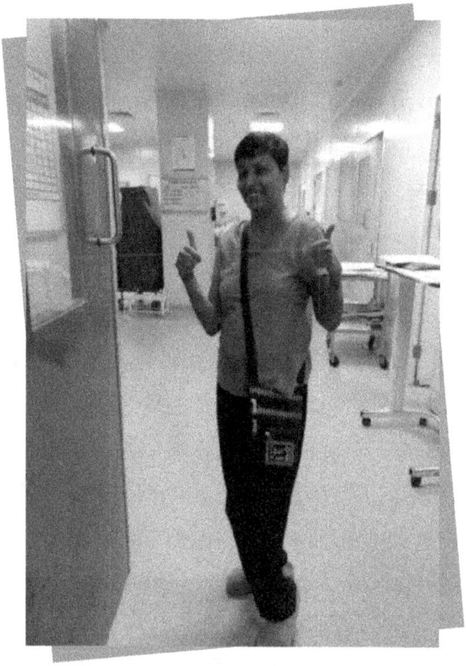

ऑपरेशन थिएटरमध्ये हसत-हसत प्रवेश करताना

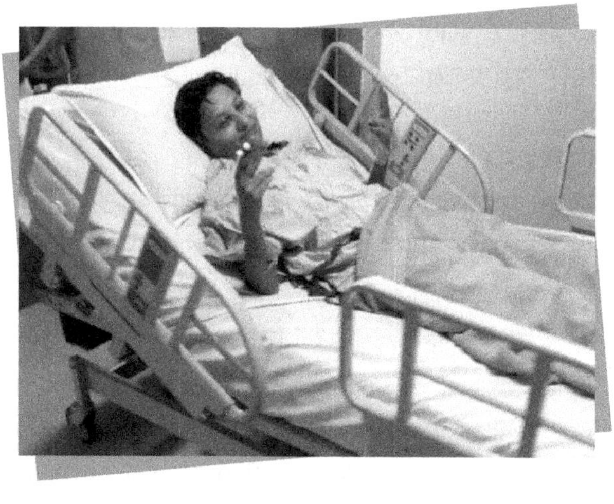

प्रीतम, शीतल, ओमकार, हरीश, नील व्हिडिओ कॉलवर बोलले. सगळ्यांनी तिला शुभेच्छा दिल्या.

"येते लवकर बरी होऊन!" ज्योती अगदी हसत-हसत म्हणाली. चेहऱ्यावर भीतीचा लवलेशही नसलेल्या स्थितीत ऑपरेशन थिएटरमध्ये गेली. आम्हीही अगदी आनंदात तिला निरोप आणि शुभेच्छा दिल्या.

देवाचा धावा करत आम्ही दिवसभर ऑपरेशन थिएटरबाहेरच बसून राहिलो. अधूनमधून डॉ. अरूल नारायण, डॉ. अप्पार जिंदाल आम्हांला भेटून ऑपरेशनचे अपडेट्स देत होते. १२ तासांनंतर म्हणजे संध्याकाळी सहा वाजता ऑपरेशन संपवून डॉ. संदीप अट्टावार आणि डॉ. अप्पार बाहेर आले.

डॉ. संदीप म्हणाले, "हे ऑपरेशन बाकीच्या ऑपरेशनपेक्षा चारपटीने अवघड होतं. पण ज्योतीची विल पॉवर, positive attitude यामुळे ऑपरेशन खूप छान झालं आहे. She is very lucky that she got a very good organ. She has helped thousands of children and she is going to help many more."

ऑपरेशन छान झाल्याचं ऐकून आम्हां सगळ्यांचाच जीव भांड्यात पडला. आम्ही काचेतून तिला बघितलं. शीलाच्या आणि माझ्या डोळ्यांत पाणी होतं. आमच्या लाडकीने आज खूप मोठी लढाई जिंकली होती. आता देवाच्या कृपेने पुढचे धोके टळले की झालं! ज्योतीला यापुढे एक नॉर्मल आयुष्य मिळणार होतं आणि यापेक्षा आम्हांला दुसरं काहीही नको होतं.

आमचं समुपदेशन (२५ एप्रिल २०१९)

इथली एक पद्धत आम्हांला खूप आवडली. रोज स्काईपवरून आम्हांला ज्योतीला बघता येणार होतं आणि बोलतासुद्धा येणार होतं. त्यानंतर डॉ. विजील आम्हांला तिच्या तब्येतीबद्दल अपडेट्स देणार होते.

दुपारी एक वाजता आमचं समुपदेशन सुरू झालं.

डॉ. विजील म्हणाले, "Jyoti is doing Okay. She is not conscious. Still under sedation. She has passed the urine, lungs are working. BP is normal. You wait outside you will get to see skype call."

आम्ही आता ज्योतीला बघू शकतो या विचाराने मन भरून आलं. आमचा कॉल सुरू झाला. आणि काय गंमत... ज्योती चक्क जागी! हे पाहून आम्ही खूप खूश झालो. आम्ही विचारलेल्या प्रश्नांना तिने हात वर उचलून, अंगठा दाखवून, डोकं हलवून प्रतिसाद दिला. काल रात्री एवढं मोठं ऑपरेशन झालं आणि आज आमच्या बोलण्यावर ती इतका छान प्रतिसाद देत आहे हे पाहून आम्हांला गहिवरून आलं आणि रडू आवरेनासं झालं. ते पाहून ज्योतीच्याही डोळ्यांत पाणी आलं. 'ऑपरेशन खूप छान झालं. आता उद्या परत भेटू,' असं म्हटल्यावर ज्योतीने हात हलवून आम्हांला 'बाय' केलं.

आमची ज्योती यापुढे नॉर्मल आयुष्य घालवू शकेल या विचाराने आम्ही निवांत झालो. आम्ही जिंकलो होतो.

२६ एप्रिल २०१९

आजच्या कॉलच्या वेळी ज्योती अजूनच अलर्ट होती. आधी तिला ओमकारचा 'व्हॉईस मेसेज' दोनदा ऐकवला, तेव्हा तिने 'छान' अशी खूण केली. शीतल आणि प्रीतमला शीलाने फोनवरून व्हिडिओ कॉल लावला. त्यांना पाहून ज्योतीच्या डोळ्यांत पाणी आलं. आम्हां सगळ्यांना तिने 'लव्ह यू' असं खुणेनंच सांगितलं.

कॉलनंतर डॉ. विजील म्हणाले, "She is doing good. Support is reduced significantly. We will observe her for next few hours. The lungs are working fine. If she is doing OK for next few hours, we will remove ventilator."

२७ एप्रिल २०१९

आम्ही सकाळी सव्वाअकराला हॉस्पिटलला गेलो.

डॉ. अरूल म्हणाले, "मी आज ज्योतीला भेटलो. तिने माझा हात धरून ठेवला होता. Jyoti is such a positive person. She is an inspiration to us. She has seen so many ups and downs in her life. Even I have not seen those many in my life."

डॉ. विजील म्हणाले, "आज व्हेंटिलेटर काढला. Jyoti is doing fine."

मग मी आयसीयूमध्ये गेलो. ज्योती छान alert and compose होती. तिला ओमकारचा 'व्हॉईस मेसेज' ऐकवला, ज्यात त्याने ज्योतीसाठी 'मै तेरा बॉयफ्रेंड, तू मेरी गर्लफ्रेंड' गाणं म्हटलं होतं. तिला ओमकारचे फोटो दाखवले.

२९ एप्रिल २०१९

आज कॉल लावला तेव्हा ज्योतीला खुर्चीवर बसवत होते. ज्योती चांगली अलर्ट होती. आम्ही विचारलेल्या प्रश्नांची मोठ्या आवाजात उत्तरं देत होती. तिने विचारलं, "स्वयंपाक झाला का तुमचा? जेवण झालं का?"

"तुला दुखत आहे का?" असं विचारलं तर 'नाही' म्हणाली.

डॉ. विजील म्हणाले, "She is doing good. Right now, she is not able to breath deep. So, we have to use bipap for few days. We did bronchoscopy."

१ मे २०१९

सकाळी सव्वानऊला आयसीयूमधून जोमनचा फोन आला – 'लगेच या!'

'दहा मिनिटांत येतो', असं सांगितलं.

डॉ. विजील आणि डॉ. दत्ता लगेच बाहेर आले आणि म्हणाले, "ज्योतीची तब्येत जरा बिघडली आहे. किडनी व्यवस्थित काम करत नाहीये. त्यामुळे रक्तात युरिया लेव्हल वाढली आहे, इन्फेक्शन आहे, टेम्प्रेचर आहे. तेव्हा आता तिला दोन दिवस व्हेंटिलेटरवर ठेवून आराम देऊ. लाईट डायलेसिस करून युरिया लेव्हल कमी करावी लागेल. तुम्ही फॉर्मवर सही करा."

डायलेसिसच्या फॉर्मवर त्यांनी माझी सही घेतली.

ज्योती ग्लानीमध्ये होती, व्यवस्थित श्वास घेऊ शकत नव्हती. मी तिला थोपटलं आणि म्हणालो, "आम्ही तुझी वाट बघत आहोत. लवकर बरी हो!"

आज मन थोडं साशंक झालं; पण अगदी थोडाच वेळ! परत मनाने उभारी धरली.

३ मे २०१९

आज स्काईप कॉलवर ज्योती जागी होती. परंतु थकव्यामुळे जरा ग्लानी येत होती. नीट कम्युनिकेशन करता येत नसल्याने आम्हांला सगळ्यांना पाहून ज्योतीच्या डोळ्यांत पाणी आलं. माझ्या मनात कालवाकालव झाली, 'किती सोसायचं पोरीनं!'

आम्ही तिला सांगितलं, "ज्योती, you are strong and positive girl. सगळं चांगलं होणार आहे."

काउन्सेलिंगमध्ये डॉ. विजील म्हणाले, "She is not doing good, let us see. We are trying our best."

५ मे २०१९

डॉ. विजील म्हणाले, "She is same as yesterday."

आज आम्हांला आयसीयूमध्ये भेटायला परवानगी दिली. आधी मी गेलो, मग शीला!

बाहेर आल्यावर शीला रडायला लागली. म्हणाली, "किती त्रास माझ्या मुलीला! आपण काय कोणाचं वाईट केलं होतं?... हा त्रास मला का झाला नाही..."

स्वाती ज्योतीच्या जवळ गेली. तिच्या डोक्यावरून हात फिरवत म्हणाली, "ज्योती, पॉझिटिव्ह राहा. तू लवकर बरी होणार आहेस. फेसबुकवर बऱ्याच जणांच्या छान कमेंट्स आल्या आहेत : 'Get well soon', 'ज्योती कशी आहे? तू healing चे मंत्र म्हणत राहा. लवकर बरी होशील.'

डॉ. विजील म्हणाले, "There is no improvement since morning. She is in critical condition."

आशा-निराशेचा खेळ सुरू झाला. आयुष्यभर ज्योतीने संघर्ष केला होता, तोही हसतमुखाने! ही लढाई मात्र तिला पेलवत नव्हती. पण आम्ही लढाई जिंकणार हे नक्की!

६ मे २०१९

आज सकाळी साडेअकरा वाजता हॉस्पिटलमध्ये बोलावलं होतं. मनाला स्वस्थता नव्हती म्हणून आम्ही अकरा वाजताच गेलो. आज काही प्रश्नांना ज्योती उत्तरं देत होती, तर काही प्रश्नांना अजिबात रिसपॉन्स नव्हता.

अर्ध्या तासाने काउन्सेलिंग सुरू झालं. डॉ. विजील म्हणाले, ''तिचे parameters stable आहेत. BP is still supported with medicine. She is such a positive and strong lady. Let us hope for good. God is great. She will come out of this. We are trying our best.''

संध्याकाळी मी आणि स्वाती गेलो.

सर म्हणाले, ''ती ठीक दिसत आहे. माझा हात सोडत नव्हती. तुम्ही जास्त काळजी करू नका. तिला बरं वाटेल. आम्ही याहीपेक्षा खूप सिरियस पेशंट पाहिले आहेत. एक heart-lung transplant चा पेशंट दोन महिने इथे आहे. तो जवळजवळ गेलाच होता आणि रिकव्हर झाला.''

७ मे २०१९

स्काईपवर ज्योतीला पाहिले. प्रीतम तिला ओमकारच्या मराठी शाळेबद्दल सांगायला लागला तर डोकं हलवून 'नाही' असं म्हणाली. ती पुन:पुन्हा डोक्याला हात लावून आणि छातीवरून हात फिरवत काहीतरी सांगायचा प्रयत्न करत होती. कळत नव्हतं. तिने दोन्ही हात जोडून आम्हांला नमस्कार केला. काय होता त्याचा अर्थ!

फोन झाल्यावर प्रीतम म्हणाला, ''बाबा, मी निघतो. मला ज्योतीताईला भेटायचं आहे.'' आणि तो लगेच निघाला.

काउन्सेलिंगमध्ये डॉ. विजील म्हणाले, ''she is critical.''

अजूनही ते काही सांगत होते. पण डोक्यात काहीच शिरत नव्हतं. मनात फक्त देवाचा धावा सुरू होता.

८ मे २०१९

स्काईपवर दिसलं की ज्योतीला व्हेंटिलेटर लावलेला होता. तिला बऱ्याच हाका मारल्या. पण ती डोळे उघडत नव्हती. नर्सने ज्योतीला थोडं थोपटलं, हाका मारल्या. तिने डोळे उघडण्याचा प्रयत्न केला. पण ते तिला अवघड जात असल्याचं तिच्या चेहऱ्यावरून दिसत होतं. आज शीतलनेसुद्धा कॉल जॉईन केला होता.

त्यानंतर तासाभराने काउन्सेलिंग सुरू झालं. डॉ. विजील म्हणाले, "This is the best we can do."

आम्ही बाहेर आल्यावर डॉ. संदीप शीलाकडे येऊन म्हणाले, "I know its tough time but she will be Okay."

आमच्या पायाखालची जमीन सरकली. डोळ्यांत अश्रू दाटले. काही केल्या ते हटेनात. अगदी सकारात्मक विचार करूनसुद्धा मन पॉझिटिव्ह विचार करायला तयार नव्हतं.

संध्याकाळी आम्ही तिघांनी परत डॉक्टरांना भेटायचं ठरवलं.

स्वातीने ज्योतीला भेटायची इच्छा बोलून दाखवली. त्यांनी तिला परवानगी दिली. स्वातीने तिला विचारलं, ‘‘ताई, डॉक्टर म्हणतात की, तू खूप छान व्यायाम करतेस, सगळं डाएट व्यवस्थित पाळतेस. त्यामुळेच तू इतकी छान फाइट करत आहेस. तू स्ट्राँग राहा. सारखं मनात म्हणत राहा ‘माझ्या शरीरातील सगळी निगेटिव्हिटी निघून जात आहे. मी स्ट्राँग आहे.’ ताई, तू खंबीर राहा. You are great fighter. आम्ही सर्व जण ‘आमच्या ज्योती’ची वाट बघत आहोत.’’

ज्योतीने मानेने प्रत्येकाला ‘हो’ म्हटलं.

काय होतं नियतीच्या मनात, कोणास ठाऊक!

९ मे २०१९

आज स्काईपवर ज्योतीला पाहिलं तेव्हा तिला फारच त्रास होत आहे असं वाटत होतं. डोळे जास्त मोठे दिसत होते. आज ती फारसा रिसपॉन्स देत नव्हती. आम्ही काहीही बोललो तरी फक्त डोळे इकडून तिकडे फिरवत होती. जणू ती जीवन-मृत्यूच्या सीमारेषेवर उभी होती. मधे होती एक पोकळी... एक अवकाश! त्या रेषेवर आमचा कोणाचाही स्पर्श तिला जाणवत नव्हता. ही तिची अंतिम लढाई होती का, ज्यामध्ये आमचा कोणाचाही तिला विचार नव्हता... हा लढा होता तिच्या अस्तित्वाचा!

काउन्सेलिंगमध्ये डॉ. विजील म्हणाले, ‘‘आमच्या परीने आम्ही सगळे सपोर्ट देत आहोत. She is very critical.’’

त्यांचे हे शब्द ऐकून मला समजून चुकलं.

दुपारी चार वाजता हॉस्पिटलमध्ये एक चक्कर मारून आलो. डॉ. संदीप, डॉ. विजील आणि डॉ. अरूल भेटले. माझी नजर चुकवत ते म्हणाले, ‘‘हिच्याच बाबतीत आम्हांला कळत नाही असं का होतं ते! आमच्या प्रयत्नांचा काहीच उपयोग होत नाहीये. देवावर भरोसा ठेवा!’’

प्रीतम संध्याकाळी पाच वाजता आला. सव्वापाच वाजता आम्ही चौघेही आयसीयूमध्ये तिला भेटायला गेलो.

आळीपाळीने आत जाऊन आम्ही दीड ते दोन तास तिच्याबरोबर घालवले. तिला पुन्हा उभारी देण्याचा प्रयत्न केला.

''ज्योती, तू कणखर आहेस. आपल्याला ही लढाई जिंकायचीच आहे आणि आपण जिंकणार आहोत.''

पण तिने फारसा प्रतिसाद दिला नाही. फक्त डोळे हलवून आमच्याकडे पाहत होती. तिला ओमकार आणि शीतलचा ऑडियो मेसेज ऐकवला. पण तिच्यापर्यंत काहीही पोहोचत नव्हतं. प्रीतमने तिला थोपटलं. ती त्याच्याकडे बघत होती; पण डोळ्यांत ओळख नव्हती.

शीला बराच वेळ ज्योतीच्या डोक्यावरून, तोंडावरून हात फिरवत राहिली. आम्ही सगळ्यांनी आळीपाळीने तिचे पाय दाबले. तिचे हातपाय गार पडले होते. डोळ्यांतून पाणी आणायचं नाही असं ठरवूनसुद्धा अश्रू अजिबात ऐकत नव्हते. ते वाहतच होते.

आमची ज्योती आमच्या हातातून निसटत चालली होती.

''बाळा, कुठे गेली ग तुझी लढाऊ वृत्ती, सकारात्मकता, हसरा चेहरा, आणि आणि मृत्यूला हरवण्याची कला...''

तिच्याकडे उत्तर नव्हतं.

तरीही वाटतंय, आम्ही लढाई जिंकणार... ही खोटी आशा होती का?

डॉ. म्हणाले, "Trust in God.'

दुसरं होतंच काय आमच्या हातात!

तिचं काटेरी विष आम्ही घेऊ शकत नव्हतो आणि... हॉस्पिटलमधून पाय निघत नव्हता. आम्ही आलो होतो स्वप्न घेऊन आणि आता नियतीपुढे हताश झालो होतो.

साडेसात-पावणेआठ वाजता आम्ही शरीराने घरी आलो.

रात्री पावणे अकरा वाजता फोन वाजला. आम्ही चौघं लगेच गेलो. तिथे आयसीयूमधील डॉ. श्रीराम यांनी आम्हांला केबिनमध्ये बोलावलं. त्यांनी सांगितले,

''इन्फेक्शन संपूर्ण शरीरात पसरलं आहे. Multiple organ failure झालंय... She is going to die soon.''

प्रीतमने विचारलं, "How many hours does she have?"

“No idea, sometimes it happens immediately or it takes few hours. But we will keep all the supports on till the end. तुम्ही आत्ता तिला भेटू शकता.”

हे सगळे ऐकून आमच्या मनावर काय बेतलं हे मी सांगूच शकत नाही.

मनावर दगड ठेवून पुन्हा एकदा आम्ही गाउन, मास्क, कॅप असं सगळं घालून ज्योतीच्या रूममध्ये गेलो. ती शांतपणे झोपली होती. सगळे मॉनिटर्स सुरू होते. आमचे सगळ्यांचे डोळे वाहत होते. आपल्या डोळ्यांसमोर आत्ता काय घडत आहे हे आम्हांला कळत नव्हतं.

शीला तिच्या डोक्यावरून, चेहऱ्यावरून हात फिरवत राहिली.

मी तिचे पाय चेपत होतो. स्वाती, प्रीतम तिचे हात हातात घेऊन बसले होते.

आम्हांला तिला सोडून कुठेच जायचं नव्हतं. आम्हांला घरी जायचं नव्हतं. न जाणो आम्ही सोडून गेलो तर ती निसटायची हातातून! आम्ही तिला निसटून देणार नव्हतो. ही लढाई आम्हीच जिंकणार होतो, हे आम्ही पक्कं ठरवलं होतं.

१० मे २०१९

ज्योतीसह आम्ही सर्व जण खूपच आत्मविश्वासाने चेन्नईला आलो होतो. हे ऑपरेशन यशस्वी होऊन ज्योतीला चांगलं आयुष्य लाभणार याची आम्हांला खूप खात्री होती. कुणाच्याही मनात औषधालाही भीती नव्हती. हे सगळे विचार मनात चाललेले असताना आपण पलंगावर कुठेतरी अधांतरी तरंगत आहोत, असं मला वाटत होतं. दुसऱ्या जगात जाणारी ज्योती दिसू लागली होती.

पहाटे एक वाजता फोन आला.

आम्ही तातडीने हॉस्पिटलमध्ये आलो. खूप हतबल झाल्यासारखं वाटत होतं. आमचं नियतीपुढे काहीच चाललं नाही. ती आमच्या बाजूने कौल देत नव्हती. किती विनवण्या केल्या; पण नियतीचा खेळच न्यारा! आपल्या रोजच्या असहाय शारीरिक मरणयातनांतून मुक्ती मिळावी म्हणून ज्योती मृत्यूची याचना, आळवणी करत होती तेव्हा तो तिच्याकडे अजिबात फिरकत नव्हता. तिला हुलकावणी देत वाकुल्या दाखवत होता; आणि आता तिला जगण्याची आस लागली तेव्हा मात्र मृत्यूने तिला तत्काळ आपल्या कवेत घेतलं...

रात्री दीड वाजता आमची परी आम्हांला सोडून गेली.

■

विभाग
२

या ज्योतीसम हीच...

कोणतं आभाळ?

ज्योती, अग,
तो कोणता सूर्य आहे, जो तुला ऊर्जा देतो?
तो कोणता चंद्र आहे, जो तुला छाया देतो?

ते कोणतं आभाळ आहे, जे तू पांघरतेस?
ज्वालामुखीच्या काठावर, निरशा दुधाचे पेले भरतेस?

अवघे आयुष्य काळवंडून टाकायला, काळ उभा असताना
तो कोणता मृत्युंजय मंत्र आहे, जो तू स्निग्धपणे आळवतेस?

तुझ्या सुखाचा खिसा प्रारब्धाने कापलेला असताना
कोणत्या झोळीतलं मूठ-मूठ, अशी वाटत राहतेस?

संजीवनी बोकील
प्रसिद्ध कवयित्री
(यांनी ज्योतीवर केलेली कविता)

उत्साहपूर्ण ऊर्जेचा झरा...

(ज्योतीविषयी डॉक्टर व सहृदयांच्या भावना)

...इतकी सहनशक्ती!

दीपा लागू ('बॅकबोन' ऑफ हृदय-ज्योत न्यास)

ज्योती मुंगसे, माझी आणि श्रीरामची खास मैत्रीण. तिच्या हृदयात अनेक दोष होते. त्यासाठी तिच्यावर किती शस्त्रक्रिया झाल्या होत्या, याची गणती करणं मी सोडून दिलं होतं. तरीसुद्धा, आम्ही जेव्हा भेटत असू तेव्हा तिला कशाचा त्रास होत आहे किंवा किती वेदना होत आहेत याचा ती पत्ता लागू देत नसे. तिची निरागसता, सतत चेहऱ्यावर खेळणारं हसू आणि अतोनात उत्साह; यामागे तिच्या वेदना आणि यातना दडून जात. ज्योती, कुठून मिळवलीस ग इतकी सहनशक्ती?

ज्या उत्कटतेने ती तिचं अल्पायुष्य जगली ती आम्हा उभयतांना अतिशय स्पर्शून गेली. इतरांना मदत करण्यासाठी ती सदैव तत्पर असे. कुणी गरजू आणि गरीब तिच्यासारख्या शारीरिक व्याधीचा सामना करत असेल तर अशा व्यक्तीला ती तिच्या 'हृदय-ज्योत परिवार' या संस्थेच्या माध्यमातून सर्वतोपरी मदत करे. खेड्यापाड्यांतून आलेल्या अशा गरजूंना निधी उपलब्ध करणं किंवा आवश्यक पत्रव्यवहार करणं यासाठी ती आणि तिच्याबरोबरीचे स्वयंसेवक ससून हॉस्पिटलच्या आवारात जाऊन बसत.

मला हृदयाच्या अनेक समस्या असल्या तरी, माझी काळजी घेणारे, मला आधार देणारे खंबीर आई-वडील, बहीण-भाऊ आणि मेहुणे माझ्या आयुष्यात आहेत. त्यामुळेच, ज्यांचं कुणी नाही त्यांची काळजी घेणं हे माझं कर्तव्य आहे, असा तिचा दृढ विश्वास होता. जीवनरूपी बगीचात ती जणू एखादं सुंदर फूल असल्यागत तिच्या घरच्यांनी तिला जपलं. तिच्यावर उपचार करणं असो की ती करत असलेलं कार्य; तिचे कुटुंबीय अथकपणे आणि एकजुटीने तिच्या पाठीशी उभे राहिले. आयुष्यातली शक्य तेवढी सुखं तिला लाभावीत म्हणून त्या सर्वांनी जिवाचं रान केलं. या जगातल्या विविध सौख्यानंदांची अनुभूती तिला लाभावी म्हणून तिचे वडील तिला थेट हिमालय आणि इतर नयनरम्य ठिकाणी भेटी द्यायला घेऊन गेले.

शहरी भागापुरतं काम करण्यात ज्योतीला आणि तिच्या स्वयंसेवकांना समाधान लाभत नव्हतं. हृदयाची रचना आणि कार्य यांची माहिती खेडोपाडी व्हावी म्हणून त्यांचा चमू महाराष्ट्रभर फिरला. या ज्ञानसत्रात त्यांनी वेगवेगळ्या व्हिडिओंचा आधार घेतला. सुरुवातीच्या टप्प्यावर हृदयरोगाचं निदान व्हावं म्हणून त्यांनी जनजागृती केली. शाब्बास, ज्योती! तुला लाखो सलाम!

आपण अल्पायुषी आहोत या जाणिवेने ती केवळ व्याकूळ होऊन जगली नाही, तर जगण्याचा प्रत्येक क्षण तिने सत्कारणी लावला. ध्येयपूर्तीसाठी ती झपाटल्यागत काम करत राहिली. तिच्या या मदतकार्यात मला माझा खारीचा वाटा उचलायला नक्की आवडेल.

हृदय आणि फुप्फुस प्रत्यारोपण करून घेण्यासाठी ती चेन्नईला निघण्याआधी आमची भेट झाली, ती शेवटची ठरली. दुर्दैवाने, ती त्या शस्त्रक्रियेतून वाचू शकली नाही. तरीसुद्धा, जीवनाविषयी तिला असणारी ओढ, उत्कटता आणि तिच्यात भरभरून असलेली बालकाची सहज निरागसता यांनी परिपूर्ण आठवणींची शिदोरी ती आम्हांला देऊन गेली आहे.

ज्योती, तू आमची हृदय-ज्योती आहेस!

ज्या घटनांतून आम्हांला ज्योतीचा अधिक चांगला परिचय होऊन आम्ही आमच्या आयुष्यात तिचा स्वीकार केला त्यापैकी काही वानगीदाखल इथे मांडत आहे –

श्रीरामना 'बालगंधर्व' इथे पुणे इंटरनॅशनल फिल्म फेस्टिव्हल (पीआयएफएफ) अॅवॉर्ड मिळालं तेव्हा ज्योती प्रेक्षागृहात हजर तर होतीच; पण कार्यक्रम संपला तेव्हा ती बाहेर उत्कंठतेने आमची वाट पाहत होती. श्रीरामना पाहताच त्यांना गच्च मिठी मारून तिने तिचा निरागस आणि निर्व्याज आनंद व्यक्त केला.

तिच्या कॉलेजचा काही समारंभ होता, मला नक्की आठवत नाही काय समारंभ होता ते! त्या वेळेस ती 'आयोजक समिती'मध्ये होती. त्या समारंभाचे अध्यक्षस्थान श्रीरामने स्वीकारावं अशी तिची उत्कट इच्छा होती. प्रत्येक गोष्टीचं अतिशय उत्तम नियोजन केलेलं होतं. श्रीरामची तब्येत थोडी बरी नसल्याने त्यांची गैरसोय होऊ नये म्हणून तिने संपूर्ण कार्यक्रम संपण्याआधीच आम्हा दोघांना तिथून शांतपणे बाहेर पडता येईल याकडे जातीने लक्ष दिलं होतं. त्याआधी, समारंभादरम्यान चहापान सुरू असताना तिने श्रीरामच्या हातात एक भेटवस्तू ठेवली. घरी येऊन आम्ही ती उघडली तर त्यात सुंदर आणि कलात्मक 'कटग्लास'ची एक उभी फुलदाणी होती.

अभिनेते डॉ. श्रीराम लागू यांच्या समवेत

महत्त्वाचं म्हणजे, त्याआधी ती जेव्हाही आमच्याकडे लांब देठाची फुलं घेऊन येत असे – जी ती वरचेवर आणत असे – तेव्हा आमच्याकडे तशी फुलं ठेवण्याच्या दृष्टीने सुयोग्य फुलदाणी नाही, हे तिच्या नजरेने टिपलं होतं. ते लक्षात ठेवून तिने आवर्जून ती खास भेट दिली होती. आता, तिच्या लाडक्या 'दादा'ला आणि मला भेटायला येताना निशिगंधाच्या लांब काड्या आणायला ती मोकळी झाली होती. तो गंध आमच्या घरात कैक दिवस दरवळत राही.

श्रीरामचा ९०वा वाढदिवस घरीच साजरा करायचा, असं आम्ही कुटुंबीयांनी ठरवलं तेव्हा त्यासाठी लागणाऱ्या तांत्रिक बाबींची जबाबदारी ज्योतीनेच पूर्णपणे अंगावर घेतली. तिच्या अगणित मित्र-मैत्रिणींना फोनाफोनी करून तिने संध्याकाळच्या कार्यक्रमासाठी आवश्यक म्युझिक सिस्टीमची सोय केली. परिपूर्णतेच्या तिच्या ध्यासाची चुणूक मला त्या दिवशी दिसली. जोवर ती सिस्टीम तिच्या मनासारखी लागली नाही तोवर ती तिथेच उभी होती. ज्योती, तुझ्याबद्दल किती आणि काय लिहू ग!

तिचा हट्ट पुरवण्यासाठी तिच्या आई-वडिलांनी आम्हांला त्यांच्या घरी जेवायला बोलावलं होतं तेव्हा तिच्या आईने अतिशय चविष्ट 'मासवडी' केली

होती. अतोनात कष्ट लागतात हा पदार्थ रांधायला; पण केवळ आमच्यासाठी त्यांनी तो केला होता हे पाहून आम्हा दोघांची मनं हेलावली होती. हृदय प्रत्यारोपणासाठी ज्योतीला चेन्नई इथे घेऊन जाण्यापूर्वी तिचे आई-वडील आम्हांला भेटायला आले होते. त्या वेळेस स्वतः श्रीराम डिमेन्शियाचा सामना करत होते. निरोप घेताना ज्योती आपल्या 'लाडक्या दादाला' अक्षरशः एखाद्या कोकरागत बिलगली होती. त्यानंतर ज्योतीला मी कधीच पाहू शकले नाही. तरीसुद्धा, माझ्या खिडकीबाहेर मला जेव्हा एखादं सुंदर फूल किंवा पक्षी दिसतो, आकाशात नाना रंगांची उधळण दिसते, वाऱ्यावर डोलणारी झाडं दिसतात; त्या प्रत्येक क्षणी ज्योती, मला तुझी आठवण येते. खरोखरच, तू आमची लाडकी, प्रिय, विस्मयकारक आणि सुरेख मैत्रीण होतीस.

अभिनेत्री दीपा लागू यांच्या समवेत

❑

जगण्याला उत्साहाने सामोरी जाणारी ज्योती

डॉ. भूषण शुक्ल (ज्योतीचे मानसोपचार तज्ज्ञ)

"डॉक्टर, तुमचं वय काय आहे हो?" बेडवर शांतपणे झोपलेल्या तरुणीने मला विचारलं. अशा प्रश्नाने सुरुवात होणार असेल, तर पुढे काय कपाळ उपयोग होणार आहे ट्रीटमेंटचा! असं मनातल्या मनात म्हणून मी केस पेपर बघायला घेतला.

पहिल्यांदा रुग्णाचं वय बघून घेतलं. माझ्यापेक्षा फक्त एक वर्षांनी लहान होती. परंतु मुलाखत सुरू करायला एवढं पुरेसं होतं. माझ्यासमोर आलेली ही व्यक्ती एकमेवाद्वितीय आहे याची मला अजून पूर्ण कल्पना आली नव्हती.

आयसीयूच्या बेडवर ती पोहोचली कशी? तर, जगणं नकोसं झालं म्हणून तिने काही कृती केली आणि अत्यावस्थ अवस्थेत आयसीयूमध्ये पोहोचली. डॉक्टरांनी तिचा जीव वाचवला आणि मानसोपचार तज्ज्ञ म्हणून मला बोलावणं पाठवलं; आणि जवळजवळ माझ्याच वयाच्या या मुलीशी माझी ओळख झाली. मी नुकतीच प्रॅक्टिस सुरू केली होती. नवीन डॉक्टरचा अतिउत्साह माझ्यात भरपूर होता; परंतु ज्योतीच्या उत्साहापुढे तो काहीच नव्हता.

जन्मतःच एक अत्यंत अवघड गुंतागुंतीचं हृदय घेऊन ज्योती जन्माला आली. सहज बरी करता न येणारी ही हृदयरचना तिला फार जगू देणार नाही हे स्पष्ट दिसत होतं. पण निसर्गाचा चमत्कार आणि तिची उत्तम जगण्याची जिद्द यामुळे ही मुलगी आज माझ्यासमोर व्यवस्थित जिवंत होती.

मला आयुष्य व्यवस्थित जगता येणार नसेल आणि माझ्या प्रेमाच्या नात्यावर इतकं बंधन येणार असेल तर मला हा जीव नकोय. मी मरते आणि स्वत:सह सगळ्यांचीच सुटका करते, असं तिचं स्पष्ट मत होतं.

ही माझी आणि ज्योतीची पहिली भेट. पहिल्या भेटीतच तिने मला खिशात टाकलं. मनापासून हसत सहज मृत्यूबद्दल बोलणारी ही तरुणी कमालच होती. तिचं

हे बोलण हसत-हसत असलं तरीही कमालीचं गंभीर आणि ठाम आहे, याची मला लगेच कल्पना आली. ही काही मृत्यूची धमकी नव्हती, स्पष्ट खात्री होती. शांतपणे विचार करून घेतलेला ठाम निर्णय होता.

मग चालू झाली समुपदेशनाची प्रक्रिया. पुढच्या अनेक महिन्यांत ज्योती मला समुपदेशनासाठी भेटली. तिची आयुष्य जगण्याची ओढ आणि निसर्गाने तिच्या पायात घातलेल्या बेड्या याची ओढाताण मला सतत दिसत होती. दोन्ही हाताने आयुष्याला गच्च मिठी मारून त्याचं चुंबन घेण्याचा तिचा निर्धार जबरदस्त होता.

मी थांबणार नाही, निरर्थक जीवन जगणार नाही, मला कोणाची सहानुभूती नको, माझं मी बघून घेईन, अशा निर्धाराने ती जगत होती. ती प्रेमात पडली, इतरांना मदत करायला उभी राहिली, संघटना बांधायचा प्रयत्न केला, आमची व्यावसायिक भेट संपल्यावरही, मित्र-मैत्रिणींना घेऊन मला भेटत राहिली.

आपल्या संपर्कात येणाऱ्या व्यक्तींचा अंदाज घेऊन त्यांना मानसिक आधार द्यायची तिची हातोटी विलक्षण होती. कधी सहज म्हणून भेटायला यायची. बोलता-बोलता विषण्णतेची एक सावली मला जाणवायची. पण, 'कोणाला (म्हणजे आई-वडिलांना) सांगू नका. तुम्ही माझे मित्र आहात म्हणून तुमच्याशी म्हणून बोलतेय,' अशी अट घालून बोलायची.

पुढे मी उच्चशिक्षणासाठी इंग्लंडला गेल्यावर आमचा संपर्क तुटला. परत आल्यावर एकदा अशीच रस्त्यात गाठ पडली. पुन्हा एकदा तेच खळखळून हसू, उत्साह, आनंद दिसत होता. "बघा, मी जिवंत आहे. मेले नाही अजून... इतक्या वर्षांनीसुद्धा!" अशा शब्दांत भर रस्त्यात पुन्हा एकदा तिने माझं स्वागत केलं.

काय कमाल आहे बघा! आयुष्याने घाव घालून नामोहरम केलेले अनेक जण मला माझ्या व्यवसायाच्या निमित्ताने रोज भेटतात; आणि एक ज्योती भेटते जी आयुष्यासमोर डोळ्याला डोळा भिडवून उभी राहते. पुढे तिची तब्येत अजून बिघडली. पण ज्योतीने हट्टाने परदेश प्रवाससुद्धा केला.

हार्ट ट्रान्सप्लांट करून हे सर्व बदलायचा, एक प्रचंड मोठ्या खर्चाचा उपचार करायचा तिने निर्णय घेतला. दुर्दैवाने त्यात यश आलं नाही. ही बातमी काही दिवसांपूर्वी ज्योतीच्या आईबाबांनी सांगितली.

आज मी त्यांच्या आग्रहावरून ज्योतीबद्दल लिहितोय. रुग्णाबद्दल लिहिताना नावाने लिहू नये, हा वैद्यकीय संकेत मी त्यांच्या आग्रहाखातर मोडतो आहे. पण असे संकेत मोडूनच आयुष्य जगणारी ज्योती स्मृतीत असेल तर का लिहू नये?

तिच्या जगण्याच्या उदाहरणाने अजून काही ज्योती पेटणार असतील, प्रकाश टाकणार असतील तर हे व्हायलाच हवं.

जन्मतः दुर्धर आजार असणाऱ्या मुलांचे आई-वडील खूप हळवे होतात. पण मुंगसे कुटुंबीयांनी आपली काळजी, चिंता बाजूला ठेवून ज्योतीला मुक्तपणे जगू दिलं. हे काम सोपं नाही.

समाजाच्या आणि नातेवाइकाच्या मताविरुद्ध वागणं सोपं नाही. पण त्यांनी ज्योतीला कुठेच थांबवलं नाही. उलट, शक्य तितकी आणि त्याही पलीकडे जाऊन मदत केली, प्रोत्साहन दिलं.

असं कुटुंब हे ज्योतीचं सर्वात मोठं भाग्य... आजारापलीकडे जाऊन जगायला शिकवणारं!

❑

लढवय्यी ज्योती

-डॉ. जगदीश हिरेमठ (ज्योतीचे हितचिंतक - हृदयरोगतज्ज्ञ, रुबी हॉल क्लिनिक, पुणे)-

ज्योती मुंगसे नावाचं धगधगीत अस्तित्व मला काही वर्षांपूर्वी परिचयाचं झालं. स्वत:ची 'अप अ‍ॅण्ड डाउन स्टोरी' इतक्या सहजतेने आणि तपशीलवार तिने मांडली होती. 'माझ्यासारख्या इतर व्यक्तींसाठी प्रेरणादायी अशी एक सीडी बनवायची आहे आणि त्यासाठी मला तुमची मदत हवी आहे,' असं थेट डोळ्यांत बघून स्पष्ट संबोधन!

त्या सीडीच्या तयारीत (हृदयाची गोष्ट) बऱ्याच वेळा आम्ही भेटलो. ज्योतीची आत्मीयता आणि नेटकेपणा जाणवत राहिला. डॉ. भास्कर यादव (सातारा), डॉ. रणजीत जगताप आणि आम्ही मिळून ही सीडी हजारोंपर्यंत पोहोचल्याचं मी ऐकलं!

ज्योती 'ओरिजनल' आजारातून बरी झालेली 'सर्व्हायव्हर'! आपला मार्ग अजूनही कठीण असून आयुष्याची दोरी फार बळकट नाही, हे माहीत असूनही ती लीलया वावरायची. 'बॅड डेज'ला काळजी घेणं आणि 'गुड डेज'ला समरसून काम करणं हे तिच्याकडून शिकण्यासारखं होतं.

सर्व संकटांशी झुंजत, अडचणींवर मात करत – प्रसंगी हरत, ज्योतीच्या वावरात एक 'प्लिझंट'पणा होता. तक्रार नाही, why me? नाही, मोठं काम करण्याचा अभिनिवेश नाही, दिग्गजांबरोबर असताना inferiority complex नाही.

मुंगसे परिवाराचंही जरूर कौतुक करावसं वाटतं. तिच्या उत्साहात, तिला सांभाळत-सांभाळत तिच्या लढ्यात ते पूर्ण सहभागी होते. आता या celebration of fighter's lifeमध्ये मला सहभागी होण्याची संधी दिल्याबद्दल आभार! ज्योतीची प्रेरणा अनेकांना लाभावी आणि Congenital Heart Disease आजारावर सोपी ट्रीटमेंट निघावी अशी मनापासून इच्छा!

❑

हृदय-ज्योत पेटवली

नसीमा हुरजूक (ज्योतीचं स्फूर्तिस्थान) ज्येष्ठ समाजसेविका

प्रिय ज्योती,

तुझ्याविषयी लिहिण्याऐवजी तुला पत्र लिहावंसं वाटलं. तू ते स्वर्गातिही नक्कीच वाचशील.

तुझी माझी पहिली भेट लोणावळ्याजवळच्या कान्हेफाटा येथील आमच्या मतिमंदांसाठी सुरू केलेल्या 'दिलासा' संस्थेत झाली होती. माझ्याविषयीची माहिती वाचल्यावर तू नाकाला ऑक्सिजन लावून मला भेटायला आलीस. थक्क झाले मी तुझं आणि तुझ्या आईबाबांचं धाडस बघून! त्या दिवशी आपण एका नात्याने घट्ट बांधले गेलो. त्या नात्याचं वर्णन करणं अशक्य आहे.

माझ्याप्रमाणेच तूही आपल्यापरीने तुझ्यासारखा हृदयाचा असाध्य आजार असलेल्यांसाठी 'हृदय-ज्योत' पेटवलीस. जेव्हा-जेव्हा तुझी आठवण यायची, भेट व्हायची अथवा फोनवर बोलायची, तेव्हा-तेव्हा माझ्या नजरेसमोर मंदपणे तेवणारी ज्योत, जी स्वत: जळत राहून इतरांना प्रकाश देणारी, दिसत असे. मी पुण्याला आले की तुझ्या घरी आपल्या तासन्तास गप्पा होत असतं. तुला श्वास घ्यायला त्रास व्हायचा. कधी-कधी तर ऑक्सिजनही लावलेला असायचा. तू किती वेळा ऑपरेशनला सामोरी गेलीस, अशक्य ते शक्य करून दाखवलंस. कोणत्यातरी शिखरावरही जाऊन आलीस आणि काळाच्या पडद्यामागे जाऊन बसलीस, तरी माझ्यासारख्या अनेकांच्या मनात तू अजून जिवंत आहेस. तुझा हसरा चेहरा विसरणं अशक्य आहे.

१८ मार्च २०२१ रोजी आमच्याबरोबर राहणारी सिस्टर प्रतिभा आठव्या महिन्यांतच आपल्या बाळासहित काही तासांत देवाघरी गेली. त्यामुळे तुला पत्र लिहायला उशीर झाला. त्या दिवसापासून बिछान्यावरून उठून मी काम करू

शकले नाही. हे पत्रही बिछान्यावर बसून लिहीत आहे. प्रतिभाने माझी व संस्थेतील अनेकांची मनोभावे सेवा केली होती.

प्रतिभाच्या व तुझ्या भेटीच्या प्रतीक्षेत,

तुझी,
नसीमादीदी

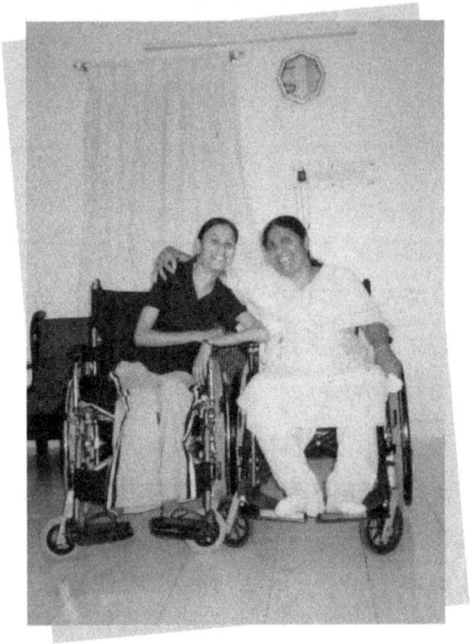

नसीमा यांच्यासोबत एका निवांत क्षणी (ज्योतीच्या घरी)

❑

हृदय-ज्योती

विनोद व विजया शहा

डॉ. हरिभाऊ मुंगसेंच्या घरी जन्माला आली एक बेटी
तेजाची परिमिती जणू, नामकरण तिचं केलं ज्योती
या बालिकेच्या हृदयाला झाली होती जन्मतःच क्षती
आईबाबांच्या मनात नेहमी असायची त्यामुळे भीती

काय करावं, कसं करावं, चिंता दिवस अन् राती
एक नाही, दोन नाही, सांगावं काय आणि किती हृदयात तिच्या गुंतागुंती
सामान्यवाढीचे मार्ग सारे खुंटले
बसली मनात एक अनामिक भीती

आई-बाबा झाले हताश, पण नाही डगमगली ज्योती
न खचता सरसावली जिद्दीने, धीराने
राहण्या उभे कष्टाने, स्वतःच्या पायावरती

शालेय-महाविद्यालयीन शिक्षणाची
आई-बाबांना पडली भ्रांती
परी जिगरबाज कन्येच्या मनाची उभारी ती
देऊनी मात व्यंगावरती, पदव्युत्तर शिक्षणाची केली पूर्ती
जिवात नव्हता जीव, श्वासाची कोंडी होत होती
विज्ञानाला होती मर्यादा, वैद्य निष्णातांचीही खुंटली मती

आज आहे, आत्ता आहे, पण उद्याची नव्हती शाश्वती
प्रबळ मनोबल परी ज्योतीचे, करी मात आजारावरती

अशक्यास ते शक्य दाविले करुनी पुरून उरली ज्योती

मृत्यूने जरी रोज भिवविले तरी हसत-हसत केली तयाशी दोस्ती
प्रियकर तू, आलास जरी अवचित करीशी सुटका देण्या यातनामुक्ती
साक्षात तोही जाई चक्रावूनी हिची वाटे तयाला भीती
ऑक्सिजन जरी लागे हिजला, यमच राही गॅसवरती
आजचा दिवस सत्कारणी लागे, उद्याची चिंता उद्यावरती

स्थापुनी 'हृदय-ज्योत परिवार' आबालवृद्धांची सेवा करती
गरजू, गरीब हृदयपीडितांना मार्गदर्शन, मदतीचा हात देती
केवढी मनाची खंबीरता, ती जिद्द पराकोटीची, श्रद्धा जीवनावरती
भूतदयेच्या मानव्याच्या उभी ही हृदयगंगेच्या काठावरती

उदंड आयुष्य दे रे दयाघना तिजला
जपण्या ही हृदयाची नाती
अखंड तेवू दे ही हृदयवाती
तळपू दे, उजळू दे ही प्रकाशज्योती!

■

स्मृती ठेवून जाती...

(ज्योतीच्या शिक्षकांच्या आठवणी)

ती तशी भाग्यवानच!

वसुधा पोतनीस, माध्यमिकच्या शिक्षिका

ज्योती सहावीत असताना मी त्या वर्गाची वर्गशिक्षिका होते. मराठीचा तास होता. उपस्थिती घेऊन झाली आणि तिची मैत्रीण ज्योतीचा हात धरून माझ्याजवळ आली. म्हणाली, ''बाई, ज्योतीला बरं नाही.'' तेवढ्यात ज्योतीने काही म्हणेपर्यंत डोळे मिटले... मान माझ्या हातावर टाकली... हात तर अगदी काळेनिळे होऊन गार पडलेले! तेवढ्यात हरिमामाने तिला उचलून आमच्या टीचर्स रूममध्ये गादीवर झोपवले. आम्ही दोघांनी तिचे हातपाय चोळले.

थोड्या वेळाने शुद्धीवर आल्यावर ज्योती म्हणाली, ''बाई, आता मी ठीक आहे.''

मी म्हटलं, ''तू झोप म्हणजे आणखी बरं वाटेल.'' मधल्या सुट्टीत तिला चहा-बिस्किटं दिली.

''ज्योती, आईबाबांना फोन करू का? त्यांना घेऊन जायला सांगू का?'' त्यावर लगेच 'नको, नको. मी आता वर्गात येऊन बसते.' असं म्हणाली.

तिला हृदयाशी निगडित दुखणं आहे हे मला माहीत नव्हतं. एकदा तिच्या बाबांनी शाळेत येऊन तिच्या आजारविषयी आणि तिला हृदयतज्ज्ञ डॉ. हिरेमठ यांची ट्रिटमेंट सुरू असल्याचं सांगितलं. त्यानंतर मात्र मी तिच्याकडे जरा जास्तच लक्ष देऊ लागले.

सामुदायिक कवायत, व्यायामाचा तास असला की 'तू बाहेर कट्ट्यावर बस. व्यायाम करू नकोस.' असं मी सांगायचे. त्यावर तिला काळजी वाटायची स्वत:च्या पास होण्याची! ''अग ज्योती, तू डॉक्टरांचं प्रमाणपत्र दिलंस तर नापास होणार नाही.'' असं सांगितल्यावर ती ऐकायची.

लेण्याद्री-शिवनेरी-ओझर सहलीला ती हट्टाने आली आणि मोठ्या प्रयासाने आणि जिद्दीने सहल व्यवस्थित पार पाडली. केवढी तिची प्रबळ इच्छाशक्ती!

एकदा तिचा भाऊ प्रीतम परदेशातून खास तिच्या भेटीसाठी आला होता. तेव्हा तिने आम्हां शाळेतील शिक्षकांना 'गेट-टुगेदर'साठी बोलवलं होतं. प्रत्येक शिक्षकांजवळ जाऊन, थांबून ती थोडा वेळ बोलाली. सगळे जण आल्याचा तिला खूप आनंद झाला. आग्रह करकरून आम्हांला तिने वाढलं. पण सगळ्यांचं आगतस्वागत करताना ती दमून गेली. 'जेवणार नाही,' असं तिने म्हटल्यावर 'औषधं घेण्यासाठी तरी तू खाल्लं पाहिजे' हे म्हणणं तिनं ऐकलं. थोडं माझ्या हातून खाऊन नंतर मात्र ती ऑक्सिजन लावून झोपली.

ज्योती तशी भाग्यवानच! कारण तिला तिच्या घरच्या मंडळींची सर्व बाजूंनी साथ मिळाली. तिची एकही इच्छा अपूर्ण राहणार नाही यासाठी तिचे आई, वडील, भाऊ, बहीण यांनी सर्वतोपरी साहाय्य केले. सर्वांना आपल्या स्वभावामुळे आपलंसं करणारी ज्योती १० मे २०१९ रोजी अनंतात विलीन झाली.

म्हणूनच म्हणावंसं वाटतं,

अशी पाखरे येती आणिक स्मृती ठेवूनी जाती...

❑

कर्मयोगिनी ज्योती

सौ. संजीवनी रानडे, माध्यमिकच्या शिक्षिका

अतिशय कृश शरीरयष्टीची, उभट चेहरा, गोरा रंग, बोलके डोळे अशी तेरा-चौदा वर्षांची ज्योती; डोळ्यांत मात्र एक अबोलपणाची झाक. कायम तिच्याबरोबर असणारी तिची मैत्रीण आशा महाडीक. दोघींमध्ये हृदयदोष असल्यामुळे दोघींनाही पी.टी. माफ होती. ज्योतीमध्ये तर दुर्धर असा हा दोष जन्मापासूनच होता. तरीही, पठ्ठीने अभ्यास करणं, शाळेत नियमित येणं कधी चुकवलं नाही.

त्या वर्षी शाळेची इयत्ता आठवीच्या सर्व तुकड्यांची एक दिवसाची ट्रीप 'सिंहगड'ला ठरली होती. मुलांनी उत्साहाने नावं नोंदवली होती. ज्योतीही त्यात होती. खूप मजा केली तिने! दुसऱ्या दिवशी मला आवर्जून सांगितलं, ''बाई, मी अगदी छान आहे. जबरदस्त आत्मविश्वास, मनाचा पक्का निश्चय याचं एक वेगळं रूप मला ज्योतीमध्ये पाहायला मिळालं आणि माझ्या मनाच्या एका कप्प्यात ज्योती जाऊन बसली.

आपल्या आजारपणाचा तिनं कधीही बाऊ केला नाही. ज्योती अभ्यासात मागे नव्हती. कुठेही खंड न पडता शालान्त परीक्षेचा एक टप्पा तिनं यशस्वीरीत्या पार केला होता. आयुष्यात उद्याच्या दिवसाचा भरवसा नसणाऱ्या या मुलीचं कौतुक करावं तेवढं थोडं होतं.

अशा या ज्योतीचं 'सह्याद्री वाहिनी'वर अचानक दर्शन झालं. आपलं समुपदेशनाचं काम, त्या कामाच्या पुढच्या योजना याबद्दल ज्योती भरभरून बोलत होती. ही मुलाखत डोळे भरून पाहताना मनात येत होतं, कुठून येतं एवढं बळ या मुलीमध्ये! ज्योतीबद्दलचा अभिमान अधिकच दुणावला. स्वत: उपचार घेत असतानाही तिथं येणाऱ्या तिच्यासारखीच व्याधी असणाऱ्या रुग्णांना ती धीर देत असे. तिच्या परीने समजावून सांगण्याचा प्रयत्न करत असे.

आम्ही सर्व शिक्षिका बऱ्याच वेळा तिच्या औंधच्या घरी जात असू. आम्हीही खूश आणि ज्योती, ज्योतीचे आईबाबासुद्धा खूश! आमच्यासाठी ज्योती म्हणजे एक टॉनिकच होतं. एक वेगळीच ऊर्जा घेऊन आम्ही परतत असू.

ज्योतीच्या आयुष्यातल्या एक प्रसंगाचे मी आणि माझे पती श्रीराम रानडे साक्षीदार आहोत. भरतनाट्य मंदिरमध्ये डॉ. नीतू मांडके परिवारातर्फे 'नीतू मांडके फाउंडेशन'चा कार्यक्रम होता. व्यासपीठावर नाट्यश्रेष्ठ डॉ. श्रीराम लागू, अभिनेत्री दीपा श्रीराम, मांडके परिवारातील मंडळी आणि त्याच ओळीत एका खुर्चीवर आमची ज्योती होती. त्या कार्यक्रमात ज्योतीच्या सामाजिक कार्याचा विशेष गौरव करण्यात आला. तिच्या या विशेष कार्याबद्दल ऐकल्यावर डॉ. लागू तर भारावून गेले. त्यांनी तिथेच तिच्या कामाला प्रोत्साहन म्हणून ५० हजारांची देणगी जाहीर केली आणि त्यांनी ज्योतीला अक्षरशः खाली वाकून नमस्कार केला. आणखीनच नव्या उमेदीने काम करण्यासाठी ज्योतीने त्याच व्यासपीठावर, त्याच कार्यक्रमात सर्वांच्या साक्षीने 'हृदय-ज्योत परिवार न्यास' नावाची संस्था स्थापन करत असल्याचं जाहीर केलं.

ज्योती म्हणजे रडत-रडत जगण्यापेक्षा हसत-हसत मरावं याचं मूर्तिमंत उदाहरण!

हे सेवाभाविनी, हे कर्मयोगिनी ज्योती, तुला आणि तुला सक्रिय भरघोस पाठिंबा देणाऱ्या तुझ्या परिवाराला साष्टांग दंडवत!

❑

हृदयाची ज्योत अखंडपणे तेवत ठेवणारी...

डॉ. संजय खरात, प्राचार्य, मॉडर्न कला, विज्ञान व वाणिज्य महाविद्यालय

अत्यंत विनम्र, विनयशील, सर्जनशील आणि आमच्या महाविद्यालयाच्या पहिल्या-दुसऱ्या बॅचची शिक्षकप्रिय विद्यार्थिनी म्हणजे ज्योती! माजी विद्यार्थी संघटना स्थापन करण्याचा विषय निघाल्याबरोबर संस्थापक-सदस्य यातील सक्रिय सदस्य म्हणजे ज्योती होती. पहिल्या भेटीतच या माजी विद्यार्थिनीविषयी उत्सुकता वाटली होती. 'माझ्या प्रकृतीला झेपेल अशी सर्व कामं मी माझा ताकदीनं करेन; पण हॉस्पिटलमध्ये ॲडमिट असेल तर माझा नाइलाज आहे.' तिच्या या बोलण्याने मी विचलित, थोडा अस्वस्थ आणि थोडा नाउमेदही झालो होतो. परंतु बोलण्यातील आत्मविश्वास आणि तळमळ यांमुळे कामाची आणि नवनिर्मितीची प्रेरणा मिळाली होती.

'विविधा'मध्ये ती एका विलक्षण ऊर्जेने काम करायची. त्यातून तिला आनंद मिळत असे. माझ्या सहकार्यांकडून आणि प्रा. डॉ. प्रकाश दीक्षित यांच्याकडून ज्योतीविषयीची माहिती घेतली. ज्योतीची अमर्याद मानसिक ताकद आणि कष्ट करण्याची जिद्द यामुळे ही मुलगी जन्मापासून सतत मृत्यूशी दोन हात करत आहे आणि तो तिने वयाच्या ४५व्या वर्षांपर्यंत सतत केला आहे.

जन्मजात हृदयदोष असल्यामुळे ज्योतीला सामान्य जीवन जगणं जडच गेलं असावं. प्राचार्य कक्षामध्ये ज्योती जेव्हा भेटायला येत असे तेव्हा न चुकता मी उठून उभा राहून तिचं स्वागत करायचो. हळुवार पावलं टाकत, स्वतःला सावरत, 'सर, येऊ का?' अशी विचारणा करत असे. मी बहुधा सांगायचो, 'तुम्ही येण्याचा उगीच त्रास घेतला.'

आज ती निश्चयच करून आली होती. २०१२चा जून महिना असेल. तिला पुन्हा एकदा महाविद्यालयाचा अधिकृत विद्यार्थी होऊन एम.ए. करायचं होतं, तेही समाजशास्त्रामध्ये! आणि आयुष्याने साथ दिली तर पीएच.डी.सुद्धा! मी अवाक्

झालो. परंतु तिच्या इच्छाशक्तीला सलाम करून सर्वतोपरी सहकार्य करण्याचं आश्वासन देऊन तिचं अभिनंदन केलं. मी म्हणालो, 'जिद्द असावी तर अशी!'

शेवटच्या वर्षाच्या परीक्षेसाठी ती मन लावून अभ्यास करत होती. परीक्षा देता यावी म्हणून, परीक्षेला बसताना ऑक्सिजन सिलिंडर जवळ ठेवण्याची तिने कॉलेजकडे परवानगी मागितली. एकंदरीत पार्श्वभूमी लक्षात घेता परवानगी नाकारली तर?... एक स्वप्न अपूर्ण राहणार होतं. माझ्या निर्णयप्रक्रियेचा अंत पाहणारा असा हा प्रसंग ठाकला होता.

ज्योती मात्र निश्चिंत होती. कमालीचा आत्मविश्वास होता तिच्यात! अखेर तिनेच मला धीर दिला आणि म्हणाली, ''खरं सांगू का, मी कोणत्याही क्षणी जाऊ शकते. हा तुमच्यासाठी पहिला प्रसंग असेल. परंतु माझा आणि माझ्यासारख्या समवेदना असणाऱ्या कित्येकांना वारंवार अशा प्रसंगांना सामोरं जावं लागतं. म्हणूनच मी 'हृदय-ज्योत परिवार' या संस्थेद्वारे हृदयदोष असलेल्या रुग्णांसाठी काम करते.''

किंबहुना, ती या संस्थेची संस्थापक. आपल्या वेदना थोड्या बाजूला ठेवून दुसऱ्याच्या आयुष्यात चांगले प्रसंग आणण्यासाठी प्रयत्नशील असणारी संस्था. निष्णात आणि तज्ज्ञ डॉक्टरांचं मोठं नेटवर्क 'हृदय-ज्योत परिवार' या संस्थेशी जोडलेलं आहे. डॉ. श्रीराम लागू त्यातीलच एक. अशा कितीतरी सहृदयी लोकांना एकत्र बांधून वर्षानुवर्षं ज्योती कित्येकांच्या आयुष्यात आनंदाची ज्योत तेवत ठेवण्यासाठी प्रयत्न करत असल्याचं समजलं. प्रत्येक टप्प्यावर ज्योतीला समजून घेणं खरंच आव्हान होतं.

'हृदय-ज्योत परिवार' या संस्थेच्या कार्य-परिचयानंतर ज्योती आणि तिच्या पालकांचा निर्णय यास अनुसरून मी अत्यंत धाडसी निर्णय घेतला आणि ज्योतीला एम.ए.च्या अंतिम सत्राच्या परीक्षेस ऑक्सिजन सिलिंडरसहित बसण्याची परवानगी दिली. परीक्षाकाळात मी तिच्यावर बारीक लक्ष ठेवून होतो. ज्योतीने कधीही परीक्षेस येण्यास विलंब केला नाही, की परीक्षेला कधीच जास्त वेळसुद्धा मागितला नाही. कोणतीही विशेष सवलत न घेता ज्योती रोज परीक्षा देत होती. मुद्दाम म्हणून मी तिच्या पेपरकडे कधीतरी बघत असे. ज्योती शांतचित्ताने पेपर लिहीत असे.

एक दिवस मात्र पेपर लिहिता-लिहिता ती थांबली आणि डोकं टेबलवर टेकवलं. तिचे हात काळसर पडत होते. तिच्या वडिलांनी तिचे हात चोळण्याची माझ्याकडे परवानगी मागितली आणि मी ती विनाविलंब दिली. किंबहुना, अशा प्रसंगात वडील

जवळ असावेत म्हणूनच मी 'विशेष परवानगी' दिली होती. ज्योतीचा पेपर लिहून संपला होता. तो तिचा शेवटचा पेपर होता. अर्ध्या तासानंतर ज्योती उठली आणि हळुवार पावले टाकत प्राचार्य कक्षामध्ये आली. वडील बरोबर होतेच. दोन्ही हात जोडून तिने नमस्कार केला. विशेष परवानगी दिल्याबद्दल आभार मानले. ''माझी परीक्षा झाली आहे, रिजल्ट बघायला मी असेन की नाही, माहीत नाही.'' असं हसून म्हणाली आणि वडिलांबरोबर सावकाश निघून गेली. माझी अस्वस्थता वाढली आणि क्षणभर डोळ्यांमध्ये अश्रू तरळले.

एम.ए.चा निकाल लागला. ज्योती एम.ए. समाजशास्त्रामध्ये महाविद्यालयात प्रथम आली होती. तिच्यापेक्षाही आम्हां शिक्षकांना प्रचंड आनंद झाला होता. ज्योती पेढे घेऊन आली तेव्हा तिचं कौतुक किती करावं याला सीमा नव्हती. एक दिवस तिने हृदय प्रत्यारोपणाच्या शस्त्रक्रियेसाठी चेन्नई येथे जात असल्याचं सांगितलं. तिला शुभेच्छा दिल्या. आपण निश्चित परत भेटू, असंही बोललो. परंतु काही दिवसांनी ज्योती गेल्याचं कळलं. अत्यंत दुःख झालं. तिच्या मृतात्म्यास सद्गती लाभो, शांती लाभो!

ज्योतीच्या नावाने तिच्या वडिलांनी महाविद्यालयातील विद्यार्थिनींसाठी 'प्रेरणा पुरस्कार' घोषित केला. या प्रेरणा पुरस्कारामुळे ज्योती आम्हां शिक्षकांच्या सदैव स्मरणात आणि हृदयात राहील. हृदयातील ज्योत कधीही मावळणार नाही, ती तेवतच राहील आणि दुसऱ्याच्या आयुष्याला तेजोमय करत राहील.

❑

आनंद व उत्साहाचा झरा...

डॉ. ज्योती गगनग्रास
समाजशास्त्र विभाग प्रमुख व उपप्राचार्य, मॉडर्न महाविद्यालय, गणेशखिंड ,पुणे

ज्योती म्हणजे उत्साही, कायम आनंदी, जणूकाही सळसळणारा, खळखळणारा झरा... तिला अजातशत्रू म्हटलं तर वावगं होणार नाही, इतकी तिची सर्वांशीच मैत्री. ज्योती इतक्या गंभीर आजाराला सामोरं जात होती; पण तिच्या चेहऱ्यावर ते कधी जाणवले नाही आणि स्वतःसाठी वेगळ्या सोयीसवलती तिने कधीच मागितल्या नाहीत. हृदयदोषाच्या आजारामुळे अनेकदा तिची तब्येत बिघडायची, तिला ऑक्सिजन द्यावा लागे, ज्येष्ठत्वाकडे झुकलेल्या आई-वडिलांना आपल्यामुळे त्रास होतो, असं तिला वाटत असे. तसं ती बोलूनही दाखवत असे.

ज्योतीच्या या यशाचे श्रेय मी तिच्या कठोर मेहनतीबरोबरच तिच्या आई-बाबांनाही देईन. तिला स्कूटरवरून सोडायला-आणायला अनेकदा तिचे बाबा यायचे. तिला तब्येतीचा अचानक काही त्रास झाला तरी काका तिला न्यायला ताबडतोब येत असत.

१२ जानेवारी रोजी 'युवादीन' ज्योतीचा वाढदिवस असायचा. महाविद्यालयातील 'विविधा' हा खूप मोठा आणि विद्यार्थिप्रिय उपक्रम जानेवारी महिन्यात असतो. काही विविधामध्ये ज्योतीचे वाढदिवस अगदी धूमधडाक्यात साजरे झालेले आठवतात. विविधाच्या काळात ज्योती आपलं आजारपण पूर्ण विसरायची, खूप आनंदात असायची. स्टॉलचं वाटप, नोंदणी, विद्यार्थ्यांच्या सभांना उपस्थिती लावणं तिला खूप आवडायचं.

महाविद्यालयात येताना घरून तिच्या आईने भरून दिलेला डबा तिच्यासोबत असे. डब्यातील एखादा तरी घास खावा असा तिचा आग्रह असे. ज्योतीचे आई-बाबा यांच्याबद्दल मी इतकंच म्हणेन, *दिव्यत्वाची जेथे प्रचिती तेथे कर माझे जुळती।*

प्रतिकूल परिस्थितीतून शिक्षण घेणाऱ्या, समाजभान बाळगणाऱ्या कला शाखेतील विद्यार्थ्यांसाठी ज्योतीच्या इच्छेने 'ज्योती मुंगसे प्रेरणा पुरस्कार' शिष्यवृत्ती

सुरू करण्यात आली, त्यानिमित्ताने ज्योतीच्या आठवणी सोबत करतीलच आणि प्रतिकूल परिस्थितीत शिक्षण घेणाऱ्या विद्यार्थ्याला मदतही मिळेल.

चेन्नईला जाण्यापूर्वीही ज्योती कॉलेजमध्ये आम्हांला भेटायला व निरोप घ्यायला आली होती. 'खूप जगायचं आहे आणि सर्व नीट होवो यासाठी प्रार्थना करा,' असं म्हणाली होती. पण तो अकल्पितपणे शेवटचा निरोप ठरला, याचं अतीव दुःख झालं.

❑

दुर्दम्य इच्छाशक्तीची...

डॉ. जयश्री खर्चे
साहायक प्राध्यापक, समाजशास्त्र विभाग, मॉडर्न कला, विज्ञान व वाणिज्य महाविद्यालय

मैत्रीचे बंध कधीच तुटणारे नसतात. जुन्या आठवणींना उजाळा देत मनातल्या मनात सुखावणारे असतात. ज्योतीशी असणारी माझी मैत्री आजही तितकीच निखळ आहे. रूढार्थाने ज्योती आज आपल्यात नसली, तरीही तिच्या आठवणींच्या रूपाने ती तितकीच जिवंत आहे. 'ज्योती' हे तिचं नावच तिच्याबाबतीत किती बोलकं होतं! प्रचंड मोठ्या वादळाचा क्षणाक्षणाला सामना करत राहूनही तिच्या मनातली जगण्याच्या दुर्दम्य इच्छाशक्तीची 'ज्योती' तिनं कधी विझू दिली नाही. स्वत:च्या मनातली ज्योत विझू न देता इतरांच्याही आयुष्याच्या फांदीला आशेची नवी पालवी फुटायला ती कारणीभूत ठरली. तिच्या 'हृदय-ज्योत परिवार' या संस्थेच्या माध्यमातून हृदयविकार असणाऱ्या रुग्णांना आणि त्यांच्या कुटुंबीयांना अगदी शेवटपर्यंत तिने मदतीचा हात पुढे केला.

शारीरिक आजार रोज कणाकणाने पोखरत असूनही परीक्षा जिद्दीने पूर्ण करून ती एम.ए.च्या परीक्षेत पहिली आली. इतकं जबरदस्त आत्मबळ असणारी व्यक्ती मी पहिल्यांदाच बघत होते, अनुभवत होते. शारीरिक आजाराच्या बेड्या तिला रोखत असल्या तरी तिच्या मन:पटलावर सप्तरंगी इंद्रधनुष्याचे तोरण कायम डोलत असे. तिच्या निष्कपट वागण्यामुळे तिने अनेक माणसं जोडली होती. ज्योतीने सर्वांशीच नेहमी मैत्रिपूर्ण संवाद केला. हे तिचे सोबती नेहमीच कधी प्रत्यक्ष तर, कधी पत्ररूपाने, कधी फेसबुकच्या माध्यमातून, तर कधी छायाचित्रांच्या माध्यमातून तिच्या संपर्कात असायचे. आज मी नाही, तर ती माझ्यासोबत आहे तिच्या आठवणींच्या रूपात! कधी ओठांवर हसू असेल तर कधी कंठ दाटून येईल; पण अशा हृदयस्पर्शी क्षणांची शिदोरीच आपल्याला आयुष्यभर साथ करते. अशा माझ्या लाडक्या मैत्रिणीला 'ज्योतिर्मय' श्रद्धांजली!

■

मिकीज हायस्कूल वार्षिक स्नेहसंमेलनात
आयकर आयुक्तांच्या हस्ते ज्योतीचा सन्मान (२७ जानेवारी २००४)

कै. प्रेमाताई कामतेकर पुरस्कार, वंचित विकास, पुणे (२००८)

अनोख्या मैत्रीचा प्रवास

(अनोख्या मैत्रीचा प्रवास)

मायेची बहीण...

दत्तात्रय भापकर, पोलीस निरीक्षक, आर्थिक गुन्हे शाखा, पुणे शहर

ज्योती आणि माझी ओळख मॉडर्न कॉलेजमध्ये शिकत असताना झाली. वास्तविक मी कॉमर्सला तर ती आर्ट्सला होती. ज्योती, प्रतिभा, अर्चना, शोभा, तायरा, मी, प्रशांत आणि संतोष असा आमचा ग्रुप होता. असा एकही दिवस नाही की आम्ही भेटत नसू. आमची ओळख त्यानंतर आणखी वाढून आमच्यात बहीण-भावाचं नातं कधी तयार झालं ते समजलंच नाही. ज्योती माझ्या प्रत्येक सुख-दुःखात कुटुंबातील सदस्यांसारखी सहभागी असायची.

नेहमीप्रमाणे ती सगळ्यांवर मात करून पुन्हा येईल असं वाटत असतानाच १० मे २०१९ रोजी तिच्या आपल्यातून जाण्याची दुःखद आणि धक्कादायक बातमी मिळाली. खऱ्या बहिणीपेक्षाही माया करणारी ज्योती परत आलीच नाही.

Miss U Dear Jyoti..

❑

अनोख्या मैत्रीचा प्रवास

नीलिमा गावडे, मैत्रीण

ज्योतीची पहिली भेट झाली ती मॉडर्नमध्ये, एका कार्यक्रमात. डॉ. श्रीराम लागू यांची मुलाखत ज्योतीने घेतली होती. नंतर त्या कार्यक्रमात डॉ. लागू ज्योतीला वाकून नमस्कार करू लागले. ज्योतीने त्यांना मधेच पकडलं. त्या वेळी मला खूपच आश्चर्य वाटलं. डॉ. लागूंसारखा माणूस ज्योतीला वाकून नमस्कार करतो म्हणजे ज्योती नक्कीच वेगळी मुलगी आहे, असं मला वाटलं.

ज्योतीची जिद्द, आत्मविश्वास, स्वाभिमान मला काही शिकवू पाहत होता. जीवघेण्या आजाराशी रोज लढणारी ती कसंबसं जीवन जगत नव्हती, तर त्या मर्यादित आयुष्यात ती तिच्या जीवनाला अर्थ देऊ पाहत होती. कधी पाळणाघर

चालवलं, कधी पार्लरचं काम शिकली, नंतर हृदय-ज्योत परिवारची सुरुवात. शाळा सुरळीत करू शकणार नाही असं वाटत असताना तिचा एम.ए.पर्यंतचा प्रवास थक्क करणारा होता. तिच्या आजाराला तिने ज्या प्रकारे स्वीकारलं होतं; बापरे! त्याशिवाय तिला अर्थपूर्ण जगणं शक्यच नव्हतं.

'ज्योती कधी हार मानू शकतच नाही.', 'तिच्याकडे बघून आपल्याला बळ मिळतं.', 'तिच्याकडून खूप प्रेरणा मिळते.' असं खूप काही तिच्याबद्दल बोललं जायचं. ज्यामध्ये खरंच तथ्य होतं. आपली प्रामाणिक भावना होती ती. कारण आपलं सगळं काही सुरळीत आयुष्य चालू असताना, जीवनाची सतत भासणारी असुरक्षितता घेऊनही ती मात्र आनंदाने जगण्याचा प्रयत्न करत होती, हे तिचं विशेषच होतं. परंतु हा आनंद लोकांसमोर कायम ठेवण्याची जबाबदारी ती कायम वाहत होती.

कधी-कधी समोरच्याला आपलं दु:ख सांगून, दाखवून समोरचा माणूस निराश व्हायला नको म्हणून कितीतरी वेळा तिने तिचं दु:ख लपवलंसुद्धा! ही भूमिका निभावताना कधी त्याचं ओझंही वाटलं तिला; तरीही कदाचित आई-बाबा सोडता तिने कधी कोणासमोर आपल्या या दु:खाची सावली जाणवू न देण्याचा प्रयत्न केला. तिच्या या सगळ्या शारीरिक-मानसिक हिंदोळ्यांवर खरंच तिच्या आई-बाबांची सावली कायम राहिली. याबाबतीत ती खरंच नशीबवान होती. ज्योतीचा शेवटचा फोन ती ट्रान्सप्लांटच्या सर्जरीला जाण्यापूर्वी काहीच दिवस आधी आला होता – 'नीलिमा, मी निर्णय घेतला.' तेव्हा सर्जरीवरून परत आल्यावर 'टपरीवर चहा पिऊ या, ट्रेकिंगला जाऊ या,' असं आम्ही काय-काय बोललो होतो.

गेली ज्योती; पण डोकावत राहते नेहमी कुठल्या-कुठल्या अनुभवातून! एका अचानक झालेल्या भेटीतून मैत्रीची काही पावलं बरोबर चाललो आम्ही. त्याच मैत्रीच्या आठवणीत ज्योती आज आहे आणि उद्याही असेन!

❑

ज्योतीसम तू!

शिल्पा बल्लाळ, फिल्ममेकर आणि मैत्रीण

आम्ही कोथरूडला सुमित्रा भावे - सुनिल सुकथनकर यांच्या 'बाधा' या चित्रपटाची पूर्वतयारी करत होतो. पूर्ण टीम होती. तितक्यात अभिनेते श्रीराम रानडे आत आले. त्यांच्यासोबत एक बारीक, गोरी, रेखीव, धारदार नाकाची, साधारण माझ्याच वयाची आणि उंचीची मुलगी होती. रानडे काकांनी ओळख करून दिली, 'ही ज्योती मुंगसे. जन्मजात हृदयविकार असणाऱ्या लहान मुलांसाठी ही एक संस्था चालवते. ही त्यांच्या पालकांना मदत करते.' वगैरे... 'हिच्या हृदयालाही जन्मापासून छिद्र आहे. त्यामुळेच हिने अशा मुलांना मदत करायचं ठरवलं.' त्या मुलीने आम्हां सर्वांना तिचं व्हिजिटिंग कार्ड दिलं.

पहिल्या फोननंतर पुढची दोन वर्षं आम्ही फक्त फोनवर बोलत राहिलो. मग मात्र ज्योती पुढची चौदा वर्षं माझ्या मनाचा भाग बनत गेली. ज्योती म्हणजे वेडेपणाचा कळस! हट्टी, भन्नाट, अशक्य कल्पना साकार करण्याची जिद्द असलेली, भटकायची प्रचंड हौस असलेली, लिहिण्याची आवड, भसाभसा मनात येईल ते बोलणं आणि मुख्य म्हणजे निखळ हास्य...!

'हृदयाची गोष्ट' ही फिल्म बनवताना माझी आणि ज्योतीची मैत्री अजून पक्की झाली. आम्हांला एकमेकांचं सगळ्यांत आवडणारं काही होतं, तर ते सतत रिस्क घेण्याची तयारी!

माझ्या कॅन्सर ट्रीटमेंटच्या काळात याच वेदना काही काळ माझ्या आयुष्याचा भाग बनल्या होत्या, तेव्हा ज्योतीच्या या गोष्टीने मला कायम साथ दिली. त्या वेदना मी याच विश्वासावर सहन केल्या, की हे लवकरच संपणार आहे. पण जोवर आपण जिवंत आहोत तोपर्यंत त्या कायमच्या सोबत असणार आहेत, हे माहीत असूनही ज्योतीला ते कसं जमत होतं तिचं तिलाच माहीत! "आज खूप दुखतंय, अगदी सहन होत नाहीये," हेही ज्योती हसत-हसत सांगायची. मी तिला म्हणायचे, "तिथे येऊन फटके मारीन, हसतेस काय? वेडीबिडी आहेस का?" तर ती म्हणायची, "वेडी नसते तर तुझ्याशी मैत्री झाली असती का?" पुन्हा तेच खळाळतं हसणं.

एकदा फोन आला तेव्हा म्हणाली, ''मला तुझं घर बघायचं आहे.'' पहिला मजला चढून येईल अशी तिची परिस्थिती कदाचित नव्हती. पण तिला यायचंच होतं. मी तिला जाऊन घेऊन आले. आम्ही माझ्या घरी आलो. भरपूर गप्पा मारल्या, जेवलो, चहा प्यायलो. मलाच धाकधूक वाटत होती, की आता पुन्हा हा मजला उतरून ही मुलगी जाणार. तिला त्रास तर होणार नाही? तिला घरी सोडायला निघाले तेव्हा माझ्या हातात एक पाकीट दिलं आणि म्हणाली, ''हे तू वाच!''

ज्योतीला घरी सोडून परत आल्यावर पाकीट उघडलं तर त्यात एक पत्र होतं आणि दोन हजारांची एक नोट... माझ्या पुढच्या फिल्मसाठी देणगी म्हणून! नर्मदा बचाओ आंदोलनावर मी फिल्म करतेय हे मी तिला सांगितलं होतं आणि पैसे गोळा करायचे आहेत असंही म्हटलं होतं. आणि ज्योती हजर! मी तिला फोन केला, ''अग, काय हे!'' तर म्हणाली, ''तुला ज्या फिल्ममध्ये टाकावेसे वाटतील त्यात टाक. मला सध्या इतकंच शक्य आहे. परंतु तुला या फिल्मसाठी खूप पैसे मिळतील बघ.''

ती माझी ज्योतीशी शेवटची भेट होती. त्यानंतर ती चेन्नईला गेली. फोनवर सांगून गेली, ''आलेच ग! नवीन हृदय बसवून येते. मग नर्मदेला जाऊ या दोघी!'' पण ती परत आलीच नाही. फिल्म झाली, त्यात देणगीदारांमध्ये ज्योतीचं नाव पहिलं आहे. ''निदान फिल्म बघायला तरी थांबायचंस ना, ज्योती!'' ती दोन हजारांची नोट मी अजूनही तशीच ठेवून दिली आहे, तिच्या पत्रासोबत. कारण ती नोट मला देताना ज्योतीच्या भावनांचं जे मोल होतं, त्या मोलाचं काहीच नाहीये जे मला घेता येईल.

❑

नवरीसारखा मेकअप केला!

रसिका मोरे, मैत्रीण आणि ब्यूटिशियन

माझी आणि ज्योतीची ओळख खरं तर एक क्लाएंट म्हणून झाली आणि काही दिवसांतच आम्ही खूप छान मैत्रिणी झालो.

मला आठवतं, ज्योतीचा पेसमेकर बसवण्याच्या वेळची गोष्ट. ज्योती पार्लरमधून मेंदी करून गेली. मला म्हणत होती, ''दोन दिवसांनी ॲडमिट व्हायचं आहे. ऑपरेशन आहे. काय माहीत कसं होईल! पण जाऊ दे. जे होईल ते होईल.'' मी तिला 'All the best! लवकर बरी होऊन ये,' असं म्हणत 'बाय' केलं.

दोन दिवसांनी पार्लरसमोर कोणीतरी व्हीलचेअरवर दिसलं. मला खूप आश्चर्य वाटलं, की कोणाला एवढं पार्लरमधून काही करायचं आहे आणि तिला व्हीलचेअरवर यावं लागलं! व्हीलचेअर दारात आली म्हणून मी दार उघडले तर रडावं का हसावं तेच कळेना. त्या खुर्चीवर ज्योती होती आणि ती हॉस्पिटलमध्ये जाण्यासाठी निघाली होती. जाता-जाता मला भेटायला आली. मी म्हणाले, ''अग, हे काय!'' ती म्हणाली, ''तुला भेटावसं वाटलं म्हणून आले, उद्या असेन किंवा नसेन म्हणून!'' मी म्हणाले, ''अग, मला बोलवायचं. मी आले असते ना!'' त्यानंतर आमच्यातली मैत्री आणखी घट्ट होत गेली.

एकदा असंच मी मेकअप करत होते नवरीचा% ज्योतीने तो पाहिला. आमचं बोलणं झालं. ज्योती म्हणाली, ''किती छान! माझ्या नशिबात लग्नच नाही, त्यामुळे इतकं छान नटताही येणार नाही. रसिका, कधी-कधी खूप वाटतं ग, लग्न करावं आणि असं छान नटावं; पण...''

मी म्हणाले, ''लग्नाचं तर मी काहीच करू शकत नाही; पण तुला नवरीसाठी तयार व्हायचं असेल तर मी तयार करेन. आपण फोटोही काढू.''

ज्योतीला खूप छान तयार केलं. अगदी नवरी दिसत होती. आम्ही मुंडावळी, मंगळसूत्र घालून फोटो काढले. तिने एक एप्रिलला तिचे हे फोटो स्टेटसवर टाकून सर्वांना 'एप्रिल फूल' केलं.

नेहमी काही कार्यक्रम असो किंवा ज्योतीचा वाढदिवस असो; ती छान तयार व्हायची – केसांना मेंदी, आयब्रो करणं. तिला मेंदी लावण्यावरून आमचा नेहमी वाद व्हायचा. थंडीचे दिवस असले की मला भीती वाटायची. कारण मेंदीमुळे सर्दी होईल वगैरे. पण ती मला पटवायची. ''काही नाही. हे नेहमीचंच आहे. पुढच्या वाढदिवसाला मी असेन नसेन...'' तिच्या अशा बोलण्यापुढे मी हार मानायचे.

नववधूच्या मेकअपमध्ये ज्योती

मला ब्लडप्रेशर आणि कॉलेस्ट्रॉलची गोळी सुरू झाली. पण मी नियमितपणे गोळ्या घेत नव्हते. तेव्हा तिने मला खूप झापलं होतं. ''तुम्हा लोकांना शरीराच्या पार्टची किंमत नाही ग! बघ, हार्टला कोणतंही डॅमेज झालं तर आपल्याला काहीच करता येत नाही. त्यामुळे नियमितपणे गोळी घेत जा.'' तेव्हापासून मी न चुकता नियमितपणे गोळी घेत आहे.

ज्योती मला नेहमी म्हणायची, ''रसिका, मी लिखाण करते. मृत्यूनंतर मला काय-काय पाहिजे, कसं करायचं ते सर्व लिहून ठेवणार आहे. त्या दरम्यान श्रीदेवी गेल्याचं आम्ही दोघी टीव्हीवर बघत होतो. तिला मेकअप केलेला होता. तेव्हा ज्योती मला म्हणाली, ''रसिका, मी गेल्यावर मलाही असा मेकअप करायचा.'' मी जोरात ओरडले, ''काहीही काय! आणि कोण करणार?'' तर लगेच म्हणाली, ''तू!''

माझ्या पायाखालची जमीनच सरकल्यासारखी झाली. ती मला म्हणायची, ''बघ, मी लिहून सांगून ठेवणार! कोणती साडी, अजून काय-काय ते...'' आणि हसू लागली. माझा चेहरा पाहण्यासारखा झाला होता.

मी तिला म्हटलं, ''ज्योती, बघच तू असं लिहून ठेवलंस तर! तुझी इच्छा म्हणून मी मेकअप केला तरी मीही तुला सांगते, पुन्हा मी ब्रश उचलणार नाही आणि

कोणालाही मेकअप करू शकणार नाही. चालेल का तुला?'' तर म्हणाली, ''किती घाबरते ग, रसिका! नाही करणार ग बाई, आत्तापासूनच टेन्शन घेऊ नकोस.''

❑

आम्ही 'सोलमेट'

डॉ. नताशा काळे, मैत्रीण

ज्योतीताईला पहिल्यांदा मी भेटले ते २०००मध्ये, आमच्या घराच्या वास्तुपूजेला आणि तेही लिफ्टमध्ये! हो, अगदी फिल्मी वाटावं ना तसंच! मग आम्ही दोघी कधी मैत्रिणी झालो आणि मैत्रिणींच्या 'सोलमेट' झालो ते कळलंच नाही.

मला तुझ्या गुणांबद्दल, धडाडीबद्दल, शूरत्वाबद्दल कळलं ते इतरांकडून. खरंच असे खूप कमी लोक असतात, ज्यांच्याबद्दल लोक कौतुकाने बोलतात; आणि खरोखरच तू होतीच तशी! जे काम इतरांना अशक्य किंवा विचित्र, प्रथेविरुद्ध वाटायचं ते तुला अगदी ठाम इच्छाशक्तीने सहज करता यायचं. मला नेहमी प्रश्न पडायचा, ताई, तुझ्याकडे हे स्फुरण, ही ऊर्जा येते तरी कुठून? तुझ्याकडे नेहमीच भन्नाट नवीन काहीतरी करण्यासाठी असायचं आणि आपण दोघी मिळून बिनधास्त ते करायचोही!

माझ्या अजूनही लक्षात आहे ती फिल्म... जी तुझ्यावर, तुझ्या हृदय-ज्योत परिवार'संस्थेवर चित्रित होती. ज्यामुळे मी नेहमी चांगलं काम करण्यासाठी खूप प्रेरित झाले. एक वेगळीच उभारी माझ्या मनाला लाभली. ताई, तू मला माहीत असलेली सर्वांत परोपकारी आणि दयाळू, कर्तव्यदक्ष ताई आहेस. माझ्या आयुष्यात कितीही संकटं आली तरी हरायचं नाही. येणाऱ्या प्रत्येक अडचणीला धैर्याने कसं सामोरं जायचं व प्रश्नांना हसतखेळत सोडवायचं हे तर मी तुझ्याकडूनच शिकले.

तुझी शेवटची भेटसुद्धा! आपण भेटलो ते तुझ्या नी माझ्या आवडत्या हॉटेल ग्रीन पार्कमध्ये. हो, श्रीकांतही माझ्याबरोबर होता. ताई, खरंच तू त्या दिवशीही काय सुंदर दिसत होतीस! तुला मी तुझ्यासारखेच एक सुंदर गुलाबाचं फूल आणलं होतं. त्या दिवशीचं तुझं ते प्रसन्न, मनमुराद हास्य माझ्या स्मृतीत अजूनही आहे.

त्याही दिवशी नेहमीप्रमाणे मला पडलेल्या असंख्य प्रश्नांची उत्तरं तुझ्याकडे तयारच होती. त्या दिवशीची ती अवर्णनीय संध्याकाळ माझ्या जीवनावर कायमचा ठसा उमटवून गेली, तेही तू लिहिलेल्या कवितांमुळे!

नताशा काळेच्या लग्नप्रसंगी

ताई, माझ्या लग्नात तब्येत ठीक नसतानाही तुझी उपस्थिती जिवाला चटका लावून गेली. त्याही दिवशी तुझं निखळ हास्य जे कधीच हरवू नये असंच होतं. माझ्या आयुष्यातील तुझी जागा तशीच राहील.

सखी, तू माझी अशीच राहावी. जन्मोजन्मीची तूच मैत्रीण व्हावी.

■

कौटुंबिक जिव्हाळा...

माझी भक्कम नाळेची लेक

१२ जानेवारी १९७३ रोजी ज्योतीचा जन्म, आमचं पहिलं अपत्य. इतकी हसरी, की बाईसाहेब या जगात आल्या त्या रडल्याच नाहीत. मानवी अस्तित्वाची पहिली निशाणी म्हणजे रडणं. मग डॉक्टरांच्या, नर्सच्या प्रयत्नांनंतर ती रडली.

'पहिली बेटी धनाची पेटी'; मात्र आमच्यासाठी ती होती ज्योती... आमचं मौल्यवान धन. मला मुलींची फार हौस, म्हणून बीज रुजल्यावर मी हळूच पोटावर मायेने हात फिरवून म्हटलं होतं, 'मुलगीच असू दे बरं का!'

आणि हुंकारून तीही म्हणाली होती, 'हो, मुलगीच आहे ग मी!'

नाव ज्योती ठेवायचं हे आम्हां दोघांचं आधीच ठरलं होतं. महात्मा फुले कृषी विद्यापीठात बाबांची नोकरी होती. ही मुलगी आपल्या तेजाने सर्वांना प्रकाशमान करेल अशा अर्थाने आम्हांला हे नाव सुचलं होतं आणि तिनेही संघर्षमय आयुष्य जगताना नेमक हेच केलं.

जन्मल्यानंतर तिचं काय बिनसलं होतं तेच कळत नव्हतं. रात्र-रात्र रडत असायची. सामान्यपणे नाळ सुकते ती पाच ते सहा दिवसांनी; पण हिची नाळ सुकली पंधरा दिवसांनी! त्या वेळी आई म्हणाली होती, "पोरगी भक्कम नाळेची दिसत्येय."

आपल्या आजीचे हे शब्द तिने पुढील आयुष्यात खरे करून दाखवले. प्रत्येक टप्प्यावर डॉक्टर म्हणायचे, 'बस, अजून फक्त काहीच दिवस!' आणि प्रत्येक टप्प्यावर ही मुलगी आपल्या जगण्याच्या संघर्षावर मात करून जणू राखेतून जन्म घेत होती. डॉक्टरांना खोटं ठरवत होती.

ज्योती सहा वर्षांची असल्यापासून तिला रोगप्रतिकारकशक्ती वाढवण्यासाठी 'पेनिड्यूर' नावाचं इंजेक्शन दर आठवड्याला घ्यावं लागे. ते घेतल्यावर चार-पाच दिवस तिचा पाय भयंकर दुखत असे. तिला चालताही येत नसे. जेमतेम दोन दिवस पाय दुखायचा थांबे, तोपर्यंत पुन्हा इंजेक्शन घ्यायची वेळ येई. त्या कोवळ्या वयात तिने या यातना कशा सहन केल्या असतील हे तीच जाणे! डॉक्टरांच्या टेबलावर

आजी (आईची आई) समवेत

अंदमान, पोर्टब्लेअर येथे आईबरोबर (२०१५)

इंजेक्शनसाठी घेतलं की ती जोरजोरात रडायला लागे. आम्ही तिचे हात-पाय धरून दाबून ठेवत असू. माझे तर डोळे भरून यायचे. वाटायचं, किती अन्याय आम्ही करतोय तिच्यावर! पण मोठ्या जीवघेण्या दुखण्यातून बरी करणं या ध्येयाच्या मागे लागून तिच्या अशा छोट्या यातनांकडे आम्ही दुर्लक्ष करायला शिकलो. या सर्व यातनामय जीवनातही तिने आपलं शिक्षण व्यवस्थित सुरू ठेवलं. हा संघर्ष सुरू असताना जे आनंदाचे क्षण उपभोगायला मिळत, त्यांचा ती पूर्णपणे लाभ घेत असे. रडतकुढत बसणारी ती मुळीच नव्हती... ती होती हसरी ज्योती.

ज्योती बारा वर्षांची झाली आणि तिचं पुन्हा कॅथेरायझेशन केलं. खूप आशेने आम्ही दोघं रिपोर्ट आणायला गेलो. आता डॉक्टर ऑपरेशनचा सल्ला देतील आणि मग आमची ज्योती खडखडीत बरी होईल, असं वाटत होतं. पण निराशाच पदरी पडली. डॉ. अशोक कानिटकरांनी सांगितलं, ''तिचा आजार फारच बळावला आहे. सध्यातरी विज्ञान इतकं प्रगत नाही, त्यामुळे आपण काही करू शकत नाही. ती फार-फार तर सहा महिन्यांची सोबती आहे. तेव्हा परमेश्वरावर भरवसा ठेवा आणि शक्य होईल तेवढी तिची काळजी घ्या, तिला आनंदी ठेवा.''

घरी येताना आम्ही दोघंही एकमेकांकडे बघायचं टाळत होतो. आम्ही हताश झालो होतो... होतं होतो. हरत चाललो होतो का? माझा हात हातात घेऊन हे म्हणाले, ''शीला, आपण जिद्द सोडायची नाही. मुलांना यातलं काहीही सांगायचं नाही. सगळं छान आहे असं भासवून पूर्वीसारखं हसूनखेळून राहू या!''

''चालेल! तिचं जितकं आयुष्य आहे ते तिला चांगल्या प्रकारे घालवता आलं पाहिजे. म्हणून शक्यतो तिच्या गंभीर आजाराची कल्पना न देता तिला नॉर्मल आयुष्य जगू देऊ या!''

आम्ही आनंदात घरी पोहोचलो आणि मुलांना 'Everything OK' असं खोटं सांगितलं.

ज्योतीला मुलांची खूप हौस होतीच. मग आम्ही तीन-चार मुलांना घेऊन पाळणाघर चालवलं. ती या मुलांचं खूप मायेने करत असे. मुलांनी ऐकलं नाही तर त्यांना दटावत असे आणि ती रडायला लागल्यावर स्वत:ही त्यांच्याबरोबर रडत बसे. इतकी ती हळवी होती, भावनिक होती. एक वर्षाच्या कार्तिकवर तिचा खास जीव होता. पुढे जाऊन ज्योतीने त्याला आपला मुलगा मानलं आणि त्याने तिला आई.

तिच्या प्रत्येक आजारपणात तो हॉस्पिटलमध्ये आमच्याबरोबर असायचा. तिची सेवा करायचा. त्याच्या कठीण प्रसंगात ज्योती त्याचा आधार बनत होती, धीर देत होती. आनंदाच्या प्रसंगी मनापासून खूश होत होती. स्वत:चा आनंद त्याच्या सुखात पाहायची, इतकं त्यांचं नातं घट्ट होतं.

कार्तिक तिला नेहमी म्हणायचा, ''आई, तू मला सांभाळलंस तसंच माझ्या मुलांनाही तुलाच सांभाळायचं आहे.''

पण दुर्दैवाने त्याच्या मुलांची काळजी घ्यायला, त्याचे लाड करायला ती या जगात नाही.

आपल्या मृत्युपत्रात तिने अग्नी देण्याचा मान कार्तिकला दिला आणि त्यानेही मुलाच्या मायेने तिचे सर्व अंतिम सोपस्कार केले.

कार्तिकप्रमाणेच इतर मुलांचीही ती आई बनली. इतकंच नव्हे, तर तिच्या मावसबहिणींची मुलं तिला 'मॉम' म्हणून हाक मारत असत. कितीही त्रास झाला तरी ती मागे-पुढे पाहत नसे. तिच्या या स्वभावामुळे लोकांना वाटे तिचा आजार काही फारसा गंभीर नाहीये.

काही जण गोड-गोड बोलून तिचा फायदा घेत तेव्हा मला त्यांचा फार राग यायचा. अशा वेळी मला लोकांपेक्षा तिचीच चीड यायची. हिला शारीरिक व्याधी असताना लोकांसाठी का एवढे कष्ट घेते?... का त्रास सहन करते? यावर ज्योती हसून म्हणे, ''मला आनंद मिळतोय हेच माझ्यासाठी महत्त्वाचं आहे. मला कळतंय ते माझा फायदा घेत आहेत. परंतु माझ्या आनंदासाठी मी त्रास घेतेय.''

अशी अजब विचारधारा होती तिची!

तिची वृत्ती अशी होती, की डॉक्टरांनी काही मर्यादा घालून दिल्या तर ती नेमकं त्याच्या उलट करत असे आणि आपले शरीर कितपत सक्षम आहे हे पडताळून पाहात असे.

डॉक्टरांनी मनाई केली असतानाही चौथीत शाळेच्या सहलीबरोबर ती शिवनेरी चढून गेली होती. २००१मध्ये परत एकदा शिवनेरी, लेण्याद्री चढली. वैष्णवदेवीला जाताना सतरा किलोमीटर चढून उतरली. रोहतांग पासला जाऊन आली. राजस्थान, केरळ, सिंगापूर, मलेशिया या सहली पार पडल्या. सिंगापूरला विमानप्रवासात त्रास झाला; पण त्यावरही तिने मात केली. हैदराबादलाही नको म्हणत असताना

गोवळकोंडा चढली. त्यानंतर मात्र तिचा त्रास खूपच वाढला. पेसमेकरची बॅटरी डाउन होत चालली होती. या ट्रीपनंतर ती जवळजवळ दोन वर्षं बेडवर झोपून होती.

१९९६मध्ये स्वातीचं एम.एस्सी. (इलेक्ट्रॉनिक्स) पूर्ण होऊन तिचा विवाह झाला. खरं तर आम्ही तिच्यासाठी स्थळ बघत नव्हतो. परंतु अचानक चांगलं स्थळ आलं. मुलगा एम.टेक. (मायक्रोइलेक्ट्रॉनिक्स). नाही म्हणण्याचं कारणच नव्हतं. ज्योती मोठी होती. खरं तर तिच्यासाठी आम्ही स्थळं बघायला हवीत. पण जन्मापासून असाध्य रोग असलेल्या मुलीशी कोण लग्न करणार? हा यक्षप्रश्न आमच्यासमोर होता. शिवाय, डॉक्टरांनी बजावलं होतं, 'लग्न नको आणि मुलं होणं तर शक्यच नाही.'

आम्हांला एक-दोन जणांनी सल्ले दिले, 'ज्योतीचंही लग्न करून टाका. लग्न झालं की होतं सगळं व्यवस्थित!'

मात्र, आमच्या मनास ते पटत नव्हतं. एक तर आमच्यासारखी तिची कोण काळजी घेईल? परंतु हा प्रश्न दुय्यम होता. खरं कारण हे होतं, की तिच्या आजाराविषयी स्पष्ट सांगितल्यावर तिच्याशी कोण लग्न करेल? तिला कोणीही स्वीकारणं केवळ अशक्य होतं. तिला हे कसं सांगायचं? तिची समजूत कशी काढायची? निसर्गनियमानुसार या वयातील तिच्या भावनांना थोडंच रोखता येणार होतं? तिला समजावून सांगणं आम्हांला खूप कठीण गेलं.

ज्योतीने मात्र सगळं फारच सोपं करून टाकलं. तिने हे कटूसत्य सहज पचवलं.

म्हणाली, ''आई-बाबा, आपल्या स्वातीला खूप छान मुलगा मिळालाय. लगेच करून टाका शुभमंगल!''

''ज्योती, तुझा आजार माहीत असूनही कोणी तुला स्वीकारणार असेल आणि तुझा चांगला सांभाळ करणारा असेल तर आमची तयारी आहे. तुझ्या माहितीत असेल कोणी तरी सांग.''

हसत-हसत ती म्हणाली, ''ते नंतर बघू. सध्यातरी आपल्या लाडक्या पिल्लाचं लग्न मला एन्जॉय करू दे.''

तिने समजून घेतलं आणि मनातील खंत, नाराजी जराही चेहऱ्यावर न दाखवता मोठ्या उत्साहाने स्वातीच्या लग्नात भाग घेतला. किंबहुना स्वतः सगळ्या कामांची जबाबदारी घेऊन उत्तम रीतीने पार पाडली. हे सगळं करताना स्वतःही सगळं एनजॉय केलं. अगदी स्वतःच्या प्रकृतीची, दुखण्याचीही तिने पर्वा केली नाही.

पण खरं सांगते, मी मात्र मनात झुरत होते. माझं सगळं लक्ष ज्योतीकडे होतं. ही खरंच खूश आहे का? कित्येक रात्री मला झोप लागत नव्हती. मन सारखं रडत असायचं, माझ्या पोरीच्या नशिबी हे का? तिला तर संसार करण्याची कोण हौस!... लहान मुलं तर किती आवडतात. ज्योती मात्र मस्त मजेत होती.

लग्नानंतर स्वाती सासरी गेली. सगळं स्थिरस्थावर झालं. ज्योतीचं मन आणि शरीर दोन्ही दुखावलं गेलं होतं. इतक्या वर्षांचा स्वातीचा सहवास संपला होता. प्रीतमचं कॉलेज सुरू होतं. बाबांचंही ऑफीस होतं. ज्योती कॉलेजला जात नव्हती. दिवसभर आम्ही दोघीच घरात असल्यामुळे घरात एक प्रकारची उदासीनता पसरली होती. त्या वेळी स्वातीच्या लग्नाची कॅसेट आम्ही दोघींनी एकूण २१ वेळा पाहिली. प्रत्येक वेळी डोळे भरून येत असत, ज्योतीचे तर जास्तच!

ज्योतीला पहिल्यापासूनच स्वयंपाकाची आवड होती. नवीन पदार्थ करून सर्वांना खायला घालायला तिला फार आवडे. बदल्यात सर्वांनी तिचं कौतुक करावं अशी तिची इच्छा असायची. कोणी कौतुक नाही केलं तर ती फुरंगटून म्हणायची, ''आम्ही जीव ओतून करायचं आणि तुम्ही मात्र 'चांगलं झालंय' असंही म्हणायचं नाही!''

अर्थात, ती कोणताही पदार्थ अगदी जीव ओतून करत असे. जास्त दगदग झाली तर ती आजारी पडायची भीती मला वाटायची. म्हणून मी तिला सर्व तयारी करून द्यायची. सततच्या जवळिकीमुळे आम्ही मायलेकी मैत्रिणी झालो होतो. दोघीही मनमोकळेपणे एकमेकींना आपल्या मनातलं सांगायचो.

काही वेळा ती मला जेवायला बस म्हणायची आणि मग गरमागरम पदार्थ ताटात वाढायची. त्यात तिला खूप आनंद मिळत असे. म्हणायची, ''माँ, पेटभर खाना खाओ!''

खुशीत असली की ती हिंदीत बोलत असे. खरं तर अशा वेळी ती माझी आई व्हायची आणि आपल्या चिमुकल्याला ज्या मायेने आई खाऊ घालते त्याच मायेने मला ती भरवायची.

पदार्थ करून दमली की स्वत: अर्धा तास विश्रांती घ्यायची आणि मग एक-दोन घास खायची. मी तिला म्हणायची, ''ज्योती, बाळा, इतकी दमतेस तर कशाला करतेस सगळं?''

''आई, मला यात खूप सुख मिळतं. मी विश्रांती घेतली की माझा थकवा जातो. हा आनंद मात्र कायम मनात घर करून राहतो.''

चपात्या करायला तिला खास आवडत असे.

काही मनाविरुद्ध झालं किंवा कोणावर रागावली की तो राग ती माझ्यावर काढत असे. कारण मी तिला कधीही उलटून बोलत नसे. मात्र, थोड्या वेळाने शांत झाल्यावर तिचं तिलाच कळायचं आणि मग डोळ्यांत पाणी आणून म्हणायची, "आई, मला कळतं तुझी चूक नाही. पण मला सहन होत नाही. मग तुझ्याशिवाय मी कोणावर राग काढू? हक्काची अशी तूच आहेस माझी... आणि तू राग मनात ठेवत नाहीस."

काही वेळा ती मला समजवायची, "आई तू खूप भोळी आहेस. जगाचा तुला अनुभव नाही. लोक आपल्याशी कसं वागतात ते तुला समजत नाही. तू धीट हो! स्वतःचे विचार ठामपणे मांडत जा."

असं होतं आमच्या दोघींमधील नातं. कधी हळुवारपणे समजावत असे, तर कधी कडक शब्दांत फटकारत असे.

माझं आयुष्य तिच्याभोवतीच गुंफलेलं होतं. ती शरीराने दुर्बल असली तरी तिची बुद्धी खूप तेज होती. आणि म्हणूनच प्रत्येक लहानसहान गोष्टींत तिचा सल्ला मी घेत असे. काही वेळा ती चिडून म्हणायची, "प्रत्येक गोष्ट मला विचारून करतेस, मी गेल्यानंतर काय करशील? कोणाला विचारशील?" हे ऐकल्यावर माझ्या काळजात चर्रर्र व्हायचं. ज्योतीशिवाय आयुष्याचा मी विचारच करू शकत नव्हते, इतकी ती माझ्या आयुष्याचा भाग झाली होती.

सुरुवातीला ज्योतीची अशी धारणा होती, की तिच्या दोन भावंडांपेक्षा तिच्याकडे माझं लक्ष कमी आहे. त्यामुळे ती कधी-कधी नाराज होत असे. वास्तविक तिची काळजी, तिचे पथ्य-पाणी, औषधं यांमध्ये मला दोघांकडे लक्ष द्यायला कमी वेळ मिळत असे. स्वाती आणि प्रीतम इतके समंजस होते, की त्यांनी त्याबद्दल कधीच तक्रार केली नाही. नंतर तिचं तिलाच समजलं, की आई आपल्यासाठीच जास्त राबते आहे.

म्हणायची, "आई, मी किती वाईट आहे ग! मला कळतंय मी तुला खूप त्रास देत आहे. प्रीतम, स्वाती माझं किती मायेने करतात. पण काय करू ग! काही वेळा मला सहन होत नाही. मग सगळ्यांचा राग येतो. का जन्म दिलास मला?"

अशा वेळी मी हताश होत असे. कारण माझ्याकडे उत्तर नव्हतं, रडणंही शक्य नव्हतं. तिला त्याचा त्रास होईल या विचाराने मी हसरी असण्याचा आटोकाट प्रयत्न करत होते. शक्य असतं तर तिचा त्रास मी घ्यायला तयार होते.

ज्योतीला काही काळ नैराश्याने घेरलं होतं. त्या भरात एक-दोन वेळा तिने आमच्या नकळत झोपेच्या गोळ्यांचे जास्त डोस घेतले होते. नियतीला मात्र हे मंजूर नव्हतं. ती त्यातून सुखरूप बाहेर पडली.

या अवस्थेत असतानाच २००३मध्ये पुन्हा एकदा तिने आत्महत्येचा प्रयत्न केला. वेळीच लक्षात आल्यामुळे आम्ही तातडीने तिला हॉस्पिटलमध्ये नेलं आणि ती वाचली.

आत्महत्येचे सगळे प्रयत्न फसले तेव्हा तिला समजून चुकलं, की आपण कितीही प्रयत्न केला तरी आपल्याला मृत्यू येत नाही. तेव्हा, आपल्याला जीवदान देण्यामागे परमेश्वराचाच काहीतरी हेतू असेल.

ज्योती माझ्यावर जितकी चिडत असे त्यापेक्षा कितीतरी जास्त प्रेम केलं तिने माझ्यावर!

आई आपल्याला गरमागरम करून खायला देते ही जाणीव ठेवून तिने कित्येक वेळा स्वत: पदार्थ बनवून आधी आम्हांला खायला घातले आहेत. एकदा तर पाऊस पडत होता. तिला भजी खायची लहर आली. मला म्हणाली, "मी करणार भजी. तू काही करायचं नाही."

अशा वेळी तिला आपण केलेली कोणतीच मदत आवडत नसे. एरवी तिचे बाबा कांदा चिरून देत असत. पण आज तिला एकटीनेच सर्व करायचं होतं. कांदा चिरता-चिरता अचानक चक्कर आली. लगेच तिला उचलून कॉटवर झोपवलं. ऑक्सिजन लावला. थोड्या वेळाने शुद्धीवर आली. परत उठून काही झालंच नाही अशा आविर्भावात म्हणाली, "चला मंडळी, भजी खायला!"

"ज्योती, तू उठू नकोस, मी करते भजी!" असं म्हटल्यावर "छे, छे! माझ्यासारखी मस्त, खमंग भजी तुझी नाही होणार." असं म्हणत नाकाला ऑक्सिजन लावून तिनेच भजी तळली आणि सर्वांनी भज्यांचा समाचार घेतला.

माझ्या साड्या, ड्रेस ती स्वत: पसंत करून आणत असे. माझी निवड साधी असायची आणि व्यवस्थित, टापटीप राहण्याकडे तिचा कल असे. आई-बाबांनी छान राहायला हवं असा तिचा कटाक्ष असे. माझी साडी पिन करणे हे तर तिचंच काम होतं. वर म्हणायची, "शिकून घे ग, आई! मी गेल्यावर तुला कोण पिन करून देणार?" असं म्हणून जोरात हसायची.

तिला सांभाळताना मला माझे छंद जोपासता आले नाहीत याची तिला पुरेपूर जाणीव होती. म्हणायची, "आई, माझ्यानंतर तू एकटी पडशील. बाबांना त्यांचं मित्रमंडळ आहे, तसेही ते कामानिमित्त बाहेर पडतात. तू इतकी वर्षं घरात आहेस, अजूनही घरात राहिलीस तर नंतर तुझ्याशी बोलायलाही कोणी नसणार! तेव्हा तू भजन, गाणं, योगा असा काहीतरी क्लास जॉईन कर. म्हणजे तुला मैत्रिणी मिळतील."

एवढं बोलून ती थांबली नाही, तर तिने मला भजनाला आणि योगासनांच्या क्लासला पाठवलं.

गणेशोत्सव, नवरात्र, श्रावण महिना असे आमचे भजनाचे कार्यक्रम होत असत. तब्येत बरी नसतानाही तिने मला कार्यक्रमाला जाण्यापासून कधी अडवलं नाही. उलट, मी जात नाही असं बघितल्यावर म्हणायची, "तू जा! मी गोळी घेतली आहे. थोड्या वेळाने बरं वाटेल... आणि बाबा आहेत न घरी!"

एवढंच नव्हे, तर नवरात्रात आम्हांला नऊ दिवस नऊ रंगांच्या साड्या नेसाव्या लागत. माझ्याकडे होत्या; पण इतरांपेक्षा त्या साध्या असायच्या. तेव्हा ज्योतीने माझ्या ६५व्या वाढदिवसाला मला नऊ साड्यांचं सरप्राईज दिलं. यात तिने तिची वहिनी शीतल आणि बहिणी स्वाती यांना सामील करून घेतल्यामुळे मला थांगपत्ताही लागला नाही.

मी कधी आजारी पडले तर ती माझी आई होत असे. मला बेडवरून उठू न देता किचन स्वत:च्या ताब्यात घेत असे. मला औषध, नाश्ता, जेवण सगळं काही बेडवर आणून देत असे.

'हृदयाची गोष्ट' ही फिल्म दाखवण्यासाठी ज्योती आमच्या भजनी मंडळात आली असता आमच्या भजनाच्या बाईंना तिने बजावलं, "माझी आई फार साधी आहे. तिला सांभाळून घ्या."

भजनी मंडळातील सर्वांशी ओळख झाल्यावर अलका लेंभे या माझ्या मैत्रिणीशी तिची विशेष गट्टी जमली.

एक दिवस अलका अशीच तिला भेटायला आली असता गप्पा वगैरे झाल्या, खाणं झालं आणि अचानक ती अलकाला म्हणाली, "अलका, तू माझी मोठी बहीण आहेस. माझ्यानंतर तूच आईची काळजी घ्यायची. स्वाती-शीतल, प्रीतम तिकडे अमेरिकेत आहेत. ते लवकर येऊ शकणार नाहीत. मी गेले तर बाबा कसे तरी सावरतील. आई मात्र कोलमडून पडेल. तेव्हा तू आईला आधार दे. देशील ना?"

माझ्या काळजाचं पाणी-पाणी झालं. किती हे धैर्य!... काय ही निरवानिरवीची भाषा! स्वतःचं दुःख सोसून, आपल्यानंतर मागे राहणाऱ्यांची काळजी करायचा हा विचार खूप उदात्त आहे. हे ज्योतीच करू जाणे. अशी होती माझी ज्योती!

ज्योतीला त्रास होत असताना मी तिचे पाय किंवा डोकं चेपत बसले तर काही वेळाने ती म्हणायची, "आई, तू किती वेळ जागत बसतेस? तुला दिवसभर कामं असतात. जा, झोप! मला आता बरं वाटतंय... थोड्या वेळात झोप लागेल."

एकदा ती फारच बेचैन झाली. मी रात्री अकरा ते पहाटे पाचपर्यंत हॉलमध्ये मांडीवर तिचं डोकं घेऊन थोपटत बसले. थोडं बरं वाटल्यावर ती माझ्या गळ्यात पडून खूप रडली. म्हणाली, "किती त्रास देते ग मी तुला!"

हॉस्पिटलमधील जेवण ज्योतीला अजिबात आवडतं नाही, हे माझ्या लक्षात आल्यावर मी प्रत्येक वेळी घरून डबा घेऊन जायची. त्या वेळी तिची शोभामावशी हॉस्पिटलमध्ये तिची काळजी घ्यायला हजर असायची. ज्योती शोभामावशीला दुसरी आईच मानत असे.

डोक्याला तेल लावून मालिश करणं आणि एकेक तास केसांतून कंगवा फिरवणं हा तिचा आवडता छंद होता. मग मी बऱ्याचदा तसं करायची. कधी-कधी ती माझ्याकडून छोट्या केसांच्या दोन वेण्या घालून घ्यायची, रिबीन बांधायची आणि आरशात पाहून माझ्याकडून फोटो काढून घ्यायची.

चेन्नईला असताना ऑपरेशनच्या दोन महिने आधी मी तिच्यासाठी गजरा आणला होता. तिला इतका आनंद झाला, की फारसे केस डोक्यावर नसतानाही तिने पिना

लावून तो घातला आणि फोटो काढले. ते फोटो व्हॉट्स ॲपवर वहिनी आणि बहिणीला पाठवले. कौतुकाने लिहिलं, 'आईने मला गजरा आणला.'

खाण्याच्या बाबतीत ज्योती फार चोखंदळ होती. मनासारखं नसेल तर ती अन्नाला तोंड लावत नसे. पुरणपोळी म्हणजे तिचा जीव की प्राण! माझ्या हातच्या पुरणपोळ्या तिला खूप आवडत. तिच्या ऑपरेशनसाठी चेन्नईला गैरसोय असतानाही मी होळीच्या सणाला पुरणपोळी केली. पुरणयंत्र नव्हतं तर पोळपाटावर लाटण्याने डाळ वाटून पुरणपोळ्या केल्या. गंमत म्हणजे, आजपर्यंत कधीही झाल्या नव्हत्या इतक्या त्या सुंदर आणि चविष्ट झाल्या. तिलाही खूप आवडल्या, म्हणून तिने मला पुन्हा पुरणपोळ्या करायला लावल्या.

पूर्वी कफाच्या त्रासामुळे ती कधीच शिरा खात नसे. पण एक दिवस तिने मला नाश्त्यासाठी शिरा करायला लावला. खाऊन झाल्यावर म्हणाली, "आई, शिरा अप्रतिम झालाय. पुन्हा एकदा कर." असं म्हणून नंतर तीन वेळा तिने मला शिरा करायला लावला.

मध्यंतरी तिला गव्हाची ॲलर्जी झाल्याने पूर्ण एक वर्ष ती संध्याकाळी फोडणीचा भात खात असे. त्यात तिला भरपूर कांदा-कोथिंबीर लागे.

शरयूमावशीच्या हातचा पातळ पोह्यांचा चिवडा तिला फार आवडे. भेटायला येताना ती आवर्जून ज्योतीसाठी चिवडा आणत असे.

ज्योतीला नॉनव्हेज बिलकुल आवडत नसे. परंतु डॉक्टरांनी जबरदस्ती केल्याने ती खाऊ लागली. डॉक्टर म्हणाले, "औषध म्हणून तुला नॉनव्हेज खावंच लागेल."

तिला चमचमीत पदार्थांची फार आवड होती. वडापाव, सामोसा, कच्छी दाबेली, ओली भेळ, पाणी-पुरी फरसाण हे पदार्थ तिच्या अत्यंत आवडीचे! कधी-कधी ती कॉलेजला पायी जाई आणि बसला दिलेले पैसे वाचवून मैत्रिणींसोबत सामोसा खाई. कॉलेज सोडल्यानंतर कच्छी दाबेलीकडे तिचा कल अधिक होता. औंधला जवळच 'दीपक स्वीट होम' असल्याने बाबा तिच्यासाठी कच्छी दाबेली घेऊन येत. पण तिच्या आवडीची दाबेली म्हणजे शगुन चौकात मिळणारी!

गोड पदार्थांमध्ये तिला काजूकतली विशेष आवडे. पेढा, बर्फी, गुलाबजाम, रसगुल्ले, जिलेबी, लाडू हे पदार्थ तिला कधीही आवडले नाहीत. त्याने घशाला त्रास होतो म्हणायची.

घरच्या जेवणातील पिठलं हा तिच्या अगदी जिव्हाळ्याचा पदार्थ होता. मिरची, कांदा घालून केलेलं पातळ पिठलं तिला खूप आवडायचं. ते बनवण्यात तिचा हातखंड होता.

खाण्याच्या बाबतीत ती चोखंदळ होती. तिला सर्व अगदी परफेक्ट लागत असे; पण खाणं अगदी मोजकंच. असं असलं तरी, त्रास होत असे तेव्हा ती आठ-आठ दिवस नुसत्या रव्याच्या पेजेवर आनंदाने राहायची, हेही तितकंच खरं! अशा वेळी मी आणि तिचे बाबासुद्धा तिच्याबरोबर पेज खायचो. कित्येक वेळा आमच्या तिघांची पेजेची पार्टी असायची. आम्ही ती मिटक्या मारत खायचो.

शीतलच्या (सूनबाई) आईच्या खाऱ्या शंकरपाळ्या ज्योतीला खूप आवडत. आम्ही चेन्नईला असताना त्यांनी दोन वेळा कुरियरने शंकरपाळ्या पाठवल्या.

स्वातीच्या हातचा डोसा आवडायचा. कधी ती स्वातीला बिर्याणी करायला सांगून आवडीने खायची. शीतल आल्यावर तिच्याकडून मूगडाळ-रव्याचं धिरडं करून घेई. कधी सुरळीच्या वड्या, तर कधी पिझ्झा! कॉलेजला असताना ती पुलाव खूप छान करत असे.

हॉटेलमध्ये कधी जेवायला गेलो तर तिला पनीर टिक्का फार आवडत असे. त्यातच तिचं अर्धं जेवण होई. कधी नाश्त्याला बाहेर गेलो तर आवडीने पावभाजी खायची. खरं तर आम्ही फारसं हॉटेलमध्ये जात नसू. अगदीच काही वाढदिवसासारखे प्रसंग असले तरच! तिचा वाढदिवस मात्र घरीच करावा लागत असे. कारण सकाळी उठल्यापासून शुभेच्छांचे फोन सुरू असायचे अन् तिला भेटायला येणारे दिवसभरात कधीही यायचे.

घरी मटकीची उसळ केल्यावर मात्र ती तशी कधीच खात नसे. तिच्यासाठी पाव, फरसाण, कांदा, कोथिंबीर अशी साग्रसंगीत तयारी करावी लागत असे. अशी मिसळ-पाव तिला फार आवडायची. त्यामुळे दहा दिवसांत एकदा तरी मिसळ-पाव हा बेत ठरलेलाच असायचा.

२०१२ ते २०१४ या काळात ज्योती बराच काळ बेडवर झोपून होती किंवा व्हीलचेअर घेऊन फिरायची. शेवटी तिने २०१४मध्ये पेसमेकरचं ऑपरेशन करून घेतलं. काम चालू होतंच.

एकदा हॉस्पिटलमध्ये असताना डॉक्टरांनी हार्ट-लंग्ज ट्रान्सप्लांटचा सल्ला दिला. चार वर्षं विचार करून शेवटी आम्ही निर्णय घेतला. आत्तापर्यंतच्या

अनुभवावरून आम्ही सर्व जण तिच्या आजाराबाबतीत खूप पॉझिटिव्ह होतो, निर्धास्त झालो होतो. आमच्या ज्योतीला काहीही होणार नाही. तिला खूप आयुष्य मिळेल, याची खात्री झाल्याने आम्ही निवांत झालो. सततचं असलेलं दडपण कमी झालं. त्यामुळे या ऑपरेशनमध्ये आमच्या वाट्याला अपयश येईल असा विचारही आमच्या मनाला अजिबात शिवला नाही. आत्तापर्यंत मिळालेल्या यशाप्रमाणे याही प्रसंगावर मात करून ती जिंकेल या भ्रमात आम्ही राहिलो.

ऑपरेशननंतर सर्व काही चांगलं होईल या आनंदात असतानाच ती अचानकपणे आम्हांला चकवा देऊन, आमच्या आयुष्यात कायमची पोकळी निर्माण करून निघून गेली.

तिने सर्व बाजूंनी ऑपरेशनचा विचार केला होता. प्रकृती साथ देईल की नाही, याबद्दल ती साशंका होती. यातून वाचले तर आणखी भरीव कार्य करणार आणि नाहीच वाचले तर पुढे काय-काय विधी करायचे, काय नाही हे तिने लिहून ठेवलं होतं.

ती म्हणायची, ''मरणाला मी घाबरत नाही. मी गेल्यानंतर कोणीही शोक करू नका. माझी आठवण येईल तेव्हा गेट-टुगेदर करा. सहभोजन करा.''

यावरून वाटतं की, तिने मृत्यूही आनंदाने स्वीकारला होता. तिला समजून घ्यायला आम्हीच कमी पडलो. पदोपदी तिच्या आठवणीने जिवाची कालवाकालव होते, मन विषण्ण होते. आमच्या पदरी असलेला मौल्यवान हिरा गमावून बसलो आहोत अशी भावना होते.

ज्योती माझा अंश, माझा पहिला अंकुर. काय चुकलं होतं माझं?... का हे फक्त प्राक्तन होतं... कोणाचं?... माझं की ज्योतीचं? याचं कोणाकडेही उत्तर नव्हतं. माझ्यापरीने मी जिवाचं रान करून ज्योतीला वाढवलं. काही वेळा मात्र तिला समजून घ्यायला मी कमी पडले. तिच्या शारीरिक यातना तर मी घेऊ शकत नव्हते. पण मानसिक?... त्याही समजून घ्यायला मी फार कमी पडले. बऱ्याचदा तिच्या मनात काय चाललंय हे मी ओळखू शकत नसे. मला मात्र तिचं भारी कौतुक वाटे. तिला सुखी, आनंदी ठेवणं ही माझी लढाई होती. त्यात बाबा, स्वाती आणि प्रीतम या तिघांनीही भरभरून साथ दिली.

ज्योती एकदा मला म्हणाली होती, ''आई, तुम्ही चौघं एका बाजूला आणि मी एकटी एका बाजूला उभी आहे असं वाटतं मला!''

"का ग, बाळा! आमचं काही चुकतंय का?"

"चुकतं असं नाही. पण तुम्ही सतत मला खूश करायला जाता हे बोचतं. मी वेगळी आहे हे मला माहीत आहे. पण ते वेगळेपण मला तुमच्या वागण्यात दिसतं. शिवाय, माझ्याकडून तुम्ही काहीच अपेक्षा ठेवत नाही. सगळी बंधनं माझ्यावर. स्वाती, प्रीतम ही शहाणी बाळं... आणि मी? हे वेगळेपण बोचत मला!"

हे खरं होतं, आम्ही सतत तिचा मूड सांभाळायचा प्रयत्न करायचो. तिला बिचारीला व्याधी जडलीय, हे तिचं बिचारेपण आमच्या डोक्यात कायम असायचं. बहुतेक हे तिला खुपत होतं.

आमची अजून एक चूक झाली. आम्ही तिला सतत जगवायला पाहत होतो. तिने जीवन संपवायचा दोन-तीनदा प्रयत्न केला तेव्हाही आम्ही तिला वाचवलं, याचा तिला राग होता. म्हणायची, "माझ्या शारीरिक यातना तुम्ही घेऊ शकणार नाही, हे माहीत आहे मला; पण माझ्या मानसिक यातना जाणवत नाहीत का तुम्हांला?"

मी तिला हवं तेव्हा मरू द्यायला हवं होतं का? हा प्रश्न मला छळतो. तिला जगवण्याचा अट्टाहास तिच्या निराशेला पूरक ठरला का?

ती हिरा होती. पण तिची कदर तिच्या जिवंतपणी नाही जाणवली का आम्हांला?

आज ती आमच्यात नाही, तरी क्षणोक्षणी भास होतो तिचा, तिच्या अस्तित्वाचा! मग रात्र-रात्र झोप लागत नाही.

तिला जे आयुष्य मिळालं ते ती भरभरून जगली. काटेरी विष सहन करूनही तिने आम्हांला आनंद दिला, सुख दिलं.

ज्योती, पुढच्या जन्मी येशील माझ्या पोटी परत!

❑

माझी लाघवी लेक

'ज्योतीचा मी बाबा' यापेक्षाही आमच्यात एक वेगळा बंध होता. जणू मी तिची आई. शब्दांत नाही सांगता येणार; पण ज्योतीसारखी मुलगी आमच्या आयुष्यात यावी हे आमचं भाग्य! ती वेगळी होती, जन्मापासून हृदयात दोष होता म्हणून नाही; तर ती खरंच वेगळी होती – हसरी, लाघवी, आहे त्यात आनंद मानून दुसऱ्याला आनंद देण्यात पटाईत होती. बरेच जण म्हणायचे, 'ज्योती खूप नशीबवान! तुमच्यासारखे आई-बाबा तिला मिळाले.' हे मला मान्य नाही. आम्ही दोघं नशीबवान की आम्हांला ज्योतीसारखी मुलगी लाभली.

खडतर आयुष्य तर मला माझ्या जन्मापासून लाभल होतं. नंतरचं आयुष्यही तसंच होतं. परंतु ज्योतीच्या जन्माआधी आणि नंतरच्या आयुष्यात एक मोठा फरक होता. तिच्या जन्मानंतर ती आमच्याबरोबर होती, त्यामुळे प्रत्येक दिवस हा आनंदाचा सोहळा असायचा. तिचा हसरा चेहरा, सततची मजेशीर बडबड,

अंदमान, पोर्टब्लेअर येथे बाबांबरोबर (२०१५)

तिची घरात वावरतानाची सुखद लगबग, 'माझे लाडके बाबा' म्हणत मारलेल्या असंख्य मिठ्या अजून स्पर्शतात मला! तिच्या डोळ्यांतल्या काटेरी विषाच्या यातना आठवल्या की माझ्या जिवाची घालमेल होते.

निराशावादी आजार

ज्योती सहा वर्षांची झाल्यावर कार्डियाक कॅथसाठी तिला एन. एम. वाडिया हॉस्पिटलमध्ये ॲडमिट केलं. कोपराजवळच्या शिरेतून प्रोब घातला तो थेट हृदयापर्यंत! डॉ. मोदींनी कार्डियाक कॅथरायझेशन केलं. दुसऱ्या दिवशी रिपोर्ट हातात मिळाला. निदान झालं ते PD, LTG, Large VSD आणि High PH. शब्द वाचूनच भांबावून आणि गोंधळून गेलो.

दुसऱ्या दिवशी हॉस्पिटलमधून सोडले. डॉ. अशोक कानिटकर, हार्ट सर्जन यांना रिपोर्ट दाखवला, जे कॅथ करण्याआधी आशावादी होते ते रिपोर्ट पाहून नाराज दिसले. 'High PH असल्याने आपण तिचा हृदयदोष ऑपरेशन करून दूर करू शकत नाही.' आम्हां सर्वांच्या चेहऱ्यावर निराशा पसरली. 'ती फार दिवस जगणार नाही' असाही बॉंब त्यांनी टाकला. मेंदू सुन्न झाला.

केस एवढी सिरीयस असल्याची घरच्यांना कल्पना दिली नाही. आता तिची पूर्वीपेक्षा जास्त काळजी घेण्याची आवश्यकता होती. डॉक्टरांनी औषधं लिहून दिली. तिला संसर्ग (सर्दी, खोकला इत्यादी) होऊ नये म्हणून दर आठवड्याला पेनिड्युरा इंजेक्शन घेण्यास सांगितलं. ते इंजेक्शन बटकमध्ये इन्ट्रामस्क्युलर द्यावं लागे. इंजेक्शन घेतल्यानंतर चार-पाच दिवस तिचा पाय दुखत असे. त्यामुळे पुढच्या इंजेक्शनसाठी ती दर वेळी अत्यंत नाराज असायची.

ज्योतीच्या औषधोपचारांसाठी पुण्यात असणं जरुरी असल्यामुळे बदलीसाठी खटपटी सुरू केल्या. शेवटी, विनंतीवरून डिसेंबर १९७९मध्ये राहुरीहून पुण्यात अखिल भारतीय बाजरी सुधार प्रकल्पामध्ये आहे त्याच पदावर बदली झाली.

बाराव्या वर्षी (१९८५) पुन्हा दुसऱ्यांदा वाडिया हॉस्पिटलमध्ये डॉ. मोदी आणि डॉ. सिंघवी यांनी कॅथ केलं. रिपोर्ट पाहिल्यावर डॉ. अशोक कानिटकरांनी पुन्हा सर्जरी करणं अशक्य असल्याचं सांगितलं. कारण Pulmonery Hypertension जास्त असल्याने सर्जरीचा धोका पत्करण्यास कोणी तयार नव्हते. सर्व कुटुंबीयांवर पुन्हा नैराश्याचं मळभ भरून आलं. आपण ज्योतीला वैद्यकीय उपचारांनी बरं करू शकत

नसल्याने फार वैफल्यग्रस्त वाटत होतं. आम्ही ज्योतीला आजाराचं गांभीर्य कळू दिलं नाही. आपल्या आयुष्यात सगळा काळोख भरला आहे याची त्या कोवळ्या जिवाला पुसटशीही कल्पना नव्हती. तिच्याकडे पाहून आम्हां पती-पत्नीचं अंतर्मन मात्र सतत दुःखी असायचं. परंतु ते न दाखवण्याचं कसबही आम्हांला जमू लागलं.

आजारपणात घरी बसल्या-बसल्या ज्योती अभ्यास करतच होती. १९९७ एप्रिलमध्ये तिने बी.ए.ची परीक्षा दिली आणि पासही झाली. एकूणच १९९७ हे वर्ष ज्योतीसाठी कसोटीचं ठरलं. तिला वारंवार हॉस्पिटलमध्ये दाखल करावं लागत होतं. या काळात सप्टेंबरमध्ये तीन वेळा हॉस्पिटलच्या वाऱ्या घडल्या. तसेच १९९८मध्येसुद्धा हॉस्पिटलमध्ये दाखल करावं लागलं.

ज्योतीचं मोठं ऑपरेशन होण्यापूर्वी तिची तब्येत ठीक नसायची, तेव्हा आम्ही तिला लोक सांगतील तिथे घेऊन जात होतो. मागे सांगितल्याप्रमाणे खडकीच्या दर्ग्यातही उपचार करून घेतले होते. तसेच सदाशिव पेठेत पेठेकाका म्हणून एक दत्तभक्त होते, त्यांच्याकडे बरेच लोक श्रद्धेने अडचणी सोडवण्यासाठी जात असत. ज्योतीच्या एका मित्राच्या सल्ल्याने आम्ही तिला त्या ठिकाणी घेऊन जात असू. दर गुरुवारी त्यांचा दरबार भरत असे. वर्ष-दीड वर्ष तिथे जाऊनही काही फरक पडला नाही. मग तेही सोडून दिलं. डेक्कन जिमखान्यावर एक बाई रेकी उपचार करत असे. काही दिवस ज्योतीने तिथेही उपचार घेतले. नंतर तिने रेकीचा कोर्सही केला आणि स्वतःच स्वतःला रेकी करत असे. तसेच त्या रेकी सेंटरवरही ज्योती काही दिवस काम करत होती. रेकीचा उपयोग होत नाही म्हटल्यावर तिने तेही सोडून दिलं.

काळ आला होता, पण वेळ आली नव्हती

एकदा तर ती घरातच बेशुद्ध पडली. मुळा रोडच्या जाधव डॉक्टरांना घरी बोलावलं. त्यांनी तपासून सांगितले की, "सर्व काही संपलं आहे, नाडी लागत नाही." मी डॉक्टरांवर विश्वास नाही ठेवला. माझी ज्योती माझा निरोप न घेता या जगातून जाणार नाही ही खात्री होती. माझं मन मला सांगत होतं, ज्योतीचा स्पर्श मला सांगत होता, 'बाबा, मी आहे.' ताबडतोब तिला रिक्षात घालून रुबी हॉल क्लिनिकला हलवलं. रस्त्यात सतत तिचे हात-पाय चोळत होतो आणि छातीवर दाब देत होतो.

हॉस्पिटलमध्ये ताबडतोब उपचार सुरू झाले. ज्योती शुद्धीवर आली. मला आणि पत्नीला कोण आनंद झाला म्हणून सांगू! डॉक्टरांचे ऐकले असते तर माझी ज्योती तिथेच संपली असती. पुढे तिच्याकडून मोठं समाजकार्य घडायचं होतं, म्हणून नियतीनेच तिला जीवदान दिलं असावं. शुद्धीवर आल्यावर ज्योतीनेही मृत्यूचा अनुभव आल्याचं सांगितलं.

मध्यंतरी मार्च १९९६मध्ये मी विद्यापीठाला विनंती करून पुण्यात कृषी महाविद्यालयात बदली करून घेतली. पुण्यात परत आल्यामुळे स्वातीचं लग्न आणि ज्योतीचं आजारपण यासाठी मला वेळ देता आला. विशेषत: ज्योतीला वारंवार हॉस्पिटलमध्ये दाखल करावं लागे. त्या वेळी सर्वांची चांगलीच दमछाक व्हायची. तिची आजाराची लक्षणही दर वेळेस वेगवेगळी असायची. कधी-कधी ती बेशुद्ध पडत असे, कधी सारं शरीर एकदम ताठ होत असे, हात-पाय वळत नसत. तिच्या केविलवाण्या शरीराकडे पाहून मन गलबलत असे. डोळ्यांतून चुकार अश्रू वाहायला लागायचे. तिचा बाप जिवंत असूनही तिचे शारीरिक कष्ट घेऊ शकत नव्हतो, त्यामुळे माझी जास्त तगमग व्हायची. खूप असहाय वाटायचं. कधी-कधी वाटतं तिची मानसिक तगमग तरी मी कुठे अनुभवत होतो?

सगळीकडूनच अशा निराशाजनक बातम्या आल्याने ज्योती आणि आम्ही खचून गेलो होतो. ज्योती तर फारच निराश झाली होती. तिचा बराचसा वेळ बेडवरच जायचा. अशा विचित्र अवस्थेत तिच्या लग्नाचा विचारही आम्ही करू शकत नव्हतो. आम्हांला तिचा आजार लपवून लग्न करायचं नव्हतं. कारण मग ती दुसऱ्याची फसवणूक झाली असती. तसेच तिच्या गंभीर आजाराची कल्पना देऊन कोणी मुलगा तिच्याशी लग्न करण्याचा विचारही करणार नाही याची खात्री होती. आणि ज्योतीला तर लग्न-संसार यात खूप रस होता.

तशातच तिच्या एका मैत्रिणीच्या संपर्कातून एका राष्ट्रीय बॉक्सिंग खेळाडूची आणि ज्योतीची ओळख झाली. मैत्री वाढत गेली. ज्योतीने त्याच्याशी लग्नाविषयी विचारल्यावर मी आणि पत्नीने नातेवाइकांशी बोलून, त्यांची संमती घेऊन होकारही दिला होता. पण त्याच्या आई-वडिलांना ज्योतीच्या आजाराची कल्पना दिल्यावर त्यांनी साफ नकार दिला. ज्योतीला थोडा कुठे आशेचा किरण दिसू लागला होता. त्यांच्या नकाराने ज्योती पूर्ण नैराश्याच्या खाईत ढकलली गेली. त्या भरात ४ जानेवारी २००२ रोजी झोपेच्या जास्त गोळ्या खाऊन तिने आत्महत्येचा प्रयत्न

केला. आमच्या लक्षात आल्यावर ताबडतोब तिला जोशी हॉस्पिटलमध्ये दाखल केले. आमच्या सुदैवाने ज्योती त्यातून सुखरूप बाहेर पडली. पण त्या वेळची तिची 'का वाचवलंत मला?' असं विचारणारी नजर मला अजूनही अस्वस्थ करते.

आम्ही कुटुंबीय पूर्ण हादरून गेलो.

प्रीतमची नोकरी आणि स्वातीचं बाळंतपण

मध्यंतरी आमच्या कुटुंबात इतरही काही घडामोडी घडल्या. प्रीतम इंजिनिअर झाला. त्याला कॅम्पस मुलाखतीद्वारे इन्फोसिस कंपनीत नोकरी मिळाली. कुटुंबाला आर्थिक स्थैर्याच्या दृष्टीने चांगलं झालं.

त्याच वर्षी स्वातीच्या बाळंतपणासाठी शीलाला अमेरिकेला जावं लागणार होतं. आम्हांला ज्योतीची चिंता! पण तीच म्हणाली, ''आई, तू बिनधास्त जा. मी इथलं सगळं सांभाळते.''

स्वातीला मुलगा झाला. ज्योतीला मावशी झाल्याचा प्रचंड आनंद झाला. आम्हीही आजी-आजोबा झालो होतो. सर्व जण खूश झाले.

चार महिने ज्योतीने व्यवस्थित घर सांभाळलं. मी आणि प्रीतम नोकरीनिमित्त बाहेर असायचो. आई अमेरिकेहून परत येईपर्यंत तिला सरप्राईज द्यायचं ज्योतीने ठरवलं. फ्लॅटला रंग देऊन घेतला, नवीन कोच आणायला मला भाग पाडलं. एवढी आजारी असतानासुद्धा जीवनाचा आनंद घेण्यात ती कमी पडत नव्हती. कोणतंही काम झोकून देऊन करायची तिची वृत्ती होती. तिची आई जानेवारी २०००मध्ये परत आल्यावर घर पाहून अचंबितच झाली.

''ज्योती, तू एवढं सगळं कसं केलंस!''

बहिणीला मुलगा झाल्याचा तिच्या चेहऱ्यावरील आनंद अवर्णनीय होता.

ज्योतीनं समाजसेवेचं व्रत स्वीकारलं

ज्योतीने परत एकदा आत्महत्येचा प्रयत्न केला. या वेळीही आम्ही तिला वाचवलं. त्यानंतर हॉस्पिटलमधून घरी आल्यावर आम्ही तिच्या मनावर कोणताही ताण येणार नाही, असा प्रयत्न करत होतो. या सर्वांतून सावरताना तिला काही दिवस लागले. पुन्हा वाचन सुरू झालं.

या दरम्यान नसीमा हुरजूक यांचं *चाकाची खुर्ची* हे आत्मचरित्र वाचनात आलं. त्यांचा जीवनातील संघर्ष आणि अशा परिस्थितीत 'हेल्पर्स ऑफ इंडिया'

ही संस्था स्थापून त्याद्वारे अपंगांच्या जीवनात नवीन आशा पालवण्याच्या त्यांच्या महान कार्याने ज्योती भारावून गेली. आपणही आपल्या उर्वरित आयुष्यात इतर मुलांसाठी संस्था स्थापन करून, समाजसेवा करण्याचे विचार सतत तिच्या मनात घोळत होते. आपल्या मनातील विचार समाजापुढे ठेवून त्यांच्याकडून आपल्याला प्रोत्साहन आणि मदत मिळावी, यासाठी लोकांपर्यंत पोहोचलं पाहिजे या विचाराने तिला झपाटलं. स्वत:विषयी आणि आपल्याला कशा प्रकारचं समाजकार्य करायचं आहे याबद्दल तिने लिखाण केलं. ते वर्तमानपत्रांत छापून यावं म्हणून प्रयत्न सुरू केले. १३ ऑक्टोबर २००३ रोजी *सकाळ*मध्ये तिचा 'प्रत्येकाला फुलपाखराचे पंख आहेत' हा लेख 'प्रतिसाद' या पुरवणीत छापून आला. महाराष्ट्रभर तिचा लेख पोहोचला.

२००० ते २००३ या काळात ती मॉडेलिंगचंही प्रशिक्षण घेत होती. टीव्ही सिरियलमध्ये काम करण्यासाठीही ती जोरदार तयारी करत होती. हे सर्व आजार सांभाळून सुरू होतं. १२ जून २००५ रोजी पत्रकार भवन येथे आडकर फाउंडेशनतर्फे 'नकाराला भिडताना' हा कार्यक्रम आयोजित केला होता. त्यामध्ये ज्योतीच्या अपार कष्टाची आणि जिद्दीची कथा प्रकट मुलाखतीने उलगडली गेली. त्यात ज्योती, डॉ. शिरीष हिरेमठ, पंकज जिंदाल यांची मुलाखत प्रसिद्ध कवयित्री संजीवनी बोकील यांनी घेतली होती. या मुलाखतीदरम्यान डॉ. हिरेमठ म्हणाले, ''ज्योती, थोडे दिवस थांब. वैद्यकशास्त्र प्रगत होईल. मग तुझ्यावर उपचार करणं सोपं होईल.''

अजून काही काळ थांबायला हवं होतं ज्योती बाळा!

❑

आमची हसरी परीताई

लहान असताना आपल्या मोठ्या बहिणीला काही गंभीर आजार आहे याची आम्हा भावंडांना काहीच कल्पना नव्हती. आई-बाबांनी आम्हांला कधी ते जाणवू दिलं नाही. भावंडांमध्ये मी मधली. ज्योती माझ्यापेक्षा सव्वा वर्षांनी मोठी आणि भाऊ माझ्यापेक्षा चार वर्षांनी लहान. मध्यमवर्गीय घरात, चाळीतल्या एका खोलीत आम्ही भावंडं वाढत होतो. शाळेत जाणं, अभ्यास करणं, मित्र-मैत्रिणींबरोबर बाहेर भरपूर खेळणं, दंगामस्ती यात आम्ही दंग असायचो. मजेत आयुष्य चाललेलं असायचं.

पाचवी-सहावीनंतर ज्योती सारखी आजारी पडायची तेव्हा जरा जाणवलं की आमच्यापेक्षा ही काहीतरी वेगळी आहे. दिसायलाही ती खूप नाजूक होती. ज्योती आजारपणामुळे आणि भाऊ लहान असल्यामुळे हट्टीपणा करायचे. त्यामुळे आपण शहाण्यासारखं वागायचं, आई-बाबांना त्रास द्यायचा नाही, हे मी खूप लहानपणी शिकले. आपणच ज्योतीपेक्षा मोठ्या आहोत आणि मलाच या दोघांची मोठ्या भावंडाप्रमाणे काळजी घ्यायची आहे, ताई होऊन दोघांचं बाहेरच्या जगापासून संरक्षण करायचं आहे, अशी भावना मनात असायची. आमची आई खूपच शांत, भिडस्त स्वभावाची असल्यामुळे ज्योती आणि प्रीतमला बाहेरचं कोणी काही बोललं की मी जाऊन त्यांच्याशी भांडायची.

ज्योतीला माणसं जोडण्याची आवड होती. ती नेहमीच इतरांना त्यांच्या कामात मदत करत असे. सर्वांवर प्रेम करणं, त्यांना मायेने जोडणं हे ती मनापासून करायची. घरकाम, स्वयंपाक, लहान मुलांशी खेळणं यांत तिला खूप आनंद मिळायचा. त्यामुळे आम्ही जणू दोन ध्रुवांवर आनंदी असायचो. आमची विश्वं जरी वेगळी असली तरी आमचं एकमेकींवर खूप प्रेम होतं. मी फर्ग्युसन कॉलेजला असताना माझ्या जुन्या आयडेंटिटी कार्डवर चोरून आमच्या Insync फंक्शनला तिला घेऊन जायचे. माझ्या मैत्रिणी आणि आम्ही दोघी फार मज्जा करायचो.

ज्योतीला सतत डॉक्टरांकडे घेऊन जावं लागायचं. चेकअप, औषधं-गोळ्या हे तिच्या आयुष्याचं सार बनलं होतं. खरं तर तिला रसरसून आयुष्य जगायचं होतं. एकदा डॉक्टरांना ज्योतीने स्पष्ट विचारलं, "मला अजून किती आयुष्य आहे?"

त्यांनी सांगितलं, ''अजून एक ते दोन वर्षं!''

त्या दिवशी आमच्या कोणाच्याही खोलीतला दिवा रात्रभर विझला नाही. ज्योतीला आजारपणातून बरं करण्यासाठी आणि तिचा त्रास कमी करण्यासाठी आपण काहीच करू शकत नाही, याची सतत खंत वाटत असे.

आपलं लग्न व्हावं, आपण संसार थाटावा अशी तिची फार इच्छा होती. तिला लहान मुलांची फार आवड; पण तिच्या आजारपणामुळे ते शक्य नव्हतं.

१९९६मध्ये माझं लग्न ठरलं. आम्ही कधी उघडपणे याबद्दल बोललो नाही. पण आपल्याआधी आपल्या लहान बहिणीचं लग्न होत आहे याचा तिला नक्कीच त्रास झाला असणार. परंतु तिने कधीही त्याचा उल्लेख केला नाही किंवा नाराजी व्यक्त केली नाही. उलट, माझ्या लग्नात तिने खूप उत्साहाने सगळी खरेदी केली. माझं फेशियल, मेकअप, हेअरस्टाइल सारं काही तिनेच स्वत:च्या हाताने केलं.

माझा संसार सुरू झाला. इकडे ज्योती सारखी आजारी पडू लागली. तिला श्वास घ्यायला त्रास व्हायचा. हृदयाची धडधड इतकी वाढायची, की संपूर्ण पलंग गदगद हलायचा. वर्षातून एकदा तरी तिला हॉस्पिटलची वारी करावी लागायची.

धाकटी बहीण स्वातीबरोबर चेन्नई येथील हॉटेलमध्ये (२०१९)

'ज्योती खूप आजारी असून हॉस्पिटलमध्ये अ‍ॅडमिट आहे. तुम्ही तिला भेटून या.' माझ्या लग्नानंतर पहिल्यांदा बाबांनी मला पाठवलेला निरोप माझ्यासाठी खूपच धक्कादायक होता. बंगळुरुहून मी लगेचच ज्योतीला भेटायला आले.

हॉस्पिटलमध्ये असली तरी ज्योती खूप अलर्ट आणि हसरी असायची. तीन-चार वेळा मी कधी मावशीबरोबर, तर कधी भावाबरोबर रात्री हॉस्पिटलमध्ये थांबले होते. तिथेही आम्ही खूप हसतखेळत राहायचा प्रयत्न करत असू. एकदा भाऊ रात्री बारा वाजता अ‍ॅपल ज्यूस घेऊन हॉस्पिटलमध्ये झोपायला आला होता. तेव्हा आम्ही तिघंही फुटकळ विनोदावर इतकं हसत होतो, की त्या सेमी-प्रायव्हेट रूममधले दुसरे पेशंट आम्हांला ओरडले, "काय दंगा चाललाय?... जरा झोपू द्या की!"

एकदा तर गंमतच झाली. सकाळी ज्योतीच्या बेडवर बसून आम्ही दोघी नाश्ता करत होतो. ज्योतीची बडबड चालली होती. तेवढ्यात इंजेक्शन द्यायला नर्स आली. तिने आम्हांला विचारलं, 'पेशंट कोण आहे?' आम्ही दोघी खो-खो हसलो होतो.

हॉस्पिटलमधलं शाकाहारी जेवण तितकंसं चांगलं नसायचं. नॉनव्हेज मात्र मस्त होतं. ज्योती होती शाकाहारी, मग तिच्यासाठी घरूनच जेवण यायचं आणि तिचं हॉस्पिटलचं नॉनव्हेज जेवण मी चापायची.

शाळेत असताना मला कायम सगळ्या स्पर्धांमध्ये बक्षिसं मिळत असत. नववीत असताना ज्योतीने तिच्या मैत्रिणींबरोबर मिळून विज्ञानजत्रेत वीज निर्माण करण्याचा एक सायन्सचा प्रोजेक्ट केला होता. बाकी दोन मैत्रिणींच्या खांद्याला खांदा लावून तिने सगळं प्रोजेक्टचं काम हिरिरीने केलं होतं. त्या वर्षी ज्योतीला आयुष्यात पहिल्यांदाच बक्षीस मिळालं. ज्योतीचा आनंद तेव्हा गगनात मावत नव्हता.

माझ्या लग्नानंतर मी दीड वर्षं बंगळुरुला होते. त्यानंतर माझ्या मिस्टरांच्या नोकरीनिमित्त आम्ही यूएसला शिफ्ट झालो. सुरुवातीला तिकडे सगळंच महाग वाटायचं. तेव्हा मी घरी सगळ्यांना पत्र लिहीत असे. दर १५ दिवसांनी फोन व्हायचा, तोही पाच-दहा मिनिटंच! मग घाईघाईत आम्ही एकमेकांना फक्त खुशालीच सांगायचो.

१९९९मध्ये मला मुलगा झाला. त्याचं नाव नील. त्याच्यावर आणि आमच्या सर्व मावस-मामे भावंडांच्या मुलांवर ज्योतीने जिवापाड प्रेम केलं. दर एक-दीड वर्षांनी मी भारतात येई. त्या एक दीड महिन्यांमध्ये आम्ही पत्ते खेळणं, कॅरम खेळणं, खरेदी करणं, नातेवाइकांना भेटणं हे सगळं खूप एन्जॉय करत असू. ज्योती आम्हांला नवनवीन पदार्थ करून खायला घालत असे. नीलबरोबर ती आपली सारी हौस पूर्ण करत असे.

ज्योती जरी त्याची मावशी असली तरी दोघांचं नातं आई-मुलासारखं घट्ट होतं. अमेरिकेहून दर दोन वर्षांनी आल्यावर तो कायम ज्योतीसोबत असे. मोठा झाल्यावरही ज्योतीजवळच तो आपलं मन मोकळं करत असे. महत्त्वाच्या विषयावर तो ज्योतीचा सल्ला मागत असे. अमेरिकेला परत जाताना विमानतळावर निरोप घेताना तो हमसून-हमसून रडत असे आणि म्हणत असे, ''मला नाही जायचं परत; पण जाण्याशिवाय पर्याय नाही.'' अपरिहार्य कारणाने त्याला आपल्या लाडक्या ज्योती मावशीचं अंतिम दर्शन घेण्यासाठी येता आलं नाही. तेव्हा त्याच्या जिवाची झालेली घालमेल ती शब्दांत सांगणं कठीण!

आपलं लग्न झालं नाही याची खंत आयुष्यभर मनात असतानाही आम्हा सर्व मावस-मामे भावंडांच्या लग्नात ज्योतीने नेहमीच अतिशय उत्साहाने भाग घेतला. आम्हां कितीतरी बहिणींच्या लग्नात मेकअप, हेअरस्टाइल तिनेच केली. दूरच्या नातेवाइकांच्या लग्नातही तितक्याच उत्साहाने ती सर्व काही करत असे. अनेकांना ती नवरीची बहीणच वाटत असे. तिच्या आजाराची कल्पना असणाऱ्यांना तिच्या उत्साहाचं आणि 'स्टॅमिना'चं महा-आश्चर्य वाटे.

ज्योतीला बरं वाटावं म्हणून आपण काहीतरी करावं, तिला या आजारातून बरं करावं अशी इच्छा कायम मनात असायची. यूएसला गेल्यानंतर २००३मध्ये मी तेथील बऱ्याच हॉस्पिटल्स डॉक्टरांशी संपर्क साधला. ज्योतीचे पेपर्स त्यांना दाखवून चौकशी केली. त्यांनी त्यावर हृदय आणि फुप्फुस ट्रान्सप्लांट हा एकमेव उपाय असल्याचं सांगितलं. ते करण्यासाठी यूएसमध्ये पाच लाख डॉलर्स इतका खर्च येणार होता. आमच्यासारख्या मध्यमवर्गीय लोकांना हे कसं परवडणार होतं?

पुढे माझ्या मुलाची शाळा, माझी नोकरी यामुळे आम्ही दर दोन वर्षांनी भारतात येऊ लागलो. फोन स्वस्त झाल्यामुळे फेसटाइम, व्हॉट्स ॲप व्हिडिओ कॉलवर बोलणं होऊ लागलं. बऱ्याचदा ज्योती सगळ्या त्रासाला कंटाळल्याचं सांगायची. कारण दिवसेंदिवस तिचा त्रास वाढतच चालला होता. म्हणायची,

"स्वाती, आता नाही ग सोसवत हा त्रास! काटेरी विष अंगात भिनलंय."

'काटेरी विष' हा शब्द माझ्यासाठी नवीन होता.

"काटेरी विष?... म्हणजे?"

"म्हणजे मला होणार त्रास ग! इतक्या वर्षांच्या हायपर टेन्शनमुळे हृदय व फुप्फुस यांबरोबर इतर सर्व अवयवही खराब होत चालले आहेत. श्वास लागणं, हृदयाची धडधड वाढणं यांच्या जोडीला इतर अनेक त्रास होऊ लागल्यामुळे मी नाव ठेवलंय 'काटेरी विष'!"

मनासारखं उत्तम जगता येत नसल्यामुळे अधूनमधून आत्महत्येचे विचार ज्योतीच्या डोक्यात घोंगावत असत.

शेवटी, सप्टेंबर २०१८मध्ये ज्योतीने मला सांगितलं, "स्वाती, मी मुंबईला डॉ. जिंदाल सरांना भेटून आले. आणि यशस्वीरीत्या हृदय-फुप्फुस प्रत्यारोपण होण्याची शक्यता आहे. पण हे प्रत्यारोपण करणं काही साधं-सोपं नाहीये. त्यासाठी रुग्णाची, स्वच्छतेची, खाण्यापिण्याची खूपच काळजी घ्यावी लागते. ऑपरेशन करायचं ठरलं तर तुला, शीतलला किंवा प्रीतमला इकडे येऊन राहावं लागेल. कारण आई-बाबांना सगळं करणं जमणार नाही. तेव्हा तुमची तयारी आहे का, ते सांगा. तरच मी हा निर्णय घेणार." त्यावर आम्ही तिघांनी आळीपाळीने भारतात जाऊन मदत करायचं ठरवलं. नोव्हेंबरमध्ये सगळी तयारी करून आई-बाबा आणि ज्योती चेन्नईला शिफ्ट झाले.

तिची जीवनाची आणि आमची ज्योतीला वाचवण्याची अंतिम लढाई सुरू झाली. आम्ही खूप आशावादी होतो. तिने आतापर्यंत सर्व डॉक्टरांना खोटं ठरवलं होतं. मृत्यूला जिंकण्याची कला तिला अवगत होती. धैर्य तिच्याकडे भरपूर होतं. आम्ही कुटुंबीय तिला धीर द्यायला होतो. पण मग असे काय फासे पडले, की सर्व व्यर्थ ठरलं?... का हरलो आम्ही?... का या वेळी मृत्यूने तिला घेरलं?... की आमचा आणि तिचा सहवास एवढाच होता. यातल्या कुठल्याही प्रश्नाचं उत्तर माझ्याकडे नाही.

एक मात्र नक्की वाटतं, ती आमची 'हसरी परी' होती, जिने आम्हांला खूप आनंद दिला. तिचा संघर्ष कठीण होता. पण तो तिने आपल्या हसण्याने सुखकारक केला. ती नाहीये हे अजूनही मन मानायला तयार नाही. मी भारतात जाते तेव्हा तिचं

अस्तित्व मला जाणवतं. तिच्या खोलीत बसलं की शांत वाटतं, ती हसताना दिसते मला. मिश्कीलपणे म्हणते, ''चल, जाऊ या तुळशीबागेत!''

मनाला घायाळ करणारी आठवण

चेन्नईमध्ये ज्योतीने एक फेशियल स्क्रब विकत घेतलं होतं. ती वापरण्याची संधी मात्र तिला मिळाली नाही. ती मला सारखी म्हणायची, ''स्वाती, आपण ते स्क्रब कधी वापरायचं? चल, आपण दोघी मिळून लावू या.''

यावर मी म्हणायची, ''तू लाव की!''

''मी आपल्या दोघींसाठी घेतलंय. एकटीने मजा नाही येत.''

''अग, मला अजिबात वेळ नाहीये.''

हे खरं होतं का?... मला पाच मिनिटं वेळ नव्हता?... स्क्रब करायला वेळ काढला असता तर ज्योतीला किती बरं वाटलं असतं? काही गोष्टी राहून जातात आणि मग त्याची आयुष्यभराची टोचणी लागते.

आजही ती स्क्रब ट्यूब माझ्या ड्रेसिंग टेबलवर आहे. त्यावर नजर पडते तेव्हा मन ज्योतीच्या आठवणीने भरून येतं.

स्वाती हरीश मुंगसे-दांगट

❑

स्वाती आणि ज्योती : बालपणीच्या आणि २०१८मधील

रक्ताच्या नात्यापलीकडचं घट्ट नातं

ज्योतीताईंबद्दल लिहिण्याचा विचार केला तर डोळे भरून येतात. ताई म्हणजे आम्हां सर्वांचा जीव की प्राण! त्या आता नाहीत, हे जाणवत नाही. कारण त्यांचे विचार, अनुभव सतत माझ्या मनात असतात.

माझं आणि त्यांचं नातं नणंद-भावजयीचं. प्रीतमशी लग्न ठरलं तेव्हा त्याने मला ज्योतीताईंच्या आजाराची कल्पना दिली होती. पहिल्याच भेटीत आम्ही मैत्रिणी झालो. आणि मी ठरवून टाकलं, 'येस, या माझ्या आहेत. आमचं नातं आता फक्त मैत्रिणीचं.' आमच्या लग्नात त्यांचा उत्साह बघत राहावा असा होता. माझ्या माहेरचे सगळे जण त्यांच्या व्यक्तिमत्त्वाने प्रभावित झाले होते.

त्यानंतर मी जेव्हा माहेरी जायचे किंवा माझ्या नातेवाइकांना, मित्र-मैत्रिणींना भेटायचे तेव्हा त्यांचा पहिला प्रश्न असायचा, ''ज्योतीताई कशा आहेत? त्यांची तब्येत ठीक आहे ना? त्यांची तू नीट काळजी घे.''

भारतातच नाही, तर अमेरिकेतसुद्धा माझ्या सर्व मैत्रिणींना आधी त्यांची आठवण यायची. खरं तर त्या ज्योतीताईंना भेटल्याही नव्हत्या. मी जे काही त्यांच्याबद्दल सांगितलं होतं त्यावर त्या नेहमी म्हणत, ''शीतल, त्यांना कधीही दुखवू नकोस. फार गोड आणि प्रेमळ आहेत त्या!''

त्यांचा मला आवडणारा एक गुण म्हणजे, कुठलीही समस्या असो – कौटुंबिक, वैद्यकीय, सामाजिक – त्या स्वत:चा त्रास बाजूला ठेवून समोरच्याला मदत करत, मार्गदर्शन करत.

त्यांनी मला सांगितलेला एक अनुभव मी कधीही विसरू शकणार नाही.

ज्योतीताई एका हॉस्पिटलमध्ये एका आजोबांशी बोलत होत्या. बोलून झाल्यावर आजोबांनी त्यांचे हात हातात घेतले आणि म्हणाले, ''ज्योती, देवाचे हात कसे असतील हे मला आज समजलं. तुमचे हात तसेच आहेत.''

ज्योतीताईंकडून हा प्रसंग मला वारंवार ऐकायला आवडत असे. हा प्रसंग सांगताना दर वेळ त्यांच्या डोळ्यांत पाणी येई.

''मी किती भाग्यवान आहे ग, शीतल! मला हे हात मिळाले.''

त्यांचं एक ब्रीदवाक्य होतं, 'आपला उद्या कसा उजाडेल हे माहीत नाही. म्हणून आज मनसोक्त जगून घ्यावं. प्रत्येक क्षण हा खास हवा.'

आणि त्या तसं जगायच्याही! दिवाळी असू दे किंवा नवीन वर्ष!... कोणताही सण किंवा काहीही नसलं तरी सर्वांना घरी जमवून जेवणाचा कार्यक्रम, गप्पाटप्पा नेहमीच चालायच्या. फार त्रास होतं असला तरी (अगदी ऑक्सिजन सिलिंडर लावूनही) स्वयंपाकही त्या स्वतःच करायच्या. त्याचं प्लॅनिंग त्याच करू जाणे!

एखाद्याला गिफ्ट द्यायचं असलं, तर त्याच्या आवडीनिवडीनुसार निवडलं जायचं. त्यांच्या कपड्यांची निवड, रंगसंगती अगदी स्वतःला शोभेशी! त्यामुळे मला किंवा आईंना शॉपिंग करायचं असलं की त्यांच्यांवर तो भार आम्ही टाकत असू. तुळशीबागेत जाताना किती नंबरच्या बसने जायचं, कुठे उतरायचं, कुठे काय घ्यायचं याचा परफेक्ट गायडन्स आम्हांला मिळायचा. त्यांनी निवडलेली केलेली वस्तू आम्हां सर्वांनाच आवडत असे. त्यामुळे आम्ही प्रत्येक खरेदीसाठी त्यांच्यावर अवलंबून राहायचो.

कधी-कधी त्या चिडून आम्हां दोघींना म्हणायच्या, ''मी नसल्यावर काय कराल ग तुम्ही दोघी?''

आज हे आठवलं तरी डोळ्यांत पाणी येतं. आपण कधीतरी नसणार आहोत हे त्यांना सतत जाणवायचं.

सगळ्याच गोष्टींची त्यांना खूप आवड – चित्रपट, नाटक, संगीत, नृत्य, गायन, फोटोग्राफी, वाचन, उर्दू शेरो-शायरी, स्वयंपाक! त्यांच्या हाताला उत्तम चव होती. पुलाव, भेंडीची भाजी, फोडणीचं वरण, पिठलं, फ्राइड राइस असे कितीतरी पदार्थ त्या इतक्या छान बनवत, की तशी चव इतर कोणाच्याही हाताला नाही.

याशिवाय, समाजात, राजकारणात कोणत्या घडामोडी सुरू आहेत, याबद्दल त्यांना कायम उत्सुकता असायची आणि त्याचं ज्ञानही त्यांना असायचं.

एकदा एखादं ध्येय ठरवलं किंवा निर्णय घेतला की ते ध्येय गाठल्याशिवाय किंवा निर्णय पूर्ण केल्याशिवाय त्या शांत बसत नसत. स्वतःला कितीही त्रास झाला किंवा घरचे त्यांच्या तब्येतीकडे पाहून 'नाही' म्हणाले तरी त्या ऐकत नसत. पॅरासेलिंग करणं, संस्थेच्या कामासाठी गावोगावी फिरणं, एम.ए.ची परीक्षा अशी कितीतरी उदाहरणं देता येतील. अर्थात, त्यांच्या जिद्दी स्वभावामुळे हे शक्य झालं.

शारीरिक त्रासामुळे त्यांचा स्वभाव तापट झाला होता.

मी भारतात आले की रात्री दोन-दोन वाजेपर्यंत आमच्या खूप गप्पा होत. ओमकारसाठी काय करू आणि काय नाही, असं त्यांना होई. तो येणार म्हणून त्या कितीतरी सरप्राईज प्लॅन करायच्या.

अजून काय सांगू! एक खंत मात्र माझ्या मनात कायम आहे, त्यांनी पाहिलेलं एक स्वप्न कधीही पूर्ण झालं नाही, त्या नेहमी म्हणायच्या, ''शीतल, मला एक प्रेम करणारा जोडीदार हवाय. मला एक कुटुंब आणि स्वतःची मुलं हवी आहेत.''

आपलं हे स्वप्न कधीही पूर्ण होऊ शकणार नाही, हे त्यांना माहीत होतं. कधी-कधी नशीब फार कठोर होतं हेच खरं आहे.

हृदय-फुप्फुस प्रत्यारोपण शस्त्रक्रिया करण्याचं ठरत होतं तेव्हा ज्योतीताई घरातल्या प्रत्येकांसोबत त्याबद्दल चर्चा करत होत्या. मला त्यांना गमवायचं नव्हतं. त्यामुळे माझं मत ऑपरेशन नको असंच होतं. प्रीतमकडे मी माझे विचार मांडले तेव्हा ते म्हणाले, ''तू तिचा विचार कर! तिच्या इच्छेनुसार निर्णय घेतला पाहिजे.''

त्यांनी भावासाठी कधी कमी केलं नाही की भावाने त्यांच्यासाठी काही करायला मागे-पुढे पाहिलं नाही. प्रीतम भारतात जाताना ताईंना हवा तो फोन, लॅपटॉप, कॅमेरा अशा वस्तू घेऊन जात असे.

सर्व नवीन सॉफ्टवेअर्स, मोबाइल, फेसबुक, इन्स्टाग्राम, वेगवेगळे फोटो ॲप त्या अगदी कुशलतेने वापरत. मी आणि आई त्यांच्याकडूनच हे सर्व शिकलो.

मी त्यांचं डोकं, हात-पाय चेपलेलं त्यांना खूप आवडायचं. भारतात आले की ताईंची तेल-मालिश हे ठरलेलंच असायचं. ज्योतीताई अंगकाठीने बारीक असल्या तरी काटक होत्या. त्यामुळे मालिश करताना मी जोर लावलेला त्यांना बरा वाटे. नंतर मात्र अशक्तपणामुळे त्यांना मालिश सहन होईना.

आम्ही दोघी बोलायला लागलो की गप्पांच्या ओघात तीन-चार तास सहज निघून जात, तरीही वेळ कमी पडे. विषय अनेक – कधी वैयक्तिक जीवन, कुटुंब, नातेवाईक, मित्र-मैत्रिणींबद्दल! कधी कोणाचं वागणं पटलं नाही तर त्याबद्दल सांगायच्या. समाजातील चांगले-वाईट अनुभव शेअर करायच्या आणि मन मोकळे करून माझ्याजवळ रडायच्या. तसेच होणारा शारीरिक-मानसिक त्रास, भूतपूर्व जीवन, मरणाविषयी, स्वेच्छामरण, जीवनानंतर अशा कित्येक विषयांवर त्या स्वतः चे विचार मांडायच्या.

सगळ्या भावना त्या माझ्याजवळ व्यक्त करायच्या, अगदी माझी एखादी गोष्ट त्यांना पटली नाही तर तीसुद्धा मला सांगायच्या.

माझ्या जीवनाचा सर्वात महत्त्वाचा अविभाज्य भाग त्या बनल्या आहेत. एखादं सुंदर फूल, रंग, आकाशातल्या रंगीबेरंगी छटा, ढगांच्या सुंदर रचना, सुंदर चित्रं, गोड मूल दिसलं, आवडीचं गाणं कानांवर पडलं किंवा एखादा खाण्याचा पदार्थ लक्षात आला, सण, खास दिवस आला की ज्योतीताईंची आठवण येते.

रक्ताच्या नात्यापलीकडलं असं आमचं नातं खूप घट्ट आहे, जे शब्दांत मांडणं कठीण आहे.

शीतल प्रीतम मुंगसे (शीतल वहिनी)

❑

भाऊ प्रीतमसवेत

ज्योतीताई,
I love you,
I miss you
and
I am proud of you,
- प्रीतम

ज्योतीआत्या माझी आईच!

मी माझ्या आई-वडिलांबरोबर ज्योतीआत्याच्या सोसायटीत राहत होतो. त्यांच्यावर असलेल्या जबाबदाऱ्यांमुळे माझ्या आई-बाबांना नोकरी करणं आवश्यक होतं. त्यामुळे मी दोन-सव्वादोन वर्षांचा असताना माझ्यासाठी पाळणाघराची चौकशी सुरू झाली आणि 'ज्योती मुंगसे' हा पत्ता कळला. मग अस्मादिक तिथे दाखल झाले. आणि थोडीथोडकी नाही; तर तब्बल दहा वर्षं त्यांनी माझी काळजी घेतली. माझ्यासाठी ते फक्त पाळणाघर नव्हतं; मला एकटेपणाच्या पाळण्यातून उचलून मुंगसे परिवाराचा एक भाग बनवणारं एक कुटुंब होतं... अजूनही आहे. संपूर्ण मुंगसे परिवाराला माझे चरणस्पर्श!

मी वयाने सव्वादोन वर्षांचा असलो तरी तब्येतीने जाडजूड होतो. म्हणूनच मला हरिभाऊ आजोबा 'टोमॅटो' या नावाने हाक मारायचे. मुंगसे परिवारात माझा पहिलाच दिवस आणि मी भोंगा पसरला. मला आवरणं शक्य नव्हतं. आता या पोराला शांत तरी कसं करायचं, या विचारात शीलाआजी आणि ज्योतीआत्या (त्या वेळी मी तिला आत्या म्हणत होतो) पडल्या. ज्योतीआत्या मग आपल्या तब्यतेची काळजी न करता, भरदुपारी १२च्या उन्हात, पटकन एक बॅग भरून, मला कडेवर घेऊन, बाहेर पडली. सूर्यदेव त्याची एनर्जी ओतत होता, माझा भोंगा काही कमी होत नव्हता. तिला धाप तर लागत होती, त्राससुद्धा होत होता; पण मला शांत करण्याचा हट्ट तिने धरला होता. बहुतेक पहिल्याच दिवशी तिने मला आपलं मूल मानलं होतं. कारण त्या दिवसापासून आजपर्यंत जे तिने माझ्यासाठी केलं आहे ते एक आईच करू जाणे.

ज्योतीआत्याला त्रास व्हायचा तेव्हा शीलाआजीचा फोन यायचा, की 'ज्योतीला आम्ही दवाखान्यात नेतोय.' परत सगळं चक्र सुरू व्हायचं. शीलाआजी तिच्यासाठी रोज डबा बनवून दवाखान्यात न्यायची. आम्ही रोज तिच्या तब्येतीची विचारपूस करायचो. ती आयसीयूमधून बाहेर पडली की आम्ही तिला भेटायला दवाखान्यात जायचो. दवाखान्यातसुद्धा ती मला म्हणायची, "असा चेहरा पाडून कशाला आलास? स्माईल करा. मला काही होणार नाही."

मानसपुत्र कार्तिकला घास भरवताना

हॉस्पिटलच्या बेडवर मला मांडीवर बसवून डेअरी मिल्क भरवायची. मग बरी होऊन ती परत घरी यायची.

तिचा त्रास बघून आम्हांलाही त्रास व्हायचा. पण स्वतःचा त्रास विसरून आमचा त्रास कमी करण्यासाठी ती आम्हांला सतत प्रेरणा द्यायची. यामुळेच तिचं 'ज्योती' हे नाव किती योग्य आहे! ज्या प्रकारे दुसऱ्यांच्या अंधारमय जीवनात प्रकाश आणायचं काम ज्योत करते; तसेच जी दुसऱ्यांना हसवण्यासाठी स्वतःचा त्रास विसरायची ती - ज्योतीआत्या!

अगदी लहानपणापासून ते एप्रिल २०१९पर्यंत मी तिच्या सल्ल्याशिवाय कोणताच निर्णय घेतला नाही. मी तिला फोन करून एखाद्या बाबतीत विचारायचो तेव्हा ती त्या बाबतीतील तिचा Point of View द्यायची. त्यातील सकारात्मक-नकारात्मक बाजू सांगायची.

एवढं सांगून ती मला म्हणायची, "आता तू तुझे निर्णय घे. मी काही तुला फोर्स करणार नाही."

ती मला नेहमी म्हणायची, "जसं मी तुला माझ्या मांडीवर खेळवून लहानाचं मोठं केलं, तसंच मी तुझ्या पोरांनासुद्धा सांभाळणार!"

तिची एक इच्छा मात्र अपुरी राहिली. तिची आणि माझ्या मुलांची भेट कधीच झाली नाही. परंतु ज्या दिवशी तिने प्राण सोडले त्याच्या बरोबर नऊ महिन्यांनी माझ्या मुलाचा आरुषचा जन्म झाला, हा एक दैवयोगच म्हणायला हवा. इतरांसाठी हा एक योगायोग असला तरी माझ्यासाठी माझी ज्योतीआत्या माझ्याकडेच परत आली आहे. तिने मला माझ्या लहानपणी सांभाळले आणि आता मी आरुषच्या रूपात तिची काळजी घेतोय.

मानसपुत्र कार्तिकबरोबर ज्योती आणि कुटुंबीय

तिच्यासाठी माझं एक छोटसं स्वगत...

आई कोण असते?
स्वत:पेक्षा मुलावर जास्त जीव लावणारी आई असते
पोराने चूक केली तर त्याला ओरडणारी आई असते
आणि
दुसऱ्याच मिनिटाला आपण पोराला ओरडलो म्हणून
डोळे ओले करणारीही आई असते
अख्ख्या जगाच्या वाईट नजरेपासून
आपल्या मुलाला सांभाळणारी आई असते
स्वत: उपाशी राहून मुलाचं पोट भरणारी आई असते

मुलाचं बोट धरून त्याला उभं राहायला शिकवणारी आई असते तर
तेच बोट धरून मुलाला शाळेत सोडणारीही आईच असते
रोज रात्री मुलगा झोपेत स्वप्न बघेपर्यंत जागी राहून
त्याला झोपवणारी आई असते,
तीच स्वप्नं मुलगा पूर्ण करतो तेव्हा शांतपणे ते बघणारीही आईच असते
मोठा झालेला मुलगा बघून हा परत लहान होऊन माझ्या कुशीत येईल का,
असा विचार करणारी आई असते
मुलगा मोठा झाला की त्याला स्वावलंबी बनवणारी आई असते
मुलाच्या लग्नाची हजार स्वप्नं बघणारी आई असते
नातवंडांना मांडीवर झोपवताना जुन्या आठवणीत रमत
मुलाला आठवणारी आई असते
म्हातारी झाली तरी मुलाला त्रास होऊ नये याची काळजी घेणारी आई असते
स्वतःचं संपूर्ण आयुष्य मुलासाठी अर्पण करणारी आई असते
जिच्या प्रत्येक श्वासात मुलासाठी फक्त प्रेम आणि प्रेम भरलेलं आहे
ती फक्त आईच असते
अशा माझ्या गोड ज्योतीआईचे शतशः आभार!

तुझाच,
कार्तिक

कार्तिक (ज्योतीचा मानसपुत्र)

❑

दिव्यप्रकाश

ज्योती म्हणजे दिव्यप्रकाश! हा फक्त डिक्शनरीतील अर्थ नाही; तर प्रिय ज्योती, तू ते सिद्ध करून दाखवलं आहेस. तू हजारोंच्या आयुष्याला दिव्य प्रकाश देत होतीस, देत आहेस आणि इथून पुढेही कायम देत राहशील. तू निवडलेली वाट सोपी नव्हती. एखाद्या मेणबत्तीप्रमाणे स्वत: जळत राहून इतरांचं आयुष्य प्रकाशमान करत राहिलीस. इतरांचं भवितव्य उज्ज्वल करण्याचा जिकिरीने प्रयत्न करत राहिलीस. तू प्रयत्नांची कोणतीही कसर सोडली नाहीस, मग ते शैक्षणिक असो किंवा सौंदर्य स्पर्धा असो. समाजाप्रति तुझ्या प्रतिबद्धतेचं मोजमाप करणं केवळ अशक्य आहे. उदाहरणार्थ, हृदय-ज्योत परिवार न्यासाची स्थापना.

आपला सहवास गेल्या तीन दशकांचा... माझा मुलगा अभिषेक म्हणजेच तुझा कार्तिक, दोन वर्षांचं बाळ असल्यापासूनचा! केवळ काही दिवसांतच तो अभिषेकचा 'ज्योतीआत्याचा कार्तिक' म्हणून प्रसिद्ध झाला. तू त्याला सख्ख्या आईपेक्षाही जास्त माया दिलीस. तू त्याची विशेष काळजी घेऊन, असं वळण लावलंस, की १० वर्षांतच त्याचं रूपांतर एका उत्तम नागरिकात केलंस. त्याबद्दल आमची कृतज्ञता शब्दांत व्यक्त करणं केवळ अशक्य!

अभिषेकची सुरुवात तुझ्या पाळणाघरातून झाली असली तरी पाळणाघराचं रूपांतर लगेचच त्याच्या दुसऱ्या घरात होऊन त्याला दुसरी आई आणि प्रेमळ आजी-आजोबा मिळाले. त्याच्या सगळ्या प्रगतीबद्दल आम्ही तुझे ऋणी आहोत. तुझा पाठिंबा आणि वेळीच मिळालेल्या मदतीशिवाय आज आम्ही जे आहोत तसे कदाचित नसतो. अनेक जण आपल्या आयुष्यात येतात आणि जातात; पण तुझ्यासारखे काही जण कायमचं घर करून राहतात.

तू एक योद्धा होतीस. ज्या-ज्या वेळी तुझी तब्येत खालवायची, त्या-त्या वेळी तू दुप्पट जोमाने आणि आत्मविश्वासाने उभारी घ्यायचीस. मोठ्या हिमतीने जीवनाचा आनंद स्वत: घेऊन इतरांनाही प्रकाशमान करत राहिलीस. शेवटच्या जीवघेण्या शस्त्रक्रियेतून सावरून निश्चितच नेहमीप्रमाणे परत येशील असा ठाम विश्वास वाटत होता. देवाच्या मनात मात्र वेगळंच काही होतं. त्याला कोण आव्हान देईल?

तुझे विचार, तुझी शिकवण, तुझ्या विविध कल्पना आणि शेवटी तुझं धैर्य आमची वाटचाल सुरू ठेवतंय. तुला सद्‌गती लाभो ही परमेश्वराजवळ प्रार्थना!

ज्योती, तू का विझलीस?
थांबली असतीस अजून काही काळ
अजून खूप काम होतं, अजून खूप बघायचं होतं
ज्योती, तू का विझलीस?

प्रयत्न खूप केले आई-बाबांनी,
भावंडांनी दिली पूर्ण साथ
परंतु इच्छा ईश्वराची, प्रश्न कोण विचारेल त्याला?
ज्योती, तू का विझलीस?

रोज रोज मरून जगत होतीस,
तरीही हृदयविकारी मुलांना
आत्मविश्वास देत होतीस.
मग, का ग एवढी घाई केलीस?
ज्योती, तू का विझलीस?

निजलीस आता शांत तू, झालीस मुक्त त्रासातून
सुटला ऑक्सिजन, गोळ्या अनेक, संपला त्रास आणि शीण
आम्हांला अजून हवी होतीस तू
ज्योती, तू का विझलीस?

होतीस तू एक उत्तम लेक आणि प्रेमळ बहीण,
आई कार्तिकची, मैत्रीण मात्र हजारोंची...
काही वर्षं अजून थांबली असतीस
ज्योती, तू का विझलीस?

विजयालक्ष्मी अय्यर

(कार्तिकची आई)

❑

एक वेगळा दृष्टिकोन

स्मिता तुपे (मामे बहीण)

ज्योतीताई माझी आत्तेबहीण; पण एका सख्ख्या बहिणीपेक्षा जास्त नातं होतं आम्हां दोघींमध्ये! जवळजवळ १० ते १५ वर्षं आम्ही बरेच क्षण सोबत घालवले. लहानपणापासून सतत मी ऐकत आले, की ती आजारी आहे. सगळे जण तिची खूप काळजी घ्यायचे. तेव्हा तिला नक्की काय झालंय, हे मला कळायचं नाही. कारण मला ती कधी आजारी अशी दिसलीच नाही. नेहमी काही ना काही करत असायची. नंतर तिने स्वत:च तिला काय-काय त्रास आहे हे सांगितलं. कशी ती हे सगळं सहन करत होती, तिलाच माहीत! खूप म्हणजे खूप नरकयातना होत असतील तिला; पण ती कधीच खचली नाही. जगण्याची प्रबळ इच्छाशक्ती होती तिच्याकडे... आयुष्याकडे बघण्याचा एक वेगळा दृष्टिकोन होता तिच्याकडे!

आमचं एकत्र कुटुंब असल्यामुळे मला कधी स्वयंपाक करायची सवयच नव्हती. हे ज्योतीताईला माहीत होतं. मग काय, मी तिच्याकडे गेले की स्वयंपाक करताना ती मला तिथं थांबवणार, थोडंफार मला करायला सांगणार; जेणेकरून मलाही माहीत होईल. शिवाय, त्यातल्या बारीकसारीक गोष्टीसुद्धा सांगणार आणि मजेने म्हणणार, 'सासरी गेली की ते लोक मला नावं ठेवतील की मुलीला काही येतंय की नाही?' अशा अनेक गोष्टी तिने हक्काने फक्त माझ्यासाठीच नाही, तर सगळ्यांसाठी केलेल्या आहेत.

आयुष्य किती जगतोय, यापेक्षा कसं जगतोय हे ती शिकवून गेली.

❑

ज्योतीचं व्यक्तिमत्त्व म्हणजे चैतन्याचा डोह

विद्या जाधव (मावस बहीण)

ज्योती आठवली की समोर येतो तो तिचा सतत हसतमुख चेहरा! स्वत:चं आजारपण, दु:ख हृदयाच्या एका कोपऱ्यात ठेवून समोरच्यांसाठी सकारात्मक बोलणं, हसरा चेहरा आणि खूप व्यवस्थित राहणी, एकदम नीटनेटकी, तीसुद्धा एक कला होती तिच्याकडे. ज्योती लहानपणापासूनच खूप समजूतदार, मनमिळाऊ स्वभावाची... आजारपणाचा बाऊ न करता घरातील सर्व कामात मदत करत असे.

आम्हां सगळ्या बहीण-भावांच्या, मुलांच्या मनात ज्योतीविषयी प्रचंड प्रेम. ज्योती लळाच तितका लावायची. विशेष म्हणजे त्यात कोणाबद्दल डावे- उजवेपणा नसायचा. हे फार मोठेपण होतं तिच्याकडे. ज्योतीचा स्वभावाचा मोठा पैलू म्हणजे ज्योतीचा जनसंपर्क खूप. सगळ्यांना मदत करणं, त्यांच्या सगळ्या कार्यक्रमांना हजर राहणं, हा विलक्षण चांगुलपणा तिच्याकडे होता. ज्योती अशी व्यक्ती होती, की तिच्या चांगुलपणाने, कार्यामुळे सतत लक्षात राहील, *मरावे परी कीर्ती रूपी उरावे* याप्रमाणे!

❑

माणसामध्ये देव शोधणारी

वैशाली जीवन जगताप (मावस बहीण)

ज्योतीचा मथितार्थ असा की, स्वत: काजळी धरून इतरांना प्रकाशमान करणारी ती ज्योती!

स्वत:च्या आयुष्यातील अंधकार बाजूला सारून इतरांना आपल्या सकारात्मक प्रगल्भ विचारांनी प्रोत्साहित करणारी, आमची सर्वांचीच लाडकी ज्योतीताई काळाच्या पडद्याआड निघून गेली. तिच्या अस्तित्वाचा भास आजही आमच्यासोबत आहे.

जगण्याप्रति असलेली संकल्पना खूप ऊर्जा देणारी, दगडातील देवापेक्षा माणसामध्ये देव शोधणारी, त्याला भजणारी, निसर्गावर भरभरून प्रेम करणारी, मृत्यूचे सत्य स्वीकारून येणारा प्रत्येक क्षण आनंदमय करणारी, अनेक छोट्या गोष्टींमधून खळखळून जीवनाचा आनंद लुटणारी, प्रसंगी इतरांच्या अडचणीत धावून जाणारी...

आमची ज्योतीताई फक्त ताई म्हणूनच नव्हे, तर सर्व मुलांना आईप्रति प्रेम देणारी, त्यांच्या भावना समजून त्यात समरस होऊन मुक्तपणे बागडणारी, बालपण जपणारी, थोडीशी हट्टी; तरीही हळवी, स्वच्छंदी, लाघवी, विचारी; अशा एक नव्हे, तर नानाविध अष्टपैलू व्यक्तिमत्त्व असणारी उत्साहमूर्ती!

आठवणींच्या रूपाने सदैव सोबत असणाऱ्या आमच्या ज्योतीताईला शतशः प्रणाम, तिच्या जगण्याला सलाम!

ज्योती म्हणजे प्रकाश... ज्योती म्हणजे उजाळा
ज्योती म्हणजे माया-ममता प्रेम आणि जिव्हाळा ।।१।।

ज्योती म्हणजे नवी उमेद, नवी आशा, स्वतःच्या जगण्यावर स्वैर करणारी
मुक्त आणि सक्षम गाथा ।।२।।

हर क्षणाला मृत्यूशी झुंजणारी, वादळालाही परतवून लावणारी,
स्वतः झंजावात सोसून इतरांना धीर देणारी,
प्रेरणास्त्रोत सक्रिय माता ।।३।।

धडधडणाऱ्या हृदयाची स्पंदने ऐकत मोक्षाच्या प्रतीक्षेत,
धरणीच्या कुशीत हळुवार विसावलेली
एक शूरवीर बाला ।।४।।

❑

मैत्री जोडण्याची कला

तृप्ती कुमार पाटोळे (मावस बहीण)

स्वतःच्या आयुष्यातील दुःखमयी अंधकार दूर लोटून सतत लखलखणारी तेजोमयी आमुची ज्योतीताई!

तिच्या आजाराची वेदनेची तीव्रता तिच्या देहबोलीतून कधी जाणवलीच नाही!

ज्योतीताईचा मित्रपरिवार हा एक मोठा विषय. अगदी सांगायचं झालं तर 'मित्राच्या बायकोच्या भावाची बायको' हीसुद्धा तिची चांगली मैत्रीण बनायची. तिला ही कला अगदी छान अवगत होती. सगळ्यांच्या घरी सण-समारंभांना तिचं जाणं-येणं असायचं. प्रत्येकाच्या कुटुंबाचा ती एक अविभाज्य घटक बनली होती. सगळ्यांचे वाढदिवस तिच्या लक्षात असायचे. त्यांना काही ना काही भेटवस्तू ती द्यायची. तिच्याशिवाय कार्यक्रमांना शोभाच नव्हती.

ती एक स्वच्छंदी आयुष्य जगली. तिच्या आयुष्याला माझे कोटी-कोटी प्रणाम!

❑

दिलखुलास व्यक्तिमत्त्व

सिद्धी श्रीकांत जाधव (लाडकी भाची)

माझी ज्योती मावशी माझ्यासाठी नेहमीच माझी आई होती. लहानपणापासून तिने मला तिच्या मुलीप्रमाणे वागवलं.

तिच्यासारखं दिलखुश व्यक्तिमत्त्व मी कुठेच पाहिलं नाही. तिचा तो हसरा चेहरा, नेहमी सगळ्या गोष्टी करण्यासाठीची अधिरता आणि उत्साह. तिने सगळ्यांच्या जीवनात विशेष असं स्थान निर्माण केलं, की तिला विसरणं कधीच शक्य नाही.

ज्योतीमावशीच्या हृदयाची स्पंदनं जलद असायची. मला मिठीत घेऊन ती स्पंदनं ऐकवायची. मला खूप मजा वाटत असे. ती म्हणायची, "राणी ये, तुला ट्रेनचा आवाज ऐकवते."

तिच्याकडे जेव्हा कधी जात असू ती नेहमीच सगळ्यांसाठी काहीतरी भेटवस्तू आणत असे. अशी माझी मावशी सगळ्यांना लळा लावून गेली.

❑

सतत हसरा चेहरा

श्रीमती शैलजा शिवाजीराव डुंबरे-पाटील (मावशी)

सतत आनंदी व हसरा चेहरा असं व्यक्तिमत्त्व म्हणजे आमची ज्योती. १० मे २०१९ रोजी ती आम्हांला सोडून गेली. ऑपरेशननंतरचं तिचं आनंदी जीवन आम्हांला बघायचं होतं, ती इच्छा अपूर्ण राहिली.

❑

आर या पार...

शरयू वसंत खिरीड (मावशी)

स्वतः दुर्धर आजाराने जन्मापासून ग्रासलेली असूनसुद्धा सतत दुसऱ्याचा विचार करणारी, ती आमची ज्योती. नावाप्रमाणेच सतत तेवत राहणारी ज्योत... सतत दुसऱ्याला आनंद देणारी ज्योत. माझ्या हाताचं ऑपरेशन होतं, तेव्हा मला फार भीती वाटत होती. पण तिने मला खूप धीर दिला. माझ्यापेक्षा लहान असूनही, स्वतःला खूप त्रास असूनसुद्धा ती मला समजावून सांगत होती. ती स्वतःचा त्रास कधीच दुसऱ्याला सांगत नसे.

चेन्नईला स्वतःच्या ऑपरेशनला जाण्याआधी ती सगळ्यांची भेट घेऊन आली. सगळ्यांचा निरोप घेऊन ती निघाली, तेव्हा आम्हां सर्वांचे डोळे भरून आले. पण ती आनंदाने म्हणाली, "काय होईल ते होईल – आर या पार!" ते शेवटचे शब्द मला अजून आठवतात.

■

परिशिष्ट

न्यासाची स्थापना आणि कार्य

ज्योतीच्या कार्याची सुरुवात तिच्या एका लेखापासून झाली. १३ ऑक्टोबर २००३ रोजीच्या 'सकाळ' वर्तमानपत्रातील 'प्रतिसाद'मधील 'प्रत्येकाला फुलपाखराचे पंख आहेत' हा लेख वाचल्यावर महाराष्ट्रातील वेगवेगळ्या ठिकाणांवरून तिला फोन यायला सुरुवात झाली. लेखात दोन संपर्क क्रमांक दिले होते. ते दोन दिवस सतत खणखणत होते. दिवसभर फोन घेता-घेता सगळ्यांची तारांबळ उडाली. फोन करणाऱ्या प्रत्येकाने कामासाठी सहकार्य करण्याचं आश्वासन दिलं. काहींनी पत्रव्यवहार केला, तर काहींनी सरळ चेकने पैसे पाठवून आर्थिक मदत केली. काही लोकांनी घरी येऊन पैसे दिले आणि पुढील कामाला शुभेच्छा दिल्या. पाच-सहाशे फोन, १००च्यावर पत्रं आणि २० ते २५ हजार रुपयांपर्यंत रक्कम जमा झाली.

डॉ. श्रीराम लागूंचाही फोन आला. या प्रतिसादाने ज्योतीला काम करण्याचं बळ मिळालं. तिच्या मनातलं नैराश्याचं मळभ गायब झालं आणि ती अधिक जोमाने समाजकार्य करण्यास सिद्ध झाली. संस्था स्थापन करण्याचं निश्चित करण्यात आलं. वेगवेगळ्या लोकांच्या दर आठवड्याला बैठका होऊ लागल्या. त्यात पुण्यातील २०-२५ माणसं आणि काही परगावची माणसं सहभाग घेऊ लागली. कधी ज्योतीच्या घरी, कधी पाताळेश्वर मंदिराच्या परिसरात, तर कधी एखाद्या सामाजिक कार्यकर्त्याच्या घरी बैठका होऊन पुढील कार्यक्रमाची दिशा स्पष्ट होऊ लागली.

तिच्यासारखा आजार असणारे बरेच रुग्ण, ज्योती डागा, जयश्री ताडे, मुकुल गरे, मोहित पाठक, सचिन लिमये हे सर्व ज्योतीच्या संस्थेत काम करू लागले. बऱ्याच वर्तमानपत्रांनी ज्योतीला समक्ष भेटून तिच्यावर बातम्या लिहून तिच्या कार्याचा प्रसार केला. 'सह्याद्री दूरदर्शन केंद्रा'नेही तिची दखल घेऊन २८

जानेवारी २००४ रोजी रात्री साडेनऊच्या बातमीपत्रात तिची मुलाखत प्रसारित केली. वेगवेगळ्या संस्था तिचा सत्कार करू लागल्या. तिला कामासाठी चांगलंच प्रोत्साहन मिळू लागलं. मग संस्था स्थापन करण्याचे विचार सुरू झाले.

या काळात ज्योतीचा लेख वाचून बरेच जण तिला वेगवेगळ्या समस्यांवर मार्गदर्शन मागू लागले. तीही जमेल तसा सल्ला देऊ लागली. एकदा एका मुलीचा फोन आला. तिला तिचे आई-वडील मारहाण करत असत. ज्योतीने तिची नारी समता मंच येथे व्यवस्था केली. ती कधी कोणाला हॉस्पिटलमध्ये भेटायला जाऊन रुग्णांना आधार देत असे. अशा वेगवेगळ्या कामांत तिने स्वतःला गुंतवून घेतलं.

'हृदय-ज्योत परिवार' संस्थेची स्थापना

पराग एरंडे वकिलांच्या सल्ल्याने सामाजिक संस्था (Charitable Trust) स्थापण्याचा मसुदा तयार करून घेतला. ३ जून २००४ रोजी 'हृदय-ज्योत परिवार' संस्थेची स्थापना केली. तो दिवस निवडण्याचं कारण म्हणजे ज्योतीच्या आई-वडिलांच्या लग्नाचा वाढदिवस. पुढे २६ जुलै २००४ रोजी 'ई-४०७९ पुणे' या नंबरने संस्थेची रीतसर पुणे येथे नोंदणी झाली. आता ज्योतीच्या कामाला अधिकच वेग आला. ती स्वतःचं आजारपण विसरून जन्मजात हृदयदोष असणाऱ्या लहान मुलांच्या पालकांना मार्गदर्शन करू लागली, त्यांच्या मनातील शस्त्रक्रियेबद्दलची भीती घालवू लागली. त्यामुळे लहान मुलांच्या शस्त्रक्रिया होऊ लागल्या. ससून हॉस्पिटल, दीनानाथ मंगेशकर हॉस्पिटल येथे जाऊन रुग्णांच्या पालकांना आधार देऊ लागली. डॉ. अविनाश इनामदार, डॉ. आशुतोष हर्डीकर तिच्या कामाचं कौतुक करून तिला प्रोत्साहन देऊ लागले.

उद्घाटन : ३१ जानेवारी २००५

हृदय-ज्योत परिवार न्यासाची रीतसर नोंदणी झालेली असली तरी न्यासाचं नाव समाजापर्यंत पोहोचण्यासाठी उद्घाटन कार्यक्रम करणं गरजेचं असल्याचं ज्योतीच्या मनात घोळत होतं. तेव्हा उद्घाटन कार्यक्रम आयोजनाचं विचारचक्र सुरू झालं. त्या निमित्तानं वेगवेगळ्या लोकांना संपर्क साधण्याचं काम सुरू झालं. डॉ. एम. एस. हिरेमठ सरांच्या भेटीतून समजलं की, कै. डॉ. नीतू मांडके यांच्या जन्मदिनानिमित्त दरवर्षी ३१ जानेवारी रोजी एक कार्यक्रम होतो. डॉ. हिरेमठ यांनी डॉ. योगेश गुर्जर यांची यासंबंधात भेट घेण्यास सांगितलं. डॉ. गुर्जर यांना भेटल्यावर

डॉ. नीतू मांडके यांच्या जन्मदिनाच्या कार्यक्रमात 'हृदय-ज्योत परिवार' न्यासाचं उद्घाटन करण्याचं नक्की केलं.

३१ जानेवारी २००५ रोजी कै. नीतू मांडके यांच्या जन्मदिनानिमित्त आयोजित 'हृदयाशी हितगुज' या कार्यक्रमात, भरत नाट्य मंदिर येथे संध्याकाळी साडेपाच वाजता, डॉ. श्रीराम लागू यांच्या हस्ते आणि अनंत दीक्षित (संपादक, दै. सकाळ) यांच्या अध्यक्षतेखाली 'हृदय-ज्योत परिवार' न्यासाचं औपचारिक उद्घाटन झालं. या प्रसंगी डॉ. सुधीर भाटे, डॉ. अलका मांडके, डॉ. एम. एस. हिरेमठ आणि डॉ. अभिजित वैद्य या हृदयरोगतज्ज्ञांनी हृदयासंबंधी मार्गदर्शन केलं.

ज्योतीच्या कामाने डॉ. श्रीराम लागू आणि अनंत दीक्षित अत्यंत प्रभावित झाले. दीक्षित यांनी तत्काळ ज्योतीवर कविता लिहून त्यांच्या भाषणात वाचूनही दाखवली; तर डॉ. लागूंनी त्यांच्या भाषणात ज्योतीचं तोंडभरून कौतुक केलं आणि व्यासपीठावरच ज्योतीच्या न्यासाला ५०,००० रुपयांची देणगी जाहीर केली. नंतर ती घरी आणून दिली.

'हृदय-ज्योती परिवार' न्यासाच्या उद्घाटनप्रसंगी उपस्थित मान्यवर

हृदय-ज्योत परिवार न्यासाचे सदस्य

कु. ज्योती हरिभाऊ मुंगसे	श्री. हरिभाऊ बाबूराव मुंगसे
श्री. प्रीतम हरिभाऊ मुंगसे	सौ. शीला हरिभाऊ मुंगसे
डॉ. संपत शिवाजीराव डुंबरे (पाटील)	श्रीमती शोभा हिराजी तुपे
श्रीमती ज्योती गोविंद डागा	श्री. हेमंत दत्तात्रेय कुलकर्णी
श्री. रोहित राजू राजपूत	श्री. गणेश प्रकाश सातव
डॉ. जयश्री विनय खर्चे	श्री. ज्ञानेश्वर रामभाऊ दांगट

हृदय - ज्योत परिवार

रजि. नं. ई-४०७९ पुणे -दिनांक २६-७-२००४

हृदय-ज्योत परिवार हा ट्रस्ट मुख्यत: जन्मत: हृदयदोष

(Congential Heart Disease) असणाऱ्या रुग्णांसाठी काम करतो. सध्या समाजामध्ये जन्मत: विविध प्रकारचे हृदयदोष असणाऱ्या रुग्णांचे प्रमाण हजारोंवर गेले आहे. त्यातील काही रुग्णांचे दोष ऑपरेशननंतर दुर होऊ शकतात, पण काही रुग्णांचे असे असतात की, त्यांच्यावर काहीही उपचार होऊ शकत नाही. उलट वयापरत्वे त्यांचा त्रास वाढतच जातो. तरीही मृत्यु त्यांची सुटका करीत नाही आणि जगण्यासाठी त्यांच्या हातात काहीही नसते.

अशा या शरीराने दुर्बल पण मनाने खंबीर असणाऱ्या रुग्णांसाठी एक व्यासपीठ मिळावे म्हणून सदरचा ट्रस्ट स्थापन केला आहे.

✻ ट्रस्टची कार्य व उद्दीष्टे खालील प्रमाणे:-

१) हृदय शस्त्रक्रियेसाठी निधी संकलनाबाबत आवश्यक ती सर्व माहिती पुरविणे.

२) सर्व प्रकारच्या रुग्णांना व त्यांच्या पालकांना समुपदेशनामार्फत मानसिक आधार देणे.

३) निरनिराळ्या सामाजिक संस्था व त्यांच्या कार्यासंबंधीची माहिती, फोनद्वारे गरजू व्यक्तींना देणे.

४) जन्मत: हृदयदोष असणारे व कधीही बरे न होणाऱ्या रुग्णांसाठी सर्व वैद्यकीय सोयी-सुविधांनी युक्त असा आश्रम स्थापन करणे व चालविणे.

५) गरजु रुग्णांना सर्व प्रकारच्या शस्त्रक्रियेसाठी आर्थिक व इतर मदत करणे.

६) गावोगावीजाऊन हृदयासंबंधीच्या सर्व आजारांबद्दल जनजागृती करणे.

७) ट्रस्ट तर्फे निरनिराळे लघुउद्योग सुरु करुन हृदय रुग्णांना रोजगार मिळवून देण्यास सहाय्य करणे.

हृदय-ज्योत परिवार
बी-१७, सत्यम अपार्टमेंट,
८ मुळा रोड, खडकी, पुणे-४११००३
फोन : २५८१४४/५६६, २५८८९४६७

संस्थापिका व अध्यक्षा

ज्योती ह. मुंगसे

मोबाईल : ९८५०९७३१३२

हृदय-ज्योत परिवार ट्रस्टची कामे

- जन्मत: हृदयदोष असणाऱ्यांसाठी काम केलं जातं. आपल्या बाळाला हा आजार होऊ नये म्हणून गरोदरपणात आणि त्या आधी काय काळजी घ्यावी याची माहिती सांगितली जाते.
- बाळांना हृदयदोष असेल तर पालकांना त्याची लक्षणं, निदान आणि उपचार पद्धतीबद्दल सविस्तर माहिती दिली जाते.
- कुटुंबांना भेटी देऊन त्यांना मानसिक आधार देत शस्त्रक्रिया करून घेण्याबाबतची पालकांची मानसिकता तयार केली जाते आणि शस्त्रक्रियेसाठी आर्थिक मदत मिळवण्यासाठीचे मार्ग सांगितले जातात.
- जन्मजात हृदयदोषांबद्दल गावोगावी जाऊन जनजागृती केली जाते.

याव्यतिरिक्त बारामती, नाशिक आणि संगमनेर या ठिकाणी न्यासातर्फे मोफत समुपदेशन केंद्रं सुरू करण्यात आली.

लहान मुलांच्या हृदय-शस्त्रक्रिया

जन्मजात हृदयरोग असणाऱ्या रुग्णाच्या बाबतीत हृदय-शस्त्रक्रियेसाठी अनेक लोक आणि संस्था यांच्याकडून मदत मिळणं शक्य असतं. फक्त पालकांची इच्छाशक्ती हवी. आज विज्ञानाने खूप प्रगती केली आहे, त्यामुळे ३५-४० वर्षांपूर्वी अशक्य वाटणाऱ्या हृदयदोषावर आज सहजपणे शस्त्रक्रिया शक्य झाली आहे. पालकांनी इच्छाशक्तीच्या जोरावर प्रयत्न केल्यास ते आपल्या मुलाचा हृदयदोष शस्त्रक्रियेद्वारे पूर्णपणे बरा करू शकतात. ते मूल पुढील आयुष्य निरोगी जगू शकतं.

बारामतीत समुपदेशन

बारामती येथे ग्रामीण भागातून रुग्ण येत असत, म्हणून ज्योतीने समुपदेशनासाठी बारामती गाव निवडलं होतं. रुग्णांच्या पालकांच्या मनात लहान मुलांच्या शस्त्रक्रियेबद्दल फारच भीती असायची. ज्योती त्यांच्या मनातील भीती घालवत असे आणि त्यांना पुढे पुण्याच्या दीनानाथ मंगेशकर हॉस्पिटलमध्ये जाण्याचा सल्ला देत असे. तिने अशा प्रकारच्या कमीत कमी २५-३० लहान मुलांच्या शस्त्रक्रिया घडवून आणल्या आहेत. शस्त्रक्रियेसाठी आर्थिक मदत कशी मिळवायची याचे मार्गदर्शन ती पालकांना करत असे; तसेच स्वत:च्या संस्थेतर्फे शस्त्रक्रियेसाठी ५००० रुपयांची देणगीही देत असे. यातील एक-दोन शस्त्रक्रिया कधीही न विसरण्यासारख्या आहेत.

यशस्वी शिंदे (वय : आठ महिने)

यशस्वी आठ महिन्यांची असताना तिच्या हृदयाच्या खालच्या कप्प्याला छिद्र होतं. तिची तब्येत खालावली होती. तिच्यावर १५-२० दिवसांत शस्त्रक्रिया होणं अत्यंत आवश्यक होतं. तिच्या आई-वडिलांना मी सर्व समजावून सांगितलं, तेव्हा त्यांची प्रतिक्रिया सर्वसामान्य लोकांसारखी होती. यशस्वी बरी होईल ना? ऑपरेशन नीट होईल ना? शस्त्रक्रियेसाठी पैशांची मदत मिळेल का? असे असंख्य प्रश्न त्यांच्या मनात होते. तरीही, त्यांनी धाडस करून शस्त्रक्रियेचा सल्ला मानला आणि आमच्या मार्गदर्शनानुसार शक्य तितक्या लवकर शस्त्रक्रियेसाठीची सर्व पूर्तता केली (कागदपत्र गोळा करणं, विविध संस्थांना अर्ज करणं, डॉक्टरांना भेटणं). अक्षरशः २० दिवसांत आम्ही लाखभर रुपयांचा निधी मिळवून दिला आणि १२ नोव्हेंबर २००८ रोजी यशस्वीची शस्त्रक्रिया पार पडून तिला जीवदान मिळालं. अर्थात, हे सर्व शक्य झालं ते तिच्या आई-वडिलांनी केलेल्या धाडसामुळे! आज यशस्वी पूर्णपणे निरोगी आयुष्य जगत आहे. तिची शारीरिक वाढही चांगली होत आहे. तिला हसताना-खेळताना बघून तिचे आई-वडील हा आनंद शब्दांत व्यक्त करू शकत नाहीत.

यशस्वी शिंदेबरोबर

साई योगेश काटवे (वय : १ वर्ष ७ महिने)

साई जन्मजात हृदयदोषाने (Tetralogy of Fallot) आजारी होता. त्याचा आजार ऐकून त्याचे पालक सैरभैर झाले. गरीब असल्याने शस्त्रक्रियेसाठी पैसे जमा करणं

त्यांच्यासाठी अवघड होते. सामाजिक कार्यकर्त्यांच्या माध्यमातून ते ज्योतीच्या संपर्कात आले. ज्योतीने त्यांना शस्त्रक्रियेबद्दलची सविस्तर माहिती दिली आणि डॉ. रणजित जगताप यांच्या संपर्कातून ४ मार्च २००८ रोजी साईची शस्त्रक्रिया करण्याचे ठरवले. वेगवेगळ्या संस्थांकडून पैसे कसे जमा करायचे याचे मार्गदर्शन ज्योतीने केले. सर्जरीच्या तारखेपर्यंत पुरेसे पैसे जमा झाले नाही. त्यामुळे ज्योतीने डॉ. अमोल सहस्त्रबुद्धे यांची भेट घेऊन उरलेल्या पैशाची हमी घेतली. ते तयार झाले. ज्योतीने इन्फोसिस फाउंडेशनच्या अमोल खोपडे यांच्याकडून ३० हजार रुपये मिळवले. साईवर ६ मार्चला यशस्वी शस्त्रक्रिया झाली. आता तो नॉर्मल आयुष्य जगत आहे.

श्रीराम अजित पवार (वय : १ वर्ष ६ महिने)

श्रीराम इंदापूर तालुक्यातील सपकाळवाडीचा रहिवासी. बारामती समुपदेशन केंद्रातून संपर्कात आला. जून २००८पासून पुरेसे पैसे जमा न झाल्याने दोन वेळा त्याची शस्त्रक्रिया पुढे ढकलली गेली. दिवसेंदिवस तब्येत खालावत चालल्यामुळे पुढील दोन-तीन महिन्यांतच शस्त्रक्रिया करणं गरजेचं होतं.

डॉ. रणजित जगताप यांनी त्याला ११ डिसेंबर २००८ रोजी तपासून २७ डिसेंबर ही शस्त्रक्रियेची तारीख ठरवली. पुरेसे पैसे जमा न झाल्याने पुन्हा शस्त्रक्रिया पुढे ढकलली. या काळात ज्योतीची स्वतःची तब्येत बरी नसल्याने पैसे जमा करण्याच्या कामात तिला फारसं लक्ष घालता आलं नाही.

जून २००८ ते जानेवारी २००९पर्यंत फक्त ५८ हजार रुपयेच जमा झाले होते. ज्योतीची एक मैत्रिणी स्मिता घमंडे हिने नातेवाईक आणि मित्रांकडून जमवून दहा हजार रुपये हॉस्पिटलमध्ये भरले. शस्त्रक्रियेसाठी दीड लाख रुपये खर्च येणार होता.

ज्योतीने डॉ. अमोल सहस्त्रबुद्धेंबरोबर सखोल चर्चा करून ५ फेब्रुवारी २००९ ही शस्त्रक्रियेची तारीख ठरवली. हॉस्पिटल स्वतःचे ४५ हजार रुपये घालणार होते. नंतर ज्योतीच्या सततच्या पाठपुराव्याने हॉस्पिटलने free case केली. आता पालकांनी फक्त औषधपाण्याचा खर्च करायचा. शेवटी, ठरलेल्या तारखेला फक्त ५८ हजार रुपयांमध्ये श्रीरामची यशस्वी शस्त्रक्रिया पार पडली.

अशा पद्धतीने ज्योतीने बऱ्याच मुलांच्या शस्त्रक्रिया घडवून आणल्या. आत्तापर्यंत ज्योतीने ७० मुलांना प्रत्येकी ५००० रुपये तर दोन मुलांना प्रत्येकी १०,००० रुपये

शस्त्रक्रियेसाठी दिले आहेत. तसेच दोन लहान मुलांच्या शस्त्रक्रियेसाठी प्रत्येकी २०,००० रुपयांची मदत केली आहे. ओंकार पोरे आणि रुपाली पाटील यांना हृदय आणि फुप्फुस प्रत्यारोपण शस्त्रक्रियेसाठी प्रत्येकी २०,००० रुपयांची मदत चेन्नईच्या ग्लोबल हॉस्पिटलमार्फत केली आहे. अशी आत्तापर्यंत चार लाख ३२ हजार रुपयांची मदत विविध बालकांच्या हृदय-शस्त्रक्रियेसाठी पोहोचली आहे.

न्यासासाठी मिळालेली मदत (२०११)

न्यास सुरू करून सात वर्षं झाली. मागे वळून पाहताना आपण टाकलेलं पहिलं पाऊल किती योग्य होतं हे आजपर्यंत डॉक्टर्स, मित्र-मैत्रिणी, नातेवाईक, समाज यांनी पदोपदी साथ देऊन दाखवून दिलं. वर्तमानपत्रातील बातमी वाचून श्रीराम लागूंसारख्या मान्यवरांनी स्वतःहून फोन करून चौकशी केली. फक्त चौकशी करून ते थांबले नाहीत; तर न्यासाच्या औपचारिक उद्घाटनाच्या वेळी त्यांनी ५० हजार रुपये आणि 'हृदय-ज्योत पुस्तिका' प्रकाशन कार्यक्रमाच्या वेळी दीपा लागू यांनी ३० हजार रुपयांची भरघोस मदत केली. याव्यतिरिक्त विद्या केतकर, मैत्री ट्रस्ट, ज्योतीचे शालेय शिक्षक, मित्र-मैत्रिणी अशा अनेकांनी आर्थिक मदत केली.

समुपदेशन (२००८ ते २०११)

दर मंगळवारी बारामती येथे डॉ. जेधे, डॉ. मुथा यांच्या हॉस्पिटलमध्ये ज्योती समुपदेशन केंद्र चालवू लागली. साताऱ्याहून लहान मुलांचे डॉक्टर भास्कर यादव बारामतीला येत असत. मुलांना तपासल्यावर त्यांचे पालक ज्योतीकडे येत. मग ती त्यांना त्यांच्या आजाराबद्दल नीट समजावून सांगत असे; कितीही थकवा जाणवला तरी!

ज्योती नाशिकलाही जात असे.

तिच्या कामाचं स्वरूप पाहून नाशिकचे डॉक्टरही अचंबित झाले. विपश्यना शिबिरात भेटलेल्या डॉ. सचिन यांच्या विनंतीवरून मार्च २०१२मध्ये तीन दिवस परभणीला जाऊन ज्योतीने तेथील महाविद्यालयात जाऊन समुपदेशन केले. तिच्या कार्याची दखल घेऊन कै. सौ. कमलाबाई जामकर महिला महाविद्यालयाने तिचा सन्मानही केला.

समुपदेशनाचं काम बारामती सेंटरवरून चाललंच होतं. ज्योतीला वाटत होतं, आपण एकटे किती लोकांपर्यंत पोहोचू शकतो. आपल्या तब्येतीमुळे बऱ्याच

मर्यादा आहेत. तेव्हा, एखादा सेमिनार घेतला तर जास्तीत जास्त लोकांपर्यंत पोहोचता येईल. त्यासाठी वेगवेगळ्या तज्ज्ञ डॉक्टरांच्या भेटीगाठी सुरू झाल्या. विषय ठरवले आणि लहान मुलांमधील जन्मजात हृदयदोषावरील तज्ज्ञ डॉक्टरांची मार्गदर्शनपर व्याख्यानं दिनांक १७ जुलै २००८ रोजी सायंकाळी ६ ते ९ या वेळेत एस. एम. जोशी सभागृहात आयोजित केली. यासाठी डॉ. श्रीराम लागूंनाही आमंत्रित केले. डॉ. प्रमोद जोग, बालरोगतज्ज्ञ (कारणं, लक्षणं आणि वैद्यकीय बाबी), डॉ. जगदीश हिरेमठ, हृदयरोगतज्ज्ञ (हृदयदोष - निदान व उपचार), डॉ. नित्यानंद ठाकूर, हृदय शल्यचिकित्सक (हृदयदोषावरील शस्त्रक्रिया) यांनी या परिसंवादात मार्गदर्शन केलं, श्रोत्यांच्या प्रश्नांना उत्तरंही दिली.

हृदय-ज्योत पुस्तिका

याच कार्यक्रमात हृदय-रुग्णांसाठी अत्यंत उपयुक्त अशा 'हृदय-ज्योत पुस्तिके'चं प्रकाशन ज्येष्ठ अभिनेते डॉ. श्रीराम लागू आणि ज्येष्ठ अभिनेत्री सौ. दीपा लागू यांच्या हस्ते केलं. डॉ. श्रीराम लागूंनी फक्त अर्ध्या तासाचा वेळ दिला होता. प्रत्यक्षात त्यांनी संपूर्ण कार्यक्रम पार पडेपर्यंत सहभाग घेतला.

'हृदय-ज्योत' पुस्तिकेच्या प्रकाशन प्रसंगी
डावीकडून ज्योती, डॉ. प्रमोद जोग, दीपा लागू, डॉ. श्रीराम लागू,
डॉ. जगदीश हिरेमठ, डॉ. नित्यानंद ठाकूर आणि हरिभाऊ मुंगसे (२० जुलै २००८)

सप्टेंबर २००८मध्ये दीनानाथ मंगेशकर हॉस्पिटलतर्फे हृदय-शस्त्रक्रिया झालेल्या रुग्णांसाठी शनिवारवाडा ते दीनानाथ मंगेशकर हॉस्पिटल अशी ५ किलोमीटरची वॉकेथॉन आयोजित केली होती. आम्ही संस्थेचा बॅनर घेऊन ज्योतीसह सहभागी झालो. ज्योतीने या स्पर्धेत द्वितीय क्रमांक मिळवला.

हृदयदोषावर माहितीपट

न्यासाचं काम आणि हृदयदोषावरील माहिती जास्तीत जास्त लोकांपर्यंत पोहोचवायची असेल तर एखादा माहितीपट तयार करावा, असे विचार ज्योतीच्या डोक्यात घोळत होते. त्याला खर्चही खूप येणार होता. त्यासाठी लागणारी रक्कम नक्की जमेल, हा विश्वास तिला होता.

माहितीपट तयार करणाऱ्या माणसांना शोधताना शिल्पा बल्लाळ हे नाव पुढे आलं. ज्योती आणि तिच्या बाबांनी शिल्पाची भेट घेऊन (२२ जानेवारी २०१०) सविस्तर चर्चा केली. तिला सामाजिक कार्यावर माहितीपट करण्याचा अनुभव होता. तिने साधारण सात-आठ लाख रुपये खर्च येईल, असं सांगितलं. ज्योती करत असलेल्या कामाची कल्पना असल्याने ती म्हणाली, ''ज्योती, तुझ्यासाठी मी हा माहितीपट साडेतीन लाख रुपयांत करेन आणि निधी जमा करण्यासाठी तुझ्याबरोबर सहभागीही होईन.''

मग या विषयावर पॉवर पॉइंट प्रेझेंटेशन तयार करून आम्ही वेगवेगळ्या ठिकाणी निधी संकलनासाठी जाऊ लागलो. बऱ्याच ठिकाणी प्रेझेंटेशन देऊनही विशेष निधी जमा नाही झाला. डेक्कन जिमखाना येथील रोटरी क्लबमध्ये प्रेझेंटेशन केले असता तेथील एक सभासद रवींद्र कुलकर्णी (कॅडकॉम्प सिस्टिमस प्रा. लि.चे मालक) यांनी ५० हजार रुपयांची देणगी दिली आणि माहितीपटात ॲनिमेशनसाठीही भरपूर मदत केली.

ज्योतीचा मानलेला भाऊ आणि मॉडर्न कॉलेजमधील तिचा सिनिअर दत्तात्रेय भापकर याने खूपच कष्ट घेऊन ८०-९० हजार रुपयांचा निधी गोळा केला. अशा रीतीने एप्रिलअखेरपर्यंत आम्ही अडीच लाख रुपयांपर्यंतच रक्कम जमा करू शकलो. शेवटी, कमी पडणारी उर्वरित रक्कम मुंगसे कुटुंबीयांनी देऊन ज्योतीचं स्वप्न पूर्ण केलं.

शिल्पा बल्लाळबरोबर ३ मे २०११ रोजी 'हृदयाची गोष्ट' हा माहितीपट तयार करण्याचा करार केला.

त्यानंतर ज्योती आणि शिल्पा यांनी सविस्तर चर्चा करून माहितीपटाचा पूर्ण तपशील तयार केला. कोणकोणत्या लोकांचा समावेश करायचा, लोकेशन, प्रवास, स्क्रिप्ट इत्यादींचा मसुदा तयार केला. १० मेपासून चित्रीकरणास सुरुवात केली. सातारा (डॉ. भास्कर यादव व डॉ. स्नेहल कुलकर्णी), इंदापूर तालुक्यातील अकोले (यशस्वी शिंदे), श्रीगोंदा (जयश्री ताडे), पिंपरी-चिंचवड (मोहित पाठक), औंध (ज्योती), दीनानाथ मंगेशकर हॉस्पिटल (डॉ. रणजित जगताप), ओपीडी विभाग, वार्ड तसेच साताऱ्यातील एक खेडेगाव आदी ठिकाणी चित्रीकरण केले.

डॉ. जगदीश हिरेमठ सरांवरील चित्रीकरण पूना हॉस्पिटल येथे केले. जवळजवळ अख्खा दिवस चित्रीकरण सुरू होतं. चित्रीकरण संपल्यावर डॉ. हिरेमठ म्हणाले, ''ज्योती, तू चांगलं काम करत आहेस. पैशांची चिंता करू नकोस. पैशांची व्यवस्था मी बघतो. फिल्म चांगली झाली पाहिजे.'' असं त्यांनी आश्वासन दिलं.

तीन-चार दिवसांनी त्यांनी फोन करून सांगितलं, ''ज्योती, पैशांची व्यवस्था झाली.'' ज्योती अजून जोमाने कामाला लागली. १०-१५ दिवसांत सर्व चित्रीकरण संपवलं आणि पुढील सोपस्कार सुरू झाले. डबिंग, एडिटिंग अशी कामं वारजे येथे शिल्पाकडे सुरू झाली. या फिल्मची संकल्पना ज्योती आणि शिल्पा बल्लाळ, दिग्दर्शन शिल्पा बल्लाळ, कॅमेरा मोहर माटे, संगीत श्रीरंग उमराणी आणि संकलन समीर शिपूरकर यांचं होतं. डबिंग आणि इतर कामांसाठी ज्योती औंधवरून वारजे येथे कधी बसने, कधी रिक्षाने जात होती; तर कधी तिचे बाबा गाडीवर सोडायचे. ऑगस्ट २०११ अखेर माहितीपट तयार झाला आणि माहितीपट प्रदर्शन कार्यक्रमाची जुळवाजुळव सुरू झाली.

'हृदयाची गोष्ट' माहितीपटाचे प्रदर्शन

जागतिक हृदयदिनी 'हृदयाची गोष्ट' हा माहितीपट प्रदर्शित करायचं ठरवलं. २५ सप्टेंबर २०११ रोजी प्रसिद्ध लेखक व समाजसेवक मा. डॉ. अनिल अवचट यांच्या हस्ते आणि ज्येष्ठ अभिनेते डॉ. श्रीराम लागू आणि ज्येष्ठ अभिनेत्री दीपा लागू यांच्या उपस्थितीत एस. एम. जोशी सभागृह येथे अकरा वाजता माहितीपट प्रदर्शन सोहळा पार पडला. या प्रसंगी डॉ. जगदीश हिरेमठ, डॉ. भास्कर यादव, डॉ. स्नेहल कुलकर्णी, तसेच ज्योतीचा मित्रपरिवार, नातेवाईक, अनेक सामाजिक कार्यकर्ते उपस्थित होते.

'हृदयाची गोष्ट' माहितीपटाचे प्रदर्शन करताना
डावीकडून डॉ. हरिभाऊ मुंगसे, ज्योती, दीपा लागू, डॉ. अनिल अवचट,
डॉ. श्रीराम लागू व डॉ. जगदीश हिरेमठ

सोहळा दिमाखात पार पडला. या प्रसंगी हा माहितीपट दाखवण्यात आला. सर्व प्रेक्षकवर्ग माहितीपट पाहून भारावून गेला. सगळ्यांनी ज्योतीचं तोंडभरून कौतुक केलं. अनेकांनी कार्यक्रमस्थळी संस्थेला देणग्या दिल्या. जवळपास ४० हजार रुपये देणगीरूपात जमा झाले. माहितीपटाच्या २०० सीडीज् प्रत्येकी १०० रुपयेप्रमाणे लोकांनी विकत घेतल्या. दुसऱ्या दिवशी सर्व वर्तमानपत्रांत समारंभाची बातमी छापून आली. या एका माहितीपटामुळे आम्हांला अनेक लोकांपर्यंत पोहोचता आलं.

माहितीपटामुळे जनजागृती

पुढे कित्येक महिने ज्योती 'हृदयाची गोष्ट' हा माहितीपट दाखवून अनेक ठिकाणी जनजागृतीचे कार्यक्रम घेत राहिली. शक्य तिथे सीडी दाखवली जायची, त्याचबरोबर ज्योती समुपदेशनही करायची. ज्योती सर्वांच्या प्रश्नांना उत्तर देऊन उपस्थितांच्या शंकाचं निरसन करत असे.

विविध ठिकाणी माहितीपट प्रदर्शित

- वेगवेगळी महाविद्यालयं, महाविद्यालयांची संमेलनं
- कृषि महाविद्यालय पुणेतर्फे राष्ट्रीय सेवा योजनांतर्गत विशेष सेवा शिबिरात

- प्रौढ निरंतर शिक्षण आणि ज्ञान विस्तार विभाग, पुणे विद्यापीठ आणि मॉडर्न कला, विज्ञान आणि वाणिज्य महाविद्यालय (गणेशखिंड, पुणे), यांच्या संयुक्त सहकार्याने आयोजित केलेल्या 'क्रांतिज्योती सावित्रीबाई फुले व्यक्तिमत्त्वातील विविध पैलू' या विषयावरील कार्यशाळेत ९ जानेवारी २०१२ रोजी माहितीपट दाखवून ज्योतीने मार्गदर्शन केले.
- कै. सौ. कमलाबाई जामकर महिला महाविद्यालय, परभणी आणि शारदा महाविद्यालय, परभणी
- वंचित विकास संस्थेस माहितीपटाची सीडी दिली. ती त्यांनी त्यांच्या वेगवेगळ्या संस्थांमध्ये दाखवून महाराष्ट्रभर प्रसार केला आणि ज्योतीच्या कार्यास मदत केली.
- मॉडर्न कला, विज्ञान आणि वाणिज्य महाविद्यालय, गणेशखिंड आयोजित कोळवण खोऱ्यातील राष्ट्रीय सेवा योजनेतर्फे युवा शिबिरात
- औंध येथील सिनिअर सिटिझन क्लबच्या सदस्यांना विरंगुळा केंद्र येथे
- औंध येथील स्वरांजली भजनी मंडळात
- कृषी महाविद्यालय, पुणे येथील महात्मा फुले कृषी विद्यापीठ पेन्शनर्स असोसिएशन यांच्या वार्षिक सर्वसाधारण सभेत. सदरच्या सभेस पुणे, सांगली, सातारा, कोल्हापूर, सोलापूर, अहमदनगर, जळगाव, धुळे आणि नाशिक इत्यादी जिल्ह्यातील संस्थेचे प्रतिनिधी उपस्थित असतात. यामुळे हृदय-ज्योत परिवार न्यासाच्या कार्याचा प्रसार मोठ्या प्रमाणावर झाला.
- डॉ. जगदीश हिरेमठ यांनी आत्तापर्यंत २०० सीडी त्यांच्या रुग्णांना देऊन न्यासाच्या कार्याला हातभार लावला आहे. आत्तापर्यंत जवळजवळ १००० सीडी वेगवेगळ्या लोकांपर्यंत पोहोचल्या आहेत.
- 'साम टीव्ही' वाहिनीने हा माहितीपट ८ फेब्रुवारी आणि १५ फेब्रुवारी २०१६ या दिवशी दोन भागांत प्रसारित केला.

त्यामुळे हृदय-ज्योत परिवार न्यासाचे काम तसेच ज्योतीबद्दलची माहिती अख्ख्या महाराष्ट्रात पोहोचली. माहितीपटामुळे जास्तीत जास्त लोकांपर्यंत पोहोचण्याचा ज्योतीचा उद्देश साम टीव्हीवरील प्रसारणामुळे पूर्ण झाला. यामुळे तिला अत्यानंद झाला आणि कृतकृत्य झाल्यासारखं वाटलं.

■

लाभले अनेकांचे सहकार्य...

४६ वर्षांच्या आयुष्यात ज्योतीचा असंख्य लोकांशी संपर्क आला. वेळोवेळी वेगवेगळ्या माणसांनी तिला अनेक प्रकारे मदत केली.

प्राथमिक आणि माध्यमिक शाळेत शिकत असताना प्रा. नाथ हरि पुरंदरे विद्यालय आणि भारत इंग्लिश स्कूल येथील सर्व शिक्षक आणि शिक्षिका यांनी ज्योतीवर अतिशय प्रेम केलं आणि तिला खूप जपलं. प्राथमिक शाळेच्या कऱ्हाडकर, साबडे, चाफळकर, मकाशिरबाई, तर माध्यमिक शाळेच्या रानडेबाई, पोतनीसबाई, खामकरबाई, नाईकबाई, गोडबोलेबाई, खळदकरबाई आणि नातूबाई आदी शिक्षक-शिक्षिकांनी तिची फारच काळजी घेतली. माध्यमिकच्या शिक्षिका तर आत्तापर्यंत तिच्या संपर्कात होत्या. त्यांनी सर्वांनी मिळून वेळोवेळी हृदय-ज्योत परिवार संस्थेला देणग्या दिल्या. खामकर बाईंनी वैयक्तिकही देणग्या दिल्या.

शिक्षक

- **सर्जेराव साळुंखे :** मॉडर्न कॉलेज शिवाजीनगरचे प्राध्यापक. शिक्षणासाठी प्रोत्साहन. सतत मार्गदर्शन. ज्योतीस मुलगी मानले.
- **डॉ. संजय खरात :** मॉडर्न कॉलेज गणेश खिंडचे प्राचार्य. एम.ए.च्या शिक्षण काळात सर्व प्रकारच्या मदतीस सदैव तयार. शेवटच्या परीक्षेच्या वेळी स्वतःच्या कार्यालयाशेजारील मीटिंग रूममध्ये ज्योतीची स्वतंत्र बैठक व्यवस्था. ज्योतीला ऑक्सिजन सिलिंडर लावण्याची परवानगी. ज्योतीचं सतत कौतुक करत असत. कॉलेजमधील विविध कार्यक्रमांच्या अनेक जबाबदाऱ्या ज्योतीवर सोपवल्या.

- **डॉ. ज्योती गगनग्रास :** मॉडर्न कॉलेज गणेश खिंडच्या उपप्राचार्या व कला शाखेच्या प्रमुख. ज्योतीस प्रोत्साहन व मदत.
- **डॉ. जयश्री खर्चे :** मॉडर्न कॉलेज गणेशखिंड शिक्षिक आणि मैत्रीण.एम.ए.ची मार्गदर्शक, शिक्षक कमी आणि मैत्रीण जास्त. बऱ्याच वेळा ज्योतीच्या आजारपणात घरी येऊन शिकवत असे.
- **डॉ. त्रिभुवन, रॉबिन डी.** (अँथ्रोपोलॉजिस्ट), संचालक आदिवासी कल्याण : एम.ए.च्या प्रबंधासाठी मदत व मार्गदर्शन.

डॉक्टर

- **डॉ. एम. एस. हिरेमठ :** १९९५पासून अखेरपर्यंत ओपीडीसाठी फी घेतली नाही. दोन वेळा पेसमेकर सर्जरी, २००५च्या ओपन हार्ट सर्जरीसाठी आणि हृदय-फुप्फुसं प्रत्यारोपण शस्त्रक्रियेसाठी सल्ला.
- **डॉ. जगदीश हिरेमठ :** 'हृदयाची गोष्ट' माहितीपटासाठी भरघोस आर्थिक मदत. माहितीपटात महत्त्वाची भूमिका निभावली. वारंवार सल्ला.
- **डॉ. आशुतोष हर्डीकर :** २००५च्या ओपन हार्ट सर्जरीत सहभाग
- **डॉ. रणजित जगताप :** ज्योतीने पाठवलेल्या लहान मुलांच्या सर्जरी व सल्ला. माहितीपटात भूमिका केली.
- **डॉ. अमोल सहस्त्रबुद्धे** (दीनानाथ हॉस्पिटल) : ज्योतीच्या रुग्णांना मदत. माहितीपटाच्या शूटिंगसाठी हॉस्पिटलची परवानगी आणि मदत.
- **डॉ. विल्यम नोव्हीक** (Founder Chairman of International Children's Heart Foundation, U.S..) : १७ नोव्हेंबर २००५ रोजी ज्योतीची कधीही न होणारी ओपन हार्ट सर्जरी करून 'बटरफ्लाय फ्लॅप' बसवून जीवनदान दिलं. त्यानंतर ज्योती १४ वर्षे जगली.
- **डॉ. संपत डुंबरे पाटील** (मावस भाऊ) : वेळोवेळी सल्ला व मार्गदर्शन.
- **डॉ. उमा गव्हाणे** (मावस बहीण) **आणि डॉ. सुभाष गव्हाणे :** नेहमीच्या किरकोळ आजारात औषधं व सल्ला.
- **डॉ. नताशा काळे :** मैत्रीण, वेळोवेळी सल्ला आणि आधार.
- **डॉ. भूषण शुक्ल :** मानसिक आजारात सल्ला व औषधोपचार
- **डॉ. संदीप अट्टावार, डॉ. राहुल विजील, डॉ. अरूल नारायण, डॉ. अप्पार जिंदाल** (ग्लोबल हॉस्पिटल, चेन्नई) : ज्योतीची हृदय-फुप्फुस

प्रत्यरोपण शस्त्रक्रिया केली. शस्त्रक्रिया यशस्वी; पण जंतुसंसर्गामुळे ज्योतीचा मृत्यू.

- **डॉ. श्रीराम लागू व दीपा लागू :** ऑक्टोबर २००३मधील ज्योतीचा लेख वाचून प्रभावित. स्वतः फोन करून चौकशी. हृदय-ज्योत परिवार संस्था स्थापना कार्यक्रमाचे प्रमुख पाहुणे. ज्योतीला मुलगी मानले. ज्योतीस कायम प्रोत्साहन.
- **नसीमा हुरजूक :** यांच्या *चाकाची खुर्ची* आत्मचरित्रावरून प्रेरणा घेऊन हृदय-ज्योत परिवार न्यासाची स्थापना व सामाजिक कार्यास सुरुवात. संस्था चालवण्याबद्दल मार्गदर्शन व प्रोत्साहन. तीन-चार वेळा घरी येऊन ज्योतीची भेट.
- **ज्येष्ठ अभिनेते मोहन जोशी मित्रमंडळ :** सुरुवातीला १० हजार रुपयांची देणगी. समाजकार्यास शुभेच्छा, प्रत्यक्ष भेट.
- **शिल्पा बल्लाळ :** समाजकार्यातून ओळख. 'हृदयाची गोष्ट' माहितीपटाची संकल्पना, चित्रीकरण, संकलन, डबिंग करून सीडी तयार करणं. नंतर घट्ट मैत्री.
- **समीर शिपूरकर :** माहितीपटाचं संकलन आणि डबिंग
- **रवी कुलकर्णी :** माहितीपटाच्या निधी संकलनासाठी रोटरी क्लब, डेक्कन जिमखाना येथे प्रेझेंटेशन दिले असता ५० हजार रुपयांची देणगी जाहीर. माहितीपटातील ॲनिमेशनचा भाग त्यांच्या कंपनीतर्फे मोफत तयार केला. वैयक्तिक १५ हजार रुपयांची संस्थेस देणगी. संस्थेचे हितचिंतक.
- **कविता महाजन :** फेसबुकवरून मैत्री. त्यांच्या *भिन्न* आणि *ब्र* पुस्तकांची ज्योती चाहती. त्यांना भेटायला वसईला गेली. ज्योतीच्या सामाजिक कार्याला प्रोत्साहन.
- **उज्ज्वला बनकर :** हृदय-ज्योत परिवारास ५१ हजार रुपयांची देणगी.
- **विनोद शहा** (जैन सोशल ग्रुप) **:** ७५,००० रुपयांची देणगी.

मैत्रिणी

- **सुजाता नाईक :** मॉडर्न कॉलेज गणेश खिंडमधील मैत्रीण. ज्योतीच्या सगळ्या कामात मदत. छोट्या-मोठ्या व्यवसायात ज्योतीला सामील करून

घेत असे. ज्योती हॉस्पिटलमध्ये दाखल असताना तिच्यासोबत थांबत असे. आम्हांस तिची मदत होत असे.

- **प्रतिभा कोंढाळकर – अर्चना गावडे :** ज्योतीच्या मॉडर्न कॉलेज शिवाजीनगरच्या जिवाभावाच्या मैत्रिणी. अभ्यासात, खरेदीत कायम बरोबर असायच्या.
- **नीलिमा गावडे :** पेसमेकरच्या बॅटरी बदलायच्या वेळी हॉस्पिटलमध्ये रात्रभर बसून.
- **रसिका मोरे (ब्यूटिशियन) :** ज्योतीची खास मैत्रीण. ज्योतीचे केस कापणं, फेशियल, मसाज इत्यादी मोफत करत असे. एकदा तिचे ब्रायडल मेकअप करून फोटोसेशनही केलं.
- **मृणाल व विकास कोतवाल :** चेन्नई येथे सर्वतोपरी मदत केली.

मित्र

- **दत्ता भापकर :** कॉलेजमधील मित्र आणि मानलेला भाऊ. शेवटपर्यंत भाऊबिजेला न चुकता हजर. माहितीपटासाठी भरघोस देणग्या गोळा केल्या. कोणत्याही प्रसंगी मदतीस तत्पर.
- **रोहित राजपूत :** मॉडर्न कॉलेज गणेशखिंडमधील मित्र. एकत्र अभ्यास, हरतऱ्हेची मदत करण्यास तत्पर. शेवटपर्यंत कौटुंबिक संबंध. कॉलेजमध्ये असताना ज्योतीला कधी-कधी चालता येत नसेल तर उचलून नेत असे. अजूनही आम्हांस 'आई-बाबा'च म्हणतो. संस्थेच्या कामात मदत.

संस्था

- **बीएसएनएल महिला कर्मचारी संघटना, पुणे :** महिला कर्मचाऱ्यांसाठी ज्योतीचे भाषण ठेवले. संस्थेस १४ हजार रुपयांची मदत.
- **ए. व्ही. रानडे आणि कंपनी (सीए) :** हृदय-ज्योत परिवार न्यासाची सर्व कामे उदाहरणार्थ, लेखापरीक्षण, लेखापरीक्षण अहवाल, फायलिंग ऑफ रिटर्न न्यासाच्या स्थापनेपासून आजही विनामोबदला करतात.
- **वंचित विकास :** ज्योतीचा सत्कार आणि सन्मान, तसेच 'हृदयाची गोष्ट' माहितीपट अनेक ठिकाणी दाखवून ज्योतीच्या कार्याची जनजागृती.

■

ज्योतीच्या लेखनातील काही नोंदी

वर्तमानपत्रांत किंवा फेसबुकवर येणाऱ्या बातम्या वाचून काही वेळा माझी करमणूक होते, तर काही वेळा मन पेटून उठतं. मनात असंख्य विचार उमटतात. त्यांपैकी काही प्रतिक्रिया.

ग्रामपंचायती / जात पंचायतीचा फतवा

'अविवाहित मुलींनी मोबाइल फोनचा वापर करू नये' असा फतवा बिहारमधील एका ग्रामपंचायतीने काढला आहे. यानुसार एखाद्या अविवाहित मुलीने मोबाइल फोन वापरल्यास तिच्या कुटुंबीयांना दहा हजार रुपयांचा दंड आकारला जाईल, असा नियम करण्यात आला आहे.

माझ्या तळपायाची आग मस्तकात गेली. ग्रामपंचायत मन मानेल तसा कारभार करू लागली तर कायद्याचं काय? आज विविध पातळीवर (आंतरजातीय/आंतरधर्मीय विवाह, उच्च-नीचता, जातीय तंटे) प्रत्येक राज्यांत जातपंचायती, खाप पंचायती, ग्रामपंचायती आपल्या सोयीनुसार नियम/फतवे/कायदे वापरू लागली आहे. हे कधी थांबणार आहे का? सगळ्यांत महत्त्वाचं म्हणजे हा फतवा अविवाहित मुलींसाठीच का आहे? मुलांसाठी का नाही? प्रत्येक बाबतीत मुलं आणि मुली यांना वेगळा न्याय का? स्त्री-पुरुष भेद आपल्या वागण्यात आहे, कारण तो आपल्या मनात खूप खोलवर रुतलेला आहे. अशा फतव्यांमुळे तर अजूनच खोलवर रुतत चाललाय. मोबाइलसारखं एक यंत्र वापरण्याबाबत स्त्री-पुरुष भेद करण्याचं कारण काय? खूप हास्यास्पद आणि लाजिरवाणंसुद्धा आहे.

महाराष्ट्रात गावपातळीवर, आदिवासी पाड्यांत, फासेपारधी समाजात अजूनही हेच सुरू आहे. जातपंचायती, खाप पंचायती, ग्रामपंचायतीची तर हुकूमशाही चालू आहे. हुकूमशाही ती हुकूमशाहीच असते. ती चांगल्यासाठी

काय आणि वाईटासाठी काय, असं काही नसतं. मला वाटतं की, या जगात सामाजिक बंधनं पाळून प्रत्येकाला स्वतंत्र विचाराने वागता आणि जगता यायला हवं. फक्त एवढीच अपेक्षा आहे. जात, धर्म, संस्कृती, परंपरा, आचार-विचार आणि इतर तत्सम गोष्टींमुळे जगण्यावरच बंधनं यायला नकोत. त्या-त्या काळाच्या गरजेनुसार समाज सुशिक्षित होणं हाच त्यावरचा उपाय आहे.

जात-खाप-ग्राम पंचायतीमधला कोणताही फतवा किंवा नियम समाजाला सुशिक्षित करू शकत नाही, तो फक्त समाजावर वचक निर्माण करू शकतो. परंतु यामुळे आयुष्य अनेक प्रकारे थांबू शकते. कित्येकदा यामुळे बळीही गेले आहेत. हा मुद्दा पुन्हा एकदा जात, धर्म, संस्कृती, परंपरा, आचार-विचार यांच्याच भोवती फिरताना दिसतो. त्यामध्ये बदल झाला तरच खऱ्या शिक्षणाला सुरुवात होईल.

व्यक्ती स्वतंत्र विचाराची झाली की तिला खरं आयुष्य काय ते कळू लागेल आणि तेव्हाच आपण जात, धर्म, संस्कृती, परंपरा, आचार यांच्या चक्रातून बाहेर पडू.

आजच्या जगात कातडीबचाऊ धोरण प्रत्येकाच्या अंगवळणी पडलंय. अर्थात, त्याला काही अपवाद नक्कीच आहेत.

ज्यांच्यावर अन्याय होतो त्यांना सहन करण्याशिवाय दुसरा मार्ग नसतो. बऱ्याचदा त्या विरोधात आवाज उठवलाच, तर मरण अटळ असतं. हे सत्य खूपच भयानक आहे. म्हणजे, आपण घाबरत जगलो तर विचार करणं बंद करायला हवं आणि निडरपणे जगलो तर कदाचित मृत्यूला जवळ करू.

मार्ग

प्रत्येक वेळी आपल्या अडचणींवर मार्ग दाखवणारा कोणी हवाच असतो, असंही नाही... कधी-कधी आपलं म्हणणं हृदयापासून ऐकून घेणारी एखादी सखी-सखा मात्र नक्की हवा असतो.

देवाला थंडी वाजू नये म्हणून स्वेटर!

एका मंदिरात राधा-कृष्णाला थंडी वाजू नये म्हणून स्वेटर घातलेला फोटो फेसबुकवर पाहिला.

खूप हसू येत होतं. इथे गरिबी आणि दारिद्र्यामुळे जिवंत माणसाला थंडीपासून संरक्षण करणं अशक्य होतंय. रस्त्यावरची मुलं तर थंडीने अक्षरशः कुडकुडून मरतात. एकंदरीत अवघड आहे सगळं!

समाजाचा प्रवास हा नक्की कोणत्या दिशेनं चालू आहे?

प्रत्येकाचे विचार, दृष्टिकोन वेगळे आहेत, म्हणून त्यात विविधता आहे. पण जिथे जिवंत माणसांना जगणं मुश्कील आहे, तिथे देवाचे लाड करण्यात कसली आलीय काळजी आणि प्रेम?

हे सगळ जिवंत माणसांसाठी करा ना!... त्यांच्याप्रति दाखवा ना तुमची संवेदना, प्रेम, काळजी! कोणाच्याही भावना दुखवायचा माझा अजिबात हेतू नाही. परंतु जे डोळ्यांना दिसतं त्यावर मी आंधळेपणाने विश्वास ठेवू शकत नाही. मुळात देव म्हणजे अनादी-अनंत शक्ती असं जे लोक मानतात, तेच अशा गोष्टी करत असतील तर हा चक्क विरोधाभास आहे. देव सर्वशक्तिमान असेल तर त्याला याची काहीच गरज नाही. मी असं काही बोलते म्हणजे मी उद्धट आहे किंवा श्रद्धाळू नाही असं अजिबात नाही; पण मी जास्त संवेदनशील आहे. म्हणूनच मला या सगळ्यांचा जास्त त्रास होतो आहे. आज नवीन युग, नवीन तंत्रज्ञान आलंय. परंतु आपली मानसिकता नक्की कुठे चालली आहे? हा सगळा पोरखेळ वाटतो मला. या जगात खूप काही करण्यासारखं आहे. परंतु देवाच्या मागे लागून आजचा तरुण वर्ग भरकटताना दिसतोय, याची जास्त खंत वाटते.

नाती

नाती गृहीत धरली की ती उसवत जातात. त्यामुळे ती जोपासावीच लागतात. नाती जुळली तर सुख आणि तुटली तर सल बनून राहतात. व्यक्ती दुरावली तरी त्यांच्याशी असलेली आपल्या मनाची नाळ कधीच तुटत नाही....

माझं आयुष्य : अडथळ्यांची शर्यत ?

प्रत्येकाचंच आयुष्य हे अनेक अडथळे पार करत, धडपडत, सुख-दुःखाच्या वळणावळणांनी पुढे सरकत असतं. फक्त काहींच्या आयुष्यात संघर्ष जरा जास्तच वाट्याला येतो, तर काहींना पूर्वकर्मानुसार विनासायास किंवा थोड्याशा कष्टानेही सगळ्या गोष्टी साध्या-सोप्या होतात. खरं तर आयुष्य हे एक न उलगडणारं कोडं आहे. ते कधी आणि कुठल्या रूपात आपल्या समोर उभं ठाकेल हे कोणीच सांगू शकत नाही. मग त्यालाच कोणी-कोणी प्रारब्ध, नियती किंवा पूर्वकर्माचे भोग अशा वेगवेगळ्या नावाने संबोधायला लागतात. प्रत्येक व्यक्तीच्या वैचारिक पातळीवर आयुष्याच्या त्या-त्या अवस्थेचं वर्णन उलगडत जातं. तसेच, प्रत्येकाचा वैयक्तिक पातळीवरचा संघर्ष हा वेगळाच असतो. म्हणून, एकच घटना दोन व्यक्तींच्या आयुष्यात सारखीच घडली तरी तिला दिला जाणारा प्रतिसाद किंवा त्यावर केली जाणारी मातही वेगवेगळीच असते. म्हणून तर, आपल्याला आयुष्य समजलंय असं म्हणेपर्यंत त्याची विभिन्न रूपं आपल्यासमोर उभी राहतात. त्यावर कितीही ऊहापोह केला तरी आपण पुन्हा पहिल्याच बिंदूपर्यंत येऊन पोहोचतो. आयुष्य किंवा जीवन जगणं म्हणजे नेमकं करायचं तरी काय, हेच आयुष्याच्या शेवटपर्यंत आपल्याला कळत नाही.

आयुष्यात काय करायचंय ते काही जणांना नेमकेपणाने कळलेलं असतं. पण काहींच्या वाट्याला खूपच खडतर आयुष्य येतं. अगदी छोट्या-छोट्या आनंदासाठी त्यांना खूप झगडावं लागतं. माझं आयुष्य कुठल्या प्रकारात मोडतं?

स्वप्न की वास्तव!

स्वप्न आणि वास्तव यातील तफावत आणि त्यांचा मेळ घडवून आणण्यासाठी होणारी तडफड ही नेहमीच जीवघेणी असते. बऱ्याचदा भरकटायला होतं. मुखवटे चढवले जातात... मग आपण स्वतःलाच अनोळखी होतो. आपलंच मन विचारत करत राहत, आपण नक्की कोण?

देवा रे!

देवा! अरे, किती रे माझ्या आयुष्यात तुझी लुडबुड! पुरे आता! काय माज करायचा आहे तो माझा मला करू दे. तुझ्या कृपेला किंवा अवकृपेला मी भीक घालत नाही. आहे माझ्या मनगटात बळ आणि इच्छाशक्ती सगळ निभाऊन न्यायला! नकोय मला तुझा आधार... करायचाय मला स्वतःचाच उद्धार! माझी अधोगती की उन्नती ते माझं मला ठरवू दे. प्रत्येक दुःखाला किंवा अडचणींना तुला का वेठीला धरू? तुला का साकडं घालू? आणि मग, जे काही होईल ते तुझ्या मर्जीने झालं असं खोटं सांत्वन का करत बसू स्वतःचं?

मला स्वतःलाच सामोरं जायचंय माझ्या आयुष्यातली प्रत्येक गोष्टींना! स्वतःला हवं तसं स्वतःच्या प्रयत्नाने घडवायचंय. ही लढाई असेल फक्त माझी माझ्याशी, माझ्यापुरती! दुसऱ्यांचा हस्तक्षेप नसेल त्यात. कर्ता-करविता सगळं काही मीच. यशही माझं आणि पराभवही माझाच... आनंद घेणारीही मीच आणि आणि दुःख सोसणारीही मीच... नकोत कसल्या फूटपट्ट्या, नकोत हेवेदावे... नकोत कसली कर्मकांडं... फक्त माणूस म्हणून जगायचंय मला.... स्वच्छंदी, मुक्त विहारायचं आहे या जगात...

दुसऱ्याची जमीन बळजबरीने बळकावणे

अशा कितीतरी घटना घडत असतील, त्यांना न्याय मिळणं तर दूरच; पण त्यांची दखलही घेतली जात नसेल. खूप वाईट आहे. प्रत्येक कुटुंबाला अमुकअमुक इतकीच जमीन आणि एक फ्लॅट स्वतःच्या नावावर ठेवता येईल, असा नवीन कायदा पास व्हायला हवा. जमीन, संपत्ती यापायी अनेक अशिक्षित, गरीब कुटुंब उद्ध्वस्त झाली आहेत. पुन्हा त्यांना कायद्याचं ज्ञानही नसतं. दाद कोणाकडे मागायची हे माहीत नसतं, आणि मागितली तरी आपल्याला न्याय मिळेल याची खात्री नसते. श्रीमंत लोकांनी स्वतःच्या नावावर भरमसाट जमिनी आणि स्थावर इस्टेट गोळा करून ठेवल्या आहेत. हा श्रीमंतीचा हव्यास आहे.

होळी

होळी म्हणजे काय फक्त पुरणाची पोळी? होळी म्हणजे वाईट आचार-विचारांना तिलांजली देणं... आपल्या मनातील वाईट विचारांना होळीप्रमाणे आगीत जाळून राख करणं. खरं तर, हाच होळी साजरी करण्यामागचा उद्देश असायला हवा. या दिवशी वाईट गोष्टींचा त्याग करून चांगल्या गोष्टींचा संकल्प करू या; जेणेकरून आपलं संपूर्ण वर्ष सुख-समाधानाचं जाईल.

महाराष्ट्रावर आलेले हे नैसर्गिक संकट बघता प्रत्येकाने रंगपंचमी आणि होळी साधेपणाने साजरी करावी. त्यामागील कारण मुलांना समजावून सांगा. त्यांच्यामध्ये हे सामाजिक भान अशाच प्रसंगातून जागवता येईल. प्रत्येकाने आपला खारीचा वाटा उचलून आपल्याच उज्ज्वल भविष्यासाठी हातभार लावावा. आज निसर्गाचं जे उग्र रूप आपण पाहतो आहोत ते आपल्याच चुकीच्या कृत्यांमुळे आहे, हे विसरून चालणार नाही.

झाडे तोडून होळी करू नका त्यापेक्षा झाडं लावून होळीची नवीन पद्धत सुरू करा... तसेच उन्हाळा सुरू झालाय हे लक्षात असू द्या. थोड्याच दिवसांत पाणी टंचाईच्या बातम्याही यायला सुरुवात होईल.

त्यामुळे आत्तापासूनच 'पाणी वाचवा, झाडं जगवा', ही आग्रहाची विनंती.

माणुसकी संपलेली नाही

मान्य आहे, आजकाल जग जास्तच व्यावहारिक होत चाललं आहे. पण म्हणून माणुसकी संपलीच आहे, असं म्हणता येईल का?

अजिबात नाही. वर-वर पाहता या यांत्रिक आणि गतिमान युगात बदल तर होत जाणारच आहेत. तरीही, या जगात अजूनही माणुसकीचं, भावनांचं आणि प्रेमाचं महत्त्व थोडंही कमी झालेलं नाही. असं जरी असलं तरी प्रत्येक छोट्या-छोट्या गोष्टीत आपलं मन हळवं होऊ नये याची काळजी आपणच घेतली पाहिजे. इथे आपला स्वभाव बदलणं आणि आपलं भविष्य आनंददायी करणं हे आपल्याच हातात आहे.

इच्छामरण

इच्छामरणाचा कायदा व्हावा की नाही, याविषयीचं माझं मत एका मासिकाने विचारलं. म्हणाले, "ज्योतीताई, एक लेख हवाय या विषयावर!"

"हा तर माझा आवडता विषय. रोज मनाच्या एका कोपऱ्यात याविषयी मी सतत मनातल्या मनात बोलत असते. नक्की देते." तोच हा लेख...

इच्छामरणाचा कायदा व्हावा की नाही?

माझं मत 'असावा' असंच आहे आणि हे मत माझ्या जीवनाच्या अनुभवावर आधारित आहे. ज्याला आयुष्य जगणं मरणप्राय असतं, त्याला मृत्यूला कधी सामोरं जायचं हे ठरवण्याचाही अधिकार हवा. कसं जगायचं, ही जशी प्रत्येक माणसाची निवड आहे तशी मृत्यू ही त्याचीच निवड असायला हवी. प्रत्येक व्यक्तीला प्रतिष्ठेने जगण्याबरोबरच प्रतिष्ठेने मृत्यू स्वीकारण्याचाही अधिकार असायलाच हवा.

अरुणा शानभागचं उदाहरण घेतलं तर मला सांगा, तिच्या जगण्याला काही अर्थ आहे का? जगताना रोज मरायचं? कधी यातना असह्य झाल्यामुळे, कधी शरमेमुळे, तर कधी समाजापासून नाकारलं जाण्याच्या भीतीमुळे! अशा जगण्याचा काय आनंद? त्यापेक्षा तिला मृत्यू प्रदान केला असता तर, कदाचित असेलच दुसरा जन्म तर, पुढचा जन्म मिळून ती एक चांगलं समृद्ध आयुष्य जगू शकली असती.

आजार जगू देत नाही आणि मरण सुटका करत नाही, अशी अवस्था असणाऱ्या लोकांच्या यातनांची पुसटशी जाणीव इतर माणसांना होणं कठीण आहे. शिवाय, कधी-कधी आपल्या प्रिय व्यक्तीच्या यातना नुसत्या डोळ्यांनी बघणं त्या व्यक्तीच्या जवळच्यांना असह्य, हतबल करतात. अशा वेळी सगळ्या यातनांचा शेवट मृत्यूच करू शकतो. त्यामुळे इच्छामरणाचा हक्क असायलाच हवा. अर्थात, या हक्काचा गैरवापर होईल याचंही भान नक्कीच आहे. ज्यांना दुसऱ्याचं अहित करायचं असतं ते कोणत्याही मार्गांनी करतातच.

आपल्या इथे इच्छामरणाचा कायदा नसला तरी अनेक कारणांनी आत्महत्या करणाऱ्यांचं प्रमाण दिवसेंदिवस वाढत आहे. ज्या व्यक्ती टोकाचं

अपंगत्व, मतिमंदत्व, पराकोटीचा आजार घेऊन जन्माला येतात, ज्यांच्यावर उपचार होणं शक्य नसतं, कधी शक्य असलं तरी पालकांकडे उपचारासाठी पैसे नसतात, अशा वेळी मुलांना वा व्यक्तींना सोडून दिले जाते, घराबाहेर काढले जाते. त्यांना एखाद्या संस्थेचा आधार मिळाला तर ठीक; नाहीतर त्यांची अवस्था फार भयानक होऊन जाते. मुळात आपल्या इथे लोकसंख्येच्या मानाने सोयीसुविधा कमी असल्यामुळे अशी परिस्थिती उद्‌भवते. त्यात आता विभक्त कुटुंब पद्धतीमुळे पराकोटीचा आजार असलेल्या व्यक्तींना सांभाळणं कठीण होत चाललं आहे. म्हणून इच्छामरणाचा पर्याय समोर येऊ लागला आहे.

'भारतीय कायदा आणि राज्यघटना नागरिकाला जगण्याचा अधिकार देत असेल, तर तोच कायदा मरणाचा अधिकार कसा देऊ शकेल?' असा युक्तिवाद होत असेल तर भारतीय राज्यघटनेने कोणत्याही रुग्णाला उपचार नाकारण्याचा अधिकार दिला आहेच; त्यामुळे पराकोटीच्या आजारपणात रुग्णाने उपचार बंद केले तर त्याला लवकर मरण येतं आणि तो रुग्ण सगळ्या त्रासातून स्वत:ची सुटका करून घेतो. अशा प्रकारात इच्छामरणाची गरज उरत नाही. तसेच आपल्याकडे जैन धर्मात उपाशी राहून स्वत:ला संपवण्याचा हक्क आहेच की! आजकाल त्यासाठी धर्मांतर केलं जातं.

तडफड

कोणत्याही परिस्थितीत कणखर व्यक्तीची निर्णय घेण्यापुरतीच तडफड! एकदा निर्णय झाला की सगळी भीती, चिंता, घालमेल सगळं-सगळं संपतं. उरते ती फक्त मुक्ततेची जाणीव, आत्मविश्वास आणि निर्णयाच्या कसोटीला उतरण्याची जिद्द!

मी रिता

अंधारापलीकडचा प्रकाश तू
मनाच्या डोहातील चांदवा तू
क्षितिजापलीकडचे आकाश तू
फूलगंधातील सोनचाफा तू
काल, आज आणि उद्याही तू आणि तूच
अशक्यातील शक्यता तू
तरीही,
मीच रिता, सर्वस्व व्यापूनही!

इतना कुछ छेड़ दिया है तुमने,
याँदे समेटते-समेटते भोर हो जायेगी...
फिर भी न संभाल पाऊँगी, कुछ यादे सिरहाने तकिये पर बिखरी पड़ी मिलेगी!
जाना तो जरुर है,
जहाँ अपना काम नहीं वहाँ ज्यादा रुकने की हमें आदत नहीं,
कोई प्यार से पुकारे तो दौड़े चले जायेंगे,
पर जो मुकाम अपना ना हो तो वहीं से लौट के भी आयेंगे

■

ज्योतीशी संबंधित वर्तमानपत्रात प्रसिद्ध झालेल्या काही बातम्या

बालगंधर्व रंगमंदिर : 'सकाळ'चे संस्थापक-संपादक डॉ. नानासाहेब परुळेकर यांच्या ११४व्या जयंतीनिमित्त 'सामान्यांतील असामान्यां'चा मॅगसेसे पुरस्कारविजेत्या नीलिमा मिश्रा यांच्या हस्ते मंगळवारी सत्कार करण्यात आला. रमाकांत दाणी आणि सतीश वैजापूरकर यांना डॉ. नानासाहेब परुळेकर पुरस्कार प्रदान करण्यात आला. या वेळी (डावीकडून) हनुमंत गराडे, दाणी, मिश्रा, वैजापूरकर, ज्योती मुंगसे, मनूबाई साठे, रामेश्वरी जाधव. (पुढील रांगेत) निकिता धिवार, सोनल दमाई, दिशा दमाई, निकिता मोरे.

शहर परिसर

'रोटरी'तर्फे २३ पासून पथनाट्य महोत्सव

पुणे, ता. २० : रोटरी क्लब ऑफ पुणे मेट्रो तर्फे आंतरमहाविद्यालयीन पथनाट्य महोत्सव २३ ते २५ सप्टेंबर दरम्यान आयोजित करण्यात आला आहे. स्पर्धेमध्ये शहरातील १९ महाविद्यालयांच्या संघांनी भाग घेतला आहे. स्त्रीभ्रूण हत्या, वाहतूक समस्या व स्वच्छतेचे भारत या विषयावर पथनाट्ये सादर होणार आहेत. शुक्रवारी (ता. २३) संभाजी महाराज रस्त्यावरील संभाजी उद्यान, शनिवारी (ता. २४) कोथरूड येथील थोरात उद्यान व रविवारी (ता. २५) कर्वेनगरमधील तामवडे उद्यानामध्ये स्पर्धा होणार आहेत. स्पर्धेतील विजेत्यांना प्रथम, द्वितीय व तृतीय क्रमांकासाठी अनुक्रमे दहा, सात व पाच हजारांचे पारितोषिक देण्यात येणार आहे.

...अन् दरवळला सुगंध कर्तृ

डॉ. नानासाहेब परुळेकर जयंतीनिमित्त सामान्यांतील कर्तृत्ववान असामान्यांचा स

सकाळ वृत्तसेवा

पुणे, ता. २० : स्वतः निरक्षर असताना गावातील शाळेसाठी तीन गुंठे जमीन दान करणाऱ्या मनूबाई... ग्रामीण भागात मूकबधिरांसाठी शाळा सुरू करणारी रामेश्वरी... कत्तलखान्यात जाणाऱ्या गायींना वाचवून गोशाळा सुरू करीत त्या माध्यमातून मनोरुग्णांचा सांभाळ करणारे हनुमंत गराडे... शाळेतून घरी परतताना रस्ता चुकलेल्या मुलीला पोलिसांच्या मदतीने आई-वडिलांपर्यंत पोचविणाऱ्या शालेय 'चारचौघी'... जन्मजात हृदयरुग्ण असलेली आणि या विकाराने ग्रासलेल्या रुग्णांच्या जीवनात आशा फुलविणारी 'ज्योती'... समाजाच्या जडणघडणीमध्ये खारीचा वाटा उचलणाऱ्या सामान्यांतील असामान्यांचा सत्कार 'सकाळ माध्यम समूहा'तर्फे मंगळवारी झाला आणि बालगंधर्व रंगमंदिरातील उपस्थितांनी 'अजुनि येतो वास फुलांना' या काव्यपंक्तीची अनुभूती घेत टाळ्यांचा गजर केला.

'सकाळ'चे संस्थापक-संपादक डॉ. नानासाहेब परुळेकर यांच्या ११४ व्या जयंतीनिमित्त आयोजित कार्यक्रमात मॅगसेसे पुरस्कारविजेत्या नीलिमा मिश्रा यांच्या हस्ते सामाजिक काम करणाऱ्या सामान्यांतील कर्तृत्ववान असामान्यांचा सत्कार करण्यात आला. 'सकाळ'चे अध्यक्ष प्रतापराव पवार आणि कार्यकारी संपादक नवनीत देशपांडे या वेळी व्यासपीठावर उपस्थित होते. पवार यांच्या हस्ते नीलिमा मिश्रा यांचा सत्कार करण्यात आला.

वावडी वाचन उपक्रमातून 'सकाळ'मध्ये प्रसिद्ध झालेल्या बातमीपासून प्रेरणा घेत दहा लाख रुपये किंमत असलेली स्वतःची तीन गुंठे जमीन शाळेसाठी बक्षीसपत्र करून देणाऱ्या मनूबाई शंकर साठे यांचा सत्कार झाला. मनूबाई आणि मिश्रा यांची गळाभेट झाली तेव्हा टाळ्यांचा कडकडाट झाला.

भावाच्या शिक्षणाची जबाबदारी उचलून मूकबधिर बहीण-भावांसाठी बारामती तालुक्यातील कऱ्हावागज येथे विनाअनुदानित शाळा चालविणाऱ्या रामेश्वरी नितीन जाधव, जन्मजात हृदयरुग्ण असलेल्यांची सेवा करीत पंधराहून अधिक मुलांच्या शस्त्रक्रिया करवून घेत त्यांचे प्राण वाचविणाऱ्या आणि स्वतः या अनुभवाला सामोरे गेल्यामुळे अशा रुग्णांच्या जीवनात नवी आशा प्रज्वलित करणाऱ्या ज्योती मुंगसे यांच्यासह पहिलीच्या वर्गात शिकणारी आणि शाळेतून घरी परतताना रस्ता चुकलेल्या नीजा सादिक शेख हिला पोलिसांच्या मदतीने घरी पोचविण्याचे काम करणाऱ्या निकिता रवींद्र मोरे, सोनल मोहनसिंग दमाई, दिशा मोहनसिंग दमाई आणि निकिता रवींद्र धिवार या चौघी शालेय मैत्रिणी... अशा 'आदिशक्ती'च्या विविध रूपांना सन्मानित करण्यात आले. कत्तलखान्यात जाणाऱ्या गायी वाचवून त्या गरीब शेतकऱ्यांना पाळायला देत या गोशाळेमध्ये मनोरुग्णांना कामाची प्रेरणा देणारे हनुमंत गराडे यांचाही सत्कार करण्यात आला.

साग तस्करीला वाचा फोडून सरकारचे लक्ष वेधणारे 'सकाळ'च्या विदर्भ आवृत्तीचे विशेष बातमीदार रमाकांत दाणी आणि शिर्डी येथील विमानतळाच्या प्रश्नाचा पाठपुरावा करून बागायती जमिनीवर होणाऱ्या

सकाळ, पुणे शहर २१ सप्टेंबर २०११

Four more years to live?

That is all the time she may have to live, but 31-year-old Jyoti Mungse who suffers from pulmonary hypertension still loves life and the challenges it offers

HUNED CONTRACTOR
Times News network

AT first glance, 31-year-old Jyoti Mungse would seem like any other woman who wants her share of life, love and laughter. Correct that a bit, because Jyoti is rather more exuberant and positive than most people her age. But it's an attitude that stems out of the depressing fact that she may possibly have to call it quits after another four years or so. Jyoti, since birth, has been a victim of pulmonary hypertension, with holes in the auricle and ventricle compartments that leads to a flow of impure blood and a related respiratory problem due to improper filtering and absorption of oxygen. As such, Jyoti can, at times, find it difficult to even sustain a conversation for more than 15 minutes.

Such physical shortcomings, however, cannot snatch away the pleasures in her life, which include painting, trekking, reading, dancing and singing. "It has always been difficult, because the effort required for me is always much more than it is for a normal person, but maybe the satisfaction of achieving something against all odds is what makes the challenge worth it," says Jyoti, who has now taken the initiative of starting an association comprising of those who suffer from incurable heart problems.

CHICKEN SOUP FOR THE SOUL

Looking very much like the man who has borne an emotional brunt for too long, Jyoti's father Prof Haribhau Mungse, a lecturer of Botany at the Agriculture College, has this to say. "Our years of dialogue with heart specialists has led us to one conclusion - that most of the attention is focused on cardiac arrests and the preventive and post-operative care that is associated with this ailment. However, nothing is being done, especially on a psychological level, to create a comfort level for those suffering from a condition that caps the number of years a patient can live. An association of this sort should therefore help patients network with each other, pool ideas, put pressure on the government to provide financial support, as also help each other by way of moral support."

The idea has essentially come in the wake of Jyoti signing up for cardiac surgeon Dr Shirish Hiremath's Healthy Heart Club which has more than 150 members, who learn the technique of living with a heart condition as also the right fitness and diet methodologies. "It is actually very difficult to locate people with this condition, but my efforts have led me to meet a seven-year-old girl who wants to study but cannot because everyone around her comments on how it would be nothing more than a futile exercise. There is also an 18-year-old teenager who would like to make the best of life while the sand in her clock quietly slips away," she says.

But surely enough, there have been moments of isolation when Jyoti must have been bogged down by a heavy feeling of listlessness and self-pity. "Yes," she admits, "this is normally the case when I am down for weeks on end and connected to a respirator. All I can do is read. But I have always bounced back with a higher energy level to be able to do the things I want to." It's a rare streak of optimism and sunny disposition which Jyoti would now like to share with others.

Details of the association can be obtained by e-mailing Jyoti at jyoti_sunirajdeep@yahoo.com or by calling her on 5889487.

६ ऑक्टोबर २००३

प्रत्येकाला फुलपाखराचे पंख आहेत!

प्रतिसाद

विज्ञान आणि वैद्यकशास्त्राची प्रगती कितीही झाली असली, तरी अद्याप काही व्याधी अशा आहेत, की ज्यावर विज्ञानाने पूर्णपणे काबू मिळविलेला नाही... किंवा त्यावरील उपचार खात्रीचे आणि सर्वसामान्यांच्या आवाक्यात नाहीत. अशाच एक दुर्धर व्याधी झालेल्या, परंतु दुर्दम्य इच्छाशक्तीच्या तरुणीचे आत्मकथन.

ज्योती ह. मुंगसे

आयुष्यात काय केवळ
काटेरी डंख आहेत?
डोळे उघडून पहा तरी
प्रत्येकाला फुलपाखराचे पंख आहेत?

कवी मंगेश पाडगावकरांनी किती सहजसुंदर आयुष्याचे वर्णन केले आहे; पण तरीही आयुष्य म्हणजे काय, हे एक कोडेच आहे आणि हे कोडे अतिशय गुंतागुंतीचे होते जेव्हा माझ्यासारख्या मुलीला कधीही बरा न होणारा हृदयरोग असतो.

मी ज्योती ह. मुंगसे. जन्मतः हृदयरोगाने ग्रासलेली. वैद्यकीय भाषेत सांगायचेच झाले, तर Pulmonary Hypertension with LTGA and a large VSD and ASD. म्हणजेच हृदयाच्या वरच्या आणि खालच्या दोन कप्प्यांमधील पडद्यांना मोठी छिद्रे आहेत आणि ज्या दोन मुख्य रक्तवाहिन्या फुफ्फुसाला जोडल्या जातात, त्या उलट्या दिशेला आहेत. त्यामुळे हृदयात शुद्ध व अशुद्ध रक्ताची सरमिसळ होते. जास्तीत जास्त रक्त अशुद्ध होत असल्यामुळे ते सतत फुफ्फुसाकडे शुद्ध होण्यासाठी पाठवले जाते. त्यामुळे ऑक्सिजनची कमतरता सतत जाणवत असते. अशा वेळी ऑक्सिजन सिलेंडरची मदत घेण्यावाचून पर्याय राहत नाही. सतत फुफ्फुसावर ताण आल्यामुळे आता फुफ्फुसंही कमकुवत झाली आहेत. डॉक्टरांच्या मते, मी जास्तीत जास्त ३५ व्या वर्षापर्यंत जगू शकणार आहे आणि माझे आता वय वर्षं ३१ चालू आहे. पूर्वीपेक्षा माझा त्रासही जास्त प्रमाणात वाढलेला आहे. ऑक्सिजनची गरज सतत भासत आहे. चालणे-फिरणेही कमी झाले आहे. डॉक्टरांच्या मते Heart-Lung Transplantation एवढा एकच उपाय आहे आणि ही शस्त्रक्रिया अमेरिकेतच होऊ शकते व त्यासाठी ९० लाख खर्च सांगितला आहे. हे सगळं कळल्यावर मला समजून चुकलं आहे, की 'आपण कधीही बरं होणार नाही.'

पण सृष्टी जेव्हा एखाद्याला मोठा आजार देते, तेव्हा एखादा असामान्य गुणही देते. माझ्यातील हा गुण म्हणजे मला लाभलेली असामान्य इच्छाशक्ती. सतत एक उत्साह आणि नवीन काही करण्यासाठी ही शक्तीच मला उद्युक्त करत असते. माझा सतत हसरा असणारा चेहरा बघून लोकांना जरासुद्धा शंका येत नाही, माझ्या आजाराबद्दल. माझी असामान्य इच्छाशक्ती बघून डॉ. शिरीष हिरेमठ, माझे डॉक्टर मला नेहमी म्हणतात, "ज्योती, तू माझ्या वैद्यकशास्त्राला खोटं ठरवून दाखव. मला खूप आनंद होईल." त्यांच्या या वक्तव्यामुळे माझ्या जीवन जगण्याला आणखीनच प्रोत्साहन मिळते. माझ्या या आनंदी जीवनात डॉ. शिरीष हिरेमठांचा खूपच मोठा सहभाग आहे. एक यशस्वी डॉक्टर असूनही ते माझ्या बाबतीत मात्र फारच हळवे होतात. त्यांची इच्छा पूर्ण करण्याकरता, त्यांना आनंद देण्याकरता मीही त्यांचे हे आव्हान जिद्दीने स्वीकारले आहे.

मी जन्मतःच जिद्दी असल्यामुळे माझं शरीर कितीही कमकुवत झालं तरीही माझ्या मनाची भरारी खूपच मोठी असते. त्यामुळे बालपणापासूनच मी कोणतंही काम स्वतःला अतिशय झोकून देऊन करत आले आहे. हृदयाचा त्रास असल्यामुळे अमुक गोष्टीच करायच्या, अमुक करायच्या नाहीत, असं कधीही माझ्याकडून झालं नाही. मी घरातील सगळी कामंही अगदी वयाच्या १३ वर्षांपासून करत होते. माझ्या दुर्दम्य इच्छाशक्तीमुळे मी B.A. पर्यंतचं शिक्षण पूर्ण करू शकले. मला गाण्याची व नाचाची खूपच आवड आहे. जसं जमेल तसं थोडं गाणंही शिकले. स्वतःपुरतं आणि संधी मिळेल तेव्हा दांडिया खेळून नाचाची ही आवड भागवून घेतली. पण या आवडीमुळे मला खूपच त्रास भोगावा लागला होता. अगदी कॉलेज सोडून सहा महिने पूर्ण विश्रांती घ्यावी लागली होती. तरीही मी हताश झाले नाही. सहा महिन्यांनंतर ब्यूटीपार्लरचा कोर्स पूर्ण करून पाच वर्षं पार्लर चालवलं; पण पुढे शरीर साथ देईनासं झालं, तेव्हा पार्लर बंद करून पुन्हा कॉलेजला ॲडमिशन घेतली व शिक्षण पूर्ण केलं. त्याच काळात पेंटिंग, मेंदी, सिरॅमिक पॉट तयार करणं, असे उद्योगही केले. त्यानंतर काही काळ अर्ध वेळ नोकरीही केली, तसंच चतुःशृंगी, वणीची सप्तशृंगी, शिवनेरी, लेण्याद्री अशा उंच ठिकाणी चढून जाणं, हेही मी खूपच जिद्दीनं करत आहे. मला हे सर्व एक आव्हानच वाटत होतं आणि ते पूर्ण झाल्यावर मला खूप आनंद मिळत होता. त्यामुळे जास्तीत जास्त अवघड आव्हानांना सामोरं जाण्याची माझी वृत्तीच बनून गेली. हे सगळं करताना मला त्रासही होत होता. अगदी साक्षात मृत्यू समोर उभा ठाकत होता. पण मी कधीही मृत्यूला घाबरले नाही. कारण मंगेश पाडगावकरांनी म्हटल्याप्रमाणे माझ्या मनानंही स्वीकारलं होतं,

"येणार असेल मरण तेव्हा
येऊ द्यावं,
जमलंच तर लाडानं
जवळ घ्यावं!
मरण येणार म्हणून कोणी जगायचं थांबतं का?
जीव जडून प्रेम कोणी करायचं थांबतं का?

जसजसं वय वाढतंय, तसतशी शारीरिक शक्ती कमी कमी होत चालली आहे. कृत्रिम ऑक्सिजनची वारंवार गरज भासू लागली आहे. तरीही मनाचं पाखरू अजूनही आभाळात उंच झेपावतं आहे. आता जास्तीत जास्त काळ माझा बिछान्यावर जातो; पण हा वेळ ही माझा सत्कारणीच लागतो. कारण माझी वाचनाची आवड मला पुरेपूर पूर्ण करता येते. थोडंफार लिखाण करता येतं, कविता करता येतात. नवीन विचारांना चालना मिळते. सध्या असाच एक नवीन विचार मनात डोकावत आहे. माझ्यासारख्या रुग्णांचं आयुष्य आनंदात कसं घालवता येईल.

आज माझ्या या ३० वर्षांच्या आयुष्यात मी खूप चढ-उतार अनुभवले आहेत. कितीतरी वेळा मृत्यूला सामोरी गेली आहे. आयुष्याच्या या टप्प्यावर येण्याकरता खूप कष्ट, त्रास सहन केला आहे. खूप धडपड करूनही आज मी स्वतःच्या पायावर उभी राहू शकले नाही. एक सामान्य व्यक्ती म्हणूनही माझं जीवन फारच क्लेशकारक ठरलेलं आहे. आज समाजाकडून सहानुभूतीशिवाय मला काहीही मिळालेलं नाही. काहींनी तर माझी गणना अपंगांमध्ये केली आहे. त्या वेळी मलाही वाटलं, की खरंच मी अपंग असते तर किती बरं झालं असतं. कारण आज समाजात अपंगांना एक मानाचं स्थान आहे. सरकारनंही अपंगांना अनेक सोयी उपलब्ध करून दिल्या आहेत. बस, रेल्वे, नोकरीत आरक्षण दिलं आहे; पण यासाठी श्रीमती नसीमा हुरजूक यांनी फारच मोलाचं कार्य केलं आहे.

आज समाजात माझ्यासारख्या व्यक्तींबद्दल किती लोकांना माहिती आहे? आमचं आयुष्य कसं असतं, शारीरिक व्याधींशी लढत असताना समाजातील काही प्रवृत्तींशीही आम्हाला लढा द्यावा लागतो. या गोष्टी लोकांना माहिती होणं गरजेचं झालं आहे. कारण हृदयरोग असणाऱ्या रुग्णांची संख्या आता हजारोंवर गेली आहे. त्यांतील काही रुग्णांवर उपचार होऊही शकतात; पण काही रुग्ण असे असतात, की त्यांच्यावर काहीही उपचार होऊ शकत नाहीत. उलट वयपरत्वे त्यांचा त्रास वाढतच जातो. तरीही मृत्यू त्यांची सुटका करीत नाही आणि जगण्यासाठी त्यांच्या हातात काहीही नसतं.

म्हणूनच मला माझ्यासारख्या शरीरानं दुर्बल; पण मनानं खंबीर असणाऱ्या रुग्णांसाठी एक संस्था सुरू करायची आहे. जे रुग्ण उपचारानंतर बरे होतात, त्यांना स्वतःच्या पायावर उभं राहण्याकरता मदत करायची आहे. जे रुग्ण कधीही बरे होऊ शकत नाहीत, त्यांचं आयुष्य जास्तीत जास्त आनंदात कसं जाईल यासाठी प्रयत्न करायचे आहेत. जे रुग्ण मनानं दुर्बल असतील, त्यांना बळ द्यायचं आहे. प्रत्येकाला प्रेम आणि भरपूर आनंद द्यायचा आहे. माझा आत्मा मला तळमळून सांगत आहे, 'जे दुःख, जो त्रास तुला भोगावा लागला आहे तो तुझ्यासारख्या इतरांना भोगावा लागू नये.' आणि म्हणूनच मी माझ्या शेवटच्या श्वासापर्यंत प्रयत्न करणार आहे. हे कार्य सिद्धीस नेण्याकरता, या कार्याची सुरवात जरी मी करणार असले, तरी यासाठी मला माझ्या बांधवांची साथ लाभावी अशी ईश्वरचरणी प्रार्थना करते.

ज्या कोणा व्यक्तीला प्रत्यक्ष वा अप्रत्यक्ष काम करून सहकार्य करण्याची इच्छा असेल, त्यांनी ५८८९४६७ या नंबरवर संपर्क साधावा.

संपर्कासाठी पत्ता : ज्योती हरिभाऊ मुंगसे, ई-२१, श्रीरामनगर, डी. पी. रोड, औंध, पुणे ४११००७. मोबाईल फोन. ९८९०२२७५९५.

सकाळ, १३ ऑक्टोबर २००३

पुण्यात पाताळेश्वर लेणीच्या आवारात रविवारी 'हृदयज्योती' संस्थेच्या कार्यकर्त्यांची बैठक झाली.

तिने पेटविलेल्या 'हृदयज्योती'ने अनेकांना सापडली 'प्रकाशवाट'

पुणे, २५ जानेवारी/प्रतिनिधी

अत्यंत दुर्धर अशा हृदयरोगाने ग्रासल्यामुळे मृत्यूच्या दारात असतानाही आपल्या वेदना लपवून दुसऱ्यांच्या आयुष्यात आनंद फुलविणाऱ्या ज्योती मुंगसे या तरुणीने स्थापन केलेल्या 'हृदयज्योती' या संस्थेच्या रुपाने अनेक हृदयरोगाने जणू प्रकाशवाटच सापडली आहे. जीवनाच्या शेवटच्या दिवसांतही आपल्यासारखाच हृदयरोग झालेल्या इतरांच्या वेदना कमी करणाऱ्या ज्योतीच्या प्रयत्नांबाबतचे सविस्तर वृत्त 'लोकसत्ता'ने आज प्रसिद्ध केले. राज्यातील विविध भागातील लोकांनी ज्योतीच्या या प्रयत्नांना भरभरून दाद दिली. हृदयरोग झालेले रुग्ण, त्यांचे नातेवाईक, मित्रमंडळींनी दूरध्वनी करून ज्योतीच्या प्रयत्नांचे कौतुक केले तसेच तिच्या कार्यात सहभागी होण्याची इच्छा केली. पाताळेश्वर लेणीच्या आवारात 'हृदयज्योती' संस्थेच्या कार्यकर्त्यांची बैठक झाली. शहरातील विविध रुग्णालयांमध्ये जाऊन त्यांची माहिती गोळा करण्यासाठी कार्यकर्त्यांचे चार गट स्थापन करण्याचा निर्णय बैठकीत घेण्यात आला. हृदयरोग झालेल्या रुग्णांच्या जीवनात आनंद निर्माण करण्यासाठी जास्तीत जास्त प्रयत्न करण्याचा निर्धार या बैठकीत व्यक्त करण्यात आला.

लोकसत्ता, २६ जानेवारी २००४

पराक्रमी झुंज

सुनील कडूसकर
पुणे, २ डिसेंबर

औंध भागात राहणाऱ्या या ३३ वर्षे वयाच्या तरुणीला जन्मत:च क्वचितच आढळणाऱ्या एका हृदयरोगाने ग्रासले होते. 'तू आता काही दिवसांचीच सोबती आहेस', असे अनेक डॉक्टरांनी तिला स्पष्टपणे सांगितलेही होते. वैद्यकशास्त्राचे म्हणणे ज्योती आता खोटे ठरविणार आहे. तिच्यावर नुकत्याच झालेल्या हृदयशस्त्रक्रियेने तिचे आयुष्य तर निश्चितच वाढले पण त्याचबरोबर वैद्यकशास्त्रातील प्रयोगशीलता किती उपयुक्त ठरते याचीही प्रचिती आली आहे.

मृत्यूच्या दारात असतानाही आपल्या वेदना लपवून इतरांच्या आयुष्यात हास्याची कारंजी फुलवू पाहणारी माणसं केवळ 'आनंद' वा 'कल हो ना हो' अशा चित्रपटातच पाहायला मिळतात असे नाही. आपल्याही अवतीभवती अशी माणसे असतात. रुग्णशय्येला खिळून राहिलेल्यांच्या जीवनातील अंधःकार दूर करण्यासाठी प्रकाशाचे कवडसे शोधणाऱ्या या व्यक्तीच्या आयुष्यातही नवी पहाट उगवली तर किती बहार येईल, असे वाटत असतानाच ती निरोप घेते... चित्रपटाचा हा ठरलेला शेवट ज्योती मुंगसे या वर्षानुवर्षे मृत्यूशी झुंजणाऱ्या तरुणीने आता खोटा ठरविला आहे.

'मी ज्योती बोलतेय, माझे ऑपरेशन यशस्वी झालेय, उद्या मी घरीही जातेय.' ज्योतीने स्वत:च रुग्णालयातून फोन करून आपण ठीक असल्याचे कळविले. तिच्या आवाजातला हा उत्साहच तिने मृत्यूशी दिलेल्या पराक्रमी लढ्याच्या विजयाची ग्वाही देणारा होता. फोन ठेवला. अन क्षणार्धातच चित्रपटातील फ्लॅश बॅकप्रमाणे दुर्धर अशा रोगाशी तिने गेली दिलेली झुंज डोळ्यासमोर तरळून गेली.

औंध भागात राहणाऱ्या या ३३ वर्षे वयाच्या तरुणीला जन्मत:च क्वचितच आढळणाऱ्या एका हृदयरोगाने ग्रासले होते. 'तू आता काही दिवसांचीच सोबती आहेस' असे अनेक डॉक्टरांनी तिला स्पष्टपणे सांगितलेही होते. वैद्यकीय भाषेतच सांगायचे झाल्यास तिला 'पल्मनरी हायपरटेंशन विथ एलटीजीए अँड लार्ज व्हीएसडी अँड एएसडी' असा विकार होता. हृदयाच्या वरच्या व खालच्या कप्प्यांना छिद्रे असल्याने शुद्ध व अशुद्ध रक्त एकमेकांत मिसळले जाते. अशा वेळी रक्तशुद्धीसाठी हृदयावर व फुफ्फुसावर अधिक ताण येऊन हे दोन्ही अवयव मोठे होतात. असा विकार असलेल्या व्यक्ती फार तर ३० ते ३५ वर्षे वयापर्यंत जगतात, असे वैद्यकशास्त्राचे म्हणणेही ज्योती आता खोटे ठरविणार आहे. तिच्यावर नुकत्याच झालेल्या हृदयशस्त्रक्रियेने तिचे आयुष्य तर निश्चितच वाढले पण त्याचबरोबर वैद्यकशास्त्रातील प्रयोगशीलता किती उपयुक्त ठरते याचीही प्रचिती आली आहे.

हृदय व फुफ्फुसे ट्रान्सप्लांट करणे हाच यावरील उपाय. परंतु, ही खर्चिक सुविधा केवळ अमेरिकेतच उपलब्ध आहे. अशा असाध्य विकाराशी सामना करणाऱ्या ज्योतीने 'हृदयज्योत' या आपल्या संस्थेच्या माध्यमातून हृदयरुग्णांची सेवा सुरू केली. त्यांच्यात जगण्याची जिद्द निर्माण करण्याच्या प्रयत्नातून तिने अनेकांच्या आयुष्यात आनंदाचे क्षण पेरले. आपल्यासारख्या अनेक रुग्णांची हृदयज्योत तेवत ठेवण्यासाठी धडपडणाऱ्या या युवतीच्या हृदयातील दिवा मात्र गेल्या सहा- सात महिन्यांपासून मालवू लागला. घरातल्या घरात दोन पावले उचलणेही तिला कठीण झाले होते.

देशातील बहुतेक सर्वच हृदयरोग तज्ज्ञांनी ज्योतीवरील उपचाराबाबत असमर्थता व्यक्त केली असली तरी, तिच्या कुटुंबीयांना मात्र 'काही तरी जादू होईल व आपली ज्योती या दुखण्यातून सहिसलामत बाहेर पडेल', असेच वाटत असे. म्हणूनच मोठ्या चिकाटीने ते जगभरातील विख्यात हृदय रोगतज्ज्ञांकडे तिचे केसपेपर्स पाठवित होते. अशातच नोव्हेंबरच्या सुरुवातीस अमेरिकेतील हृदरोगतज्ज्ञ विल्यम नोव्हिक हे दीनानाथ मंगेशकर रुग्णालयात शिबिर घेणार असल्याची माहिती ज्योतीच्या वाचनात आली. त्यामुळे आपल्या संस्थेतील रुग्णांना त्याचा लाभ मिळवून देण्याचे प्रयत्न तिने सुरू केले.

संस्थेतील अन्य रुग्णांबरोबरच श्री. मुंगसे यांनी नेहमीच्या सवयीप्रमाणे ज्योतीची फाईलही नोव्हिक यांच्यापुढे ठेवली. पल्मनरी हायपरटेंशन असणाऱ्या हृदयरुग्णांवर शस्त्रक्रिया करण्यात निष्णात असणाऱ्या नोव्हिक यांना ज्योतीची केस आव्हानात्मक वाटली. रुग्णशय्येला खिळून पडलेल्या ज्योतीला लागलीच मंगेशकर रुग्णालयात आणण्यात आले. प्राथमिक चाचण्यांनंतर डॉ. नोव्हिक व त्यांच्या पथकातील डॉ. अनिता तसेच मंगेशकर रुग्णालयातील डॉ. उषा प्रताप आणि डॉ. आशुतोष हर्डीकर यांनी हे आव्हान पेलण्याचा निर्णय घेतला. या शस्त्रक्रियेने ज्योती आजारातून पूर्णपणे बरी होणार नसली तरी हृदयाच्या

लोकसत्ता, पुणे वृत्तान्त, ३ डिसेंबर २००५

महाराष्ट्र टाइम्स 23 मे २०१४ शुक्रवार

'तिच्या' असामान्य जिद्दीला सलाम

हृदयाला छिद्र असूनही जगण्याची ज्योतीची अविरत लढाई; ५० मुलांना केली शस्त्रक्रियेसाठी मदत

श्रद्धा चमके, पुणे

मृत्यू कोणत्याही क्षणी येईल, अगदी पुढच्या क्षणीही अशी तिची बिकट अवस्था आहे. जन्मत:च हृदयाला छिद्र असल्याने 'तिच्या' जगण्याची शाश्वती नाही, असे डॉक्टरांनी लहानपणीच बजावलेले असतानाही मृत्यूला हुलकावण्या देत 'तिने' प्रत्येक क्षण जगण्याचे ठरवले. जीवनावश्यक घटकांप्रमाणेच लहानपणापासून ऑक्सिजन सिलिंडर सोबत घेऊन वावरणाऱ्या तिने नुकतीच समाजशास्त्र विषयातून एमएची परीक्षा दिली. 'जीवन आहे तोपर्यंत शिकत राहीन आणि इतरांना मदत करीन,' या जिद्दीपोटी ज्योती ज्योती मुंगसेने मृत्यूलाही वयाच्या चाळिशीपर्यंत थोपवून ठेवले ते केवळ असामान्य जिद्दीमुळेच!

जन्मत:च हृदयाला छिद्र असल्याने कोणत्याही क्षणी मृत्यू येणार... ही गोष्ट माहीत असूनही ज्योतीने माघार घेतलेली नाही. आपल्याप्रमाणेच हृदयदोष असलेल्यांना जीवनाच्या शेवटच्या क्षणापर्यंत मदत करायची, या एकाच भावनेतून ती अनिश्चित जीवनाची शिडी आजही मोठ्या सकारात्मक भावनेतून चढत आहे. नुकतीच तिने मॉडर्न कला महाविद्यालयातून समाजशास्त्राची परीक्षा दिली.

> आजही मला मृत्यूची आजिबात भीती मला वाटत नाही. दिवसेंदिवस माझ्या हृदयाची कार्यक्षमता कमी होत आहे. मृत्यू येईपर्यंत मी शिक्षण घेत राहीन आणि समाजाची सेवा करत राहीन.
>
> \- ज्योती मुंगसे

मटा विशेष

लहानपणीच डॉक्टरांनी तिला शाळेत घालू नका, असे तिच्या पालकांना सांगितले होते. असे असतानाही तिच्या आई-वडिलांनी मोठ्या हिमतीने तिला शाळेत घातले. त्यातूनच ज्योतीच्या अंगी परिस्थितीला सामोरे जाण्याची हिंमत आली आणि शरीर साथ देत नसतानाही तिने शिक्षण घेणे सुरूच ठेवले.

१९९७ मध्ये तिची दोन्ही फुप्फुसे निकामी झाली, त्यामुळे पुन्हा विविध आजारांनी डोके वर काढले. दरम्यानच्या काळात तिने 'नसीमा हुरजूक' यांचे 'चाकाची खुर्ची' हे पुस्तक वाचले. आणि त्यानंतर ज्योतीने परिस्थितीवर मात करण्याचे ठरविले. यासाठी तिने २००४ मध्ये 'हृदयज्योत परिवार' या सामाजिक संस्थेची स्थापना केली. संस्थेच्या माध्यमातून आतापर्यंत ५० मुलांना शस्त्रक्रियेसाठी मदत केली आहे. हे सर्व करत असताना ज्योतीने हृदयदोषांवर आधारित एका लघुपटाची निर्मितीही केली आहे.

'ज्योतीला डॉक्टरांनी कोठेही प्रवास करू नका, असे सांगितलेले असतानाही वैष्णोदेवीसह देशातील अनेक ठिकाणांना तिने भेटी दिल्या. तसेच, पॅरासेलिंगही केले, हे सर्व तिने जिद्दीतून केले आहे,' असे ज्योतीचे वडील प्रा. मुंगसे यांनी सांगितले.

महाराष्ट्र टाइम्स, २३ मे २०१४

ज्योतीने सादर केलेला प्रबंध

SOCIO- ECONOMIC AND PSYCHOLOGICAL FACTORS AFFECTING THE QUALITY OF LIFE OF CONGENITAL HEART DISEASE (CHD) PATIENTS : A SOCIOLOGICAL STUDY

A SYNOPSIS

Submitted By

Miss Jyoti H. Mungse

B. A.

Under the Guidance of

Dr. Jayshree V. Kharche

M. A. M. Phil. Ph. D.

Department of Sociology

Modern College of Art, Science and Commerce

Ganeshkhind, Pune-411016

(May 2014)

Introduction

We often study in the school that human heart is an important organ of the body. That, it functions to the circulate blood in the entire body through the veins and arteries. The heart is functionally a pump, forcing blood through arteries in double path – the pulmonary circulation to the lungs and the systemic circulation to the rest of the body (Noland George: 1979:409)

Human Heart, in-fact is the main organ around which the blood circulation system in the body revolves upon. Any minor or major defect in the heart certainly makes life un-easy for that individual.

What is Congenital Heart Disease?

In a common man's language Congenital Heart Disease is any malformation of heart that occurs right from birth in a new born. According to (Gatzoulis et. al. 2010), Congenital Heart Disease (CHD) is a comprehensive term encompassing over a hundred different heart malformations, and the incidence of a CHD in new-born children is almost 8 per 1000. A CHD is the most common malformation of all congenital malformations (DOLK, Loane, Garne, et al, 2011) and in Sweden approximately 800 to 1000 children are born every year with some kind of CHD (Swedcon, 2011). In India, around 3000 children per year are born with CHD.

- **Definition of Congenital Heart Disease**

Dr. Rao P. S. (2013:102) defines congenital heart defects (CHDs) as malformations of the heart or great vessel occurring during intra-uterine cardiac development, irrespective of the age at presentation. The incidence is approximately 1% of live births (8 per 1000). The etiology is largely unknown and the majority can be explained by multi factorial inheritance hypothesis (Nora J. J., 1968).

- **Review of Literature**

The researcher has limited her-self to discussion of the following central concepts associated with Congenital Heart Disease, namely:

- **Health, Disease and Illness.**
- **Disease Etiology**
- **Illness experiences**
- **Quality of Life: Etic and Emic views**
- **Factors that influence quality of life of CHD patients**
- **Perceptions, Beliefs and Practices of parents of CHD patients.**

- **Theoretical Framework**

Under capitalism, the relationship between labor and human expression changes. Rather than laboring to fulfill their needs or express ideas, workers do so at the demands of capitalists. Workers are alienated from their labor because it no longer belongs to the worker, but rather to the capitalist. Alienation theory is also applicable to the situation of CHD patients. Lack of social acceptance, Continuous medication, hospitalization, various surgeries and treatments develop a feeling of loneliness, rejection and social isolation. These are the main reasons, which leads to alienation among CHD patients.

- **Significance of the study**

Practical significance of carrying out these type of studies from medical and sociological perspective will contribute in creating a solid fundament of knowledge from perspective of children, adolescent and young adults that will certainly increase understanding and be **useful in care-giving setting.**

This deeper knowledge is important database **for strengthening the capacity of the individual and to provide care with a salutogenic approach, enabling more** directed clinical interventions. Such studies will be of immense help to policy makers, health administrators, educators, and care providers to formulate appropriate health care policies for CHD patients.

Research Methodology

- **Introduction**

Since the research problem of the study revolves around the socio-psychological experiences of CHD patients and exploring how social, economic and cultural factors influence them as members of a family, group or a community as it were, the researcher who herself is a CHD patient since the last 17 years, decided to take sample 50 patients, so as to bank of the qualitative data rather than quantitative data.

- **Locale of the study**

The present study was carried out in Deenanath Mangeshkar Hospital situated off Karve Road in Pune city in the state of Maharashtra. 50 outdoor patients of CHD were selected from this hospital.

- **Target Population**

The target population of the present study is Congenital Heart Disease patients. Out of 50 respondents, 30 are male and 20 are female patients.

- **Sources of data**

Both primary and secondary sources were used for data collection. Primary data was collected by conducting fieldwork in Deenanath Mangeshkar Hospital, Pune at outpatient department of CHD unit.

- **Research Tools**

To gather relevant data research tools such as interview schedule, illness episodes, observation, focus group discussions have been used.

- **Sampling Procedure**

Purposive sampling procedure is used for this study, as it is qualitative in nature. 50 CHD patients were purposively selected.

- **Analysis**

Since the data is qualitative in nature, it was analyzed manually.

- **Limitations of the study**

One of the limitations of the study was the physical limitations of the researcher, who herself in a victim of CHD and could not move around on her own to different hospitals and cover larger sample.

- **Chapter Scheme**

The data gathered, processed, analyzed and interpreted has been presented into five chapters, namely:

  - **Chapter One**

Congenital Heart Disease: An Overview

- **Chapter Two**
  Research Methodology
- **Chapter Three**
  Socio-Economic background of CHD patients
- **Chapter Four**
  Socio-Cultural and Psychological Impact on the Quality if Life of CHD patients
- **Chapter Five**
  Summary of findings, Conclusions, and Recommendations

Major Findings

- **Age of the respondents**

Around 46% of the CHD patients belonged to the age range of 5 to 10 years of age; 18% between 11 and 15 years; 26% between 16 and 20 years and 10% between 21 and 25 years of age.

- **Annual Income of the Family**

Nearly 42% of the families studied were below the poverty line, while 50% earned between Rs. 21,000 and Rs. 50,000 per annum, 6% earned between Rs. 50,000 and Rs. 1,00,000 per annum, and 2% earned between Rs. 1,00,000 and Rs. 3,00,000 per annum.

- **Types of Heart defects diagnosed**

Nearly 13 different types of heart defects were diagnosed among the 50 CHD patients studied.

Following chart shows the distribution of various heart defects diagnosed.

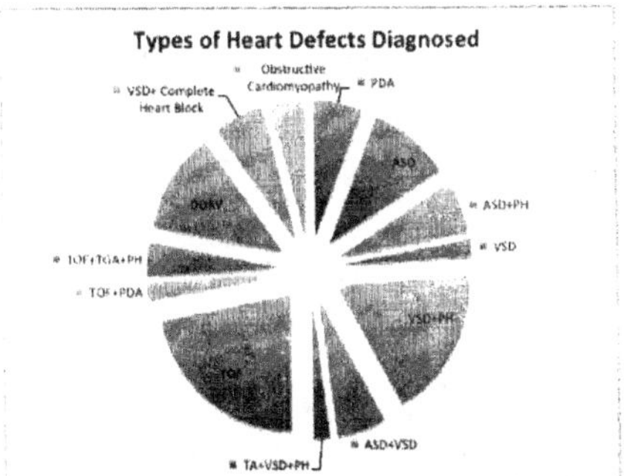

- **Surgical corrections and medications**

Table 3.14 reveals that 66% of the respondents were treated with surgical corrections, while 34% were continued on medication.

- **Place of Surgery**

Only 10% of the patients carried out their surgeries in Government Hospitals, while 56% were operated in private hospitals.

- **Health improvement after surgery / medication**

The 14% of the CHD patients were fully cured, while 4% partially recovered and 12% were stable.

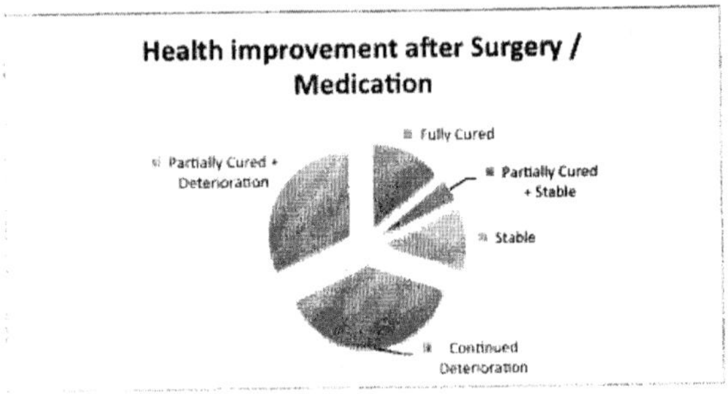

- **Effect of CHD problem on the Behavior of the patient**

The study revealed the 14% of the CHD patients experienced depression, 44% anxiety, 12% both depression and anxiety, while the remaining 30% did not have any effect.

- **Counseling taken for CHD problem**

Interestingly neither a single respondent nor the parents went for counseling.

Conclusions and Recommendations

- **Conclusions**

Based on the quantitative and qualitative data, review of literature and focus group discussions following conclusions have been drawn:

  - In spite of the pain, discomfort and anxiety, depression among young adults, their belief that the goal, expectations and desires in life to be achieved is very strong.
  - Adolescents and young adults with CHD develop and existential maturity due to their unique experiences and this along with experienced happiness over "being me", might promote a sense of coherence.
  - As age increases physical, social and psychological problems of CHD adolescents and young adults increase.
  - Social, economic, educational and cultural background of the parents does influence the quality of life of CHD patients.

- **Recommendations**

Some of the recommendations to the policy planners regarding promotion of healthcare and health-education program including welfare schemes for the congenital heart disease are as below:

- **Reservations**

  Special provisions should be made for creating employment for CHD patients. Similarly special educational and training reservation provisions should be made for CHD patients.
- **Financial support from Government**

  Cost of medication for CHD patients is very high and not affordable to many families, so Government should provide highly subsidized medicines to CHD patients.
- **Counseling**

  Every civil as well as rural hospital should have a counseling center for young adult CHD patients to impart counseling regarding marriage, social life, management of CHD and regarding health-care schemes.
- **Data on CHD**

  Efforts should be made by both Government and Non-Government organizations, including educational institutes to collect and document data on CHD patients from multi-disciplenary angle.
- **Role of NGOs**

  The study revealed that there are genuine NGOs that have been doing excellent work in providing financial help to poor families having CHD patients, creating awareness, publishing health educational material and providing documentaries. Government and International organizations should identify such genuine NGOs and support them to carry out research, documentation, surveys, counseling, training and allied activities.

  Hriday-Jyoti Pariwar, Pune is one such genuine NGO that has been working for CHD patients. Thus far the NGO has provided financial help to 50 CHD patients and imparted counseling in and around Pune to 500 families with CHD patients. The NGO is registered with the charity commissioner, Pune.
- **Provision of Pediatric Cardiologist and Surgeons**

  Government should take initiative to recruit pediatric surgeons and cardiologist in civil and rural hospitals.

ज्योतीचा जीवनपट

१२ जानेवारी १९७३ : पुणे येथे जन्म. थोड्याच दिवसांत हृदयदोष असल्याचे निदान

१९८० : पहिले कार्डियाक कॅथरायझेशन झाले आणि PD, LTG, large VSD, SD and high PH चे निदान

१९८५ : शिवनेरी सहल आणि दुसरे कार्डियाक कॅथरायझेशन. फार दिवसांची सोबती नसल्याचे निदान

१९८८ : दहावी उत्तीर्ण व मॉडर्न कॉलेजला अकरावीला प्रवेश

१९९१ : सलग दोन तास दांडिया खेळली आणि नंतर सहा महिने बेडवर... कॉलेज सोडावे लागले.

१९९२ : कॉलेज सुटल्यामुळे घरबसल्या सिरॅमिक पेंटिंग, कागदी फुलं बनवणं, ब्युटीशियनचा कोर्स करून व्यवसाय सुरू केला. याच काळात मुळा रोडला स्वत:च्या घरात पाळणाघर चालवले.

१९९५ : पुन्हा एस.वाय. बी.ए.ला मॉडर्न कॉलेज, गणेशखिंड येथे प्रवेश. १५ नोव्हेंबरपासून डॉ. एम. एस. हिरेमठ यांच्या वैद्यकीय सल्ल्यानुसार औषधोपचार सुरू

१९९६ : डिसेंबरमध्ये बंगळुरु, मदुराई, कन्याकुमारी, चेन्नई, तिरुपती बालाजी, हैदराबाद, श्रीशैलम अशी कुटुंबासह १५ दिवसांची सहल. सहलीनंतर त्रास वाढला. दवाखान्यात दाखल करावे लागले.

१९९७ : बी.ए. उत्तीर्ण. १९९७-९८मध्ये वारंवार आजारी पडून दवाखान्यात दाखल करावे लागे.

१९९८ : १९९८ ते २००० या काळात एम.ए. (बहि:स्थ) करण्याचा प्रयत्न तब्येतीमुळे असफल

२००० : वैद्यकीय कागदपत्रं चेन्नईला डॉ. कुरीयन यांच्याकडे पाठवली. त्यांचा हृदय आणि दोन्ही फुप्फुसं बदलण्याचा सल्ला. तसाच सल्ला ह्युस्टन, अमेरिका येथील तज्ज्ञांकडून मिळाला (ज्योतीची बहीण स्वातीने कागदपत्रं अमेरिकेत नेली होती.)

२००२ : ४ जानेवारी रोजी नैराश्यामुळे झोपेच्या गोळ्या घेऊन जीवन संपवण्याचा असफल प्रयत्न.

मे महिन्यात औंधच्या नवीन घरात प्रवेश

२००३ : पुन्हा झोपेच्या गोळ्या घेऊन आत्महत्येचा प्रयत्न, पुस्तके वाचण्याचा छंद, नसीमा हुरजूक यांचे *चाकाची खुर्ची* पुस्तक वाचून जीवनाला कलाटणी

१३ ऑक्टोबरला 'प्रत्येकाला फुलपाखराचे पंख आहेत' हा *सकाळ*मध्ये 'प्रतिसाद' सदराखाली लेख प्रसिद्ध झाला. समाजकार्य करण्याची इच्छा व्यक्त केली. प्रतिसाद म्हणून महाराष्ट्रभरातून शेकडो फोन, पत्रं, मनिआर्डर आणि चेकने पैसे आले. समाजकार्य करण्याची उभारी मिळाली.

२०००-२००३ : मॉडेलिंगचं प्रशिक्षण

२००४ : २८ जानेवारी रोजी सह्याद्री दूरदर्शनवर रात्री साडेनऊच्या बातम्यात मुलाखत. समाजकार्य करणाऱ्या आणि समाजकार्याची आवड असणाऱ्या अनेक लोकांबरोबर अनेक बैठका

३ जून रोजी 'हृदय-ज्योत परिवार न्यास'ची स्थापना

२६ जुलै २००४ रोजी 'ई४०७९ पुणे' अन्वये न्यासाची रीतसर नोंदणी

२००५ : ३१ जानेवारी रोजी भरत नाट्य मंदिर येथे ज्येष्ठ अभिनेते डॉ. श्रीराम लागू यांच्याहस्ते आणि दै. *सकाळ*चे तत्कालीन संपादक अनंत दीक्षित यांच्या अध्यक्षतेखाली न्यासाचे औपचारिक उद्‌घाटन

१२ जून रोजी आडकर फौंडेशनच्या 'नकाराला भिडताना' कार्यक्रमात प्रकट मुलाखत

१७ नोव्हेंबर रोजी मंगेशकर हॉस्पिटलमध्ये डॉ. विल्यम नोव्हिक (अमेरिका) यांनी आत्तपर्यंत अशक्य असणारी व्हीएसडी क्लोजर (ओपन हार्ट, बटर फ्लाय फ्लॅप) शस्त्रक्रिया केली. ज्योतीचं आयुष्य वाढलं.

२००६ : १८ जानेवारी रोजी पेसमेकर बसवला.

२००८ : संपूर्ण १८ दिवसांची राजस्थान सहल

सप्टेंबर, दीनानाथ हॉस्पिटलच्या वाकेथॉनमध्ये प्रथम क्रमांक

नाशिक-संगमनेर हॉस्पिटलमधील रुग्णांचा सर्व्हे

२००९ : काश्मीरसह वैष्णोदेवी सहल. वैष्णोदेवीला १५ किलोमीटर पायी उतरली

२००८ ते २०११ : बारामती येथे डॉ. भास्कर यादव यांच्यासोबत दर महिन्याला जन्मजात हृदयदोष रुग्णांच्या पालकांना समुपदेशन

२०१० : नाशिक येथे जन्मजात हृदयदोषांबद्दल जनजागृती

शिमला-कुलु-मनाली सहल, ऑक्सिजन सिलिंडर घेऊन रोहतांग पासला भेट

२०११ : थायलंड-मलेशिया-सिंगापूर सहल, पटायाला भर समुद्रात पॅरासेलिंग

एप्रिल-मेमध्ये हृदयदोषांबद्दल जनजागृती करण्यासाठी 'हृदयाची गोष्ट' हा माहितीपट तयार केला.

२५ सप्टेंबर रोजी डॉ. अनिल अवचट यांच्या हस्ते आणि ज्येष्ठ अभिनेते डॉ. श्रीराम लागू यांच्या अध्यक्षतेखाली माहितीपट प्रदर्शित

२०१२ : रहिमतपूर येथे 'स्नेहलता माने आदर्श माता' पुरस्काराने सन्मानित

परभणी येथे जामकर महिला विद्यालयात जनजागृती आणि समुपदेशन

नोव्हेंबरमध्ये अकरा दिवसांची केरळ सहल

२०१३ : हैदराबाद, रामोजी सिटी, गोवळकोंडा सहल

२०१२-१४ : वयाच्या ४१व्या वर्षी मॉडर्न महाविद्यालय, गणेशखिंड येथे एम.ए. (समाजशास्त्र) अभ्यासक्रम प्रथम क्रमांकाने उत्तीर्ण

२०१४ : ८ नोव्हेंबर रोजी दुसऱ्यांदा पेसमेकर बसवण्याची शस्त्रक्रिया

२०१५ : अंदमान सहल

२०१६ : फेब्रुवारीमध्ये साम टीव्हीवर दोन भागांत 'हृदयाची गोष्ट' प्रसारित

१२ ऑक्टोबर रोजी हृदय-फुप्फुसं बदलण्याच्या शस्त्रक्रियेची माहिती घेण्यासाठी फोर्टिस हॉस्पिटल, मुलुंड येथे डॉ. अन्वय मुळे यांची भेट

२०१८ : ३० ऑक्टोबर रोजी चेन्नई येथील ग्लेनेगल ग्लोबल हॉस्पिटलमध्ये मुख्य शस्त्रक्रियेपूर्वीच्या तपासण्यासाठी दाखल. चार लाख रुपये खर्च

८ नोव्हेंबर रोजी हृदय आणि दोन्ही फुप्फुसं बदलण्याच्या शस्त्रक्रियेचा निर्णय पक्का

२२ नोव्हेंबर रोजी मुख्य शस्त्रक्रियेसाठी चेन्नईला कुटुंबासह प्रस्थान, दुसऱ्या दिवशी शस्त्रक्रियेसाठी हॉस्पिटलमध्ये नावनोंदणी. ३६ लाख आगाऊ रक्कम भरली.

२०१९ : १२ जानेवारी रोजी हृदय-फुप्फुसं प्रत्यारोपण शस्त्रक्रियेसाठी आलेले रुग्ण व त्यांच्या नातेवाइकांसोबत ४६वा वाढदिवस मोठ्या आनंदात साजरा

अवयव मिळण्याची वाट पाहत एप्रिल उजाडला.

२४ एप्रिल रोजी हृदय-फुप्फुसं प्रत्यारोपण शस्त्रक्रिया यशस्वी

१० मे रोजी जंतुसंसर्ग वाढून पहाटे १.३० वाजता निधन

■

ज्योतीला मिळालेले पुरस्कार

२००४

- डीडी सह्याद्री वाहिनीवर श्रीराम रानडे यांनी घेतलेली मुलाखत (रात्री साडेनऊच्या बातम्यांनंतर)
- 'राष्ट्र गौरव पुरस्कार', दत्तउपासक कै. ताई घाणेकर स्मृती मंच, पुणे

२००८

- 'कै. प्रेमाताई कामतेकर पुरस्कार', वंचित विकास, पुणे
- 'जीवनगौरव पुरस्कार', लेखणी कला साहित्य संस्था, महाराष्ट्र राज्य, पुणे

२०११

- 'सामान्यांतील असामान्य', सकाळ माध्यम समूह, पुणे
- 'गुरुमाहात्म्य पुरस्कार', प.पू. शंकराचार्य, करवीर पीठ, मा. विद्यानृसिंह सरस्वती यांच्या हस्ते, श्रीमती लक्ष्मीबाई दगडूशेठ हलवाई श्रीसंस्थान दत्त मंदिर ट्रस्ट, पुणे
- मे. चंदुकाका सराफ सुवर्ण पेढीतर्फे भाऊबिजेनिमित्त सत्कार आणि प्रोजेक्टर, स्क्रीन आणि डीव्हीडी प्लेअर भेट

२०१२

- 'स्वामी विवेकानंद पुरस्कार', श्री स्वामी विवेकानंद लोकसेवा प्रतिष्ठान, पिंपरी चिंचवड, पुणे
- सन्मान व सन्मानपत्र, कै. सौ. कमलाबाई जामकर महिला महाविद्यालय, परभणी
- सन्मान, भारतकुंज चैतन्य हास्य क्लब, कर्वेनगर, पुणे

- सन्मान, नाना ट्रस्ट, महाराष्ट्र आर्य वैश्य समाज, पुणे
- मुलाखत, महाराष्ट्राचा लाल' ९३.५ रेड एफएम, पुणे
- सन्मान, आनंद सराफलिखित 'सुवर्ण क्षण' पुस्तक प्रकाशनप्रसंगी
- मातोश्री स्नेहलता माने 'आदर्श माता पुरस्कार', पंचक्रोशी शिक्षण मंडळ, रहिमतपूर, सातारा

२०१५

- 'सरस्वती समाजसेवा गौरवपत्र' भगिनी निवेदिता प्रतिष्ठान, पुणे

२०१७

- 'जनसज्जन समाजभूषण पुरस्कार' जनसज्जन सोशल वेलफेअर फाउंडेशन, पुणे

■

आई-बाबांचे पत्र

प्रिय ज्योतीस,

आईबाबांचे अनेक उत्तम आशीर्वाद,

खरं तर आपल्या आयुष्यात एकमेकांना पत्र लिहिण्याचा कधी प्रसंग आला नाही. कारण आपण सदैव एकत्रच राहत होतो.

तू या जगाचा १०-५-२०१९ रोजी निरोप घेतल्यावर आमच्यावर आकाश कोसळलं. सगळी निरवानिरव झाल्यावर तुझी खोली आवरत असताना तू आम्हांस लिहिलेलं एक पत्र मिळालं. वाचून आमच्या मनाची दोलायमान अवस्था झाली. क्षणभर तर आम्हांला काही सुचेचना.

पत्रावर तारीख नसल्यामुळे तू हे कधी लिहिलंस याचा अंदाज येत नाही. पत्रातील तुझ्या भावना आम्ही समजू शकतो. तू असताना हे पत्र आमच्या हातात पडलं असतं तर संवादातून आपण एकमेकांच्या भावना समजून घ्यायचा प्रयत्न केला असता. परंतु आता ते शक्य नसल्यामुळे या पत्रातून आम्ही त्या व्यक्त करण्याचा प्रयत्न करत आहोत.

आपण अंदमान सहलीच्या वेळी चेन्नईहून पाँडेचेरीला जाताना रस्त्याने बँड वाजवत चाललेली अंत्ययात्रा आपण पाहिली होती. त्या वेळेस तू म्हणाली होतीस, की माझ्या अंत्ययात्रेलासुद्धा असाच बँड वाजवायला हवा. मृत्यूचाही सोहळा व्हावा ही तुझी अपेक्षा स्वाभाविक आहे. कारण तुला पहिल्यापासूनच हसतखेळत राहून कायम सगळ्यांबरोबर मौजमजेचे कार्यक्रम करण्याची आवड होती. आपला लग्नसोहळा होत नसल्याने कमीत कमी मृत्यूचा तरी सोहळा व्हावा अशी इच्छा तुझ्या मनात घर करून राहिली असावी. कारण तू प्रत्येक गोष्टीत आनंद शोधायचा

प्रयत्न करत असायची. त्यामुळे खचून न जाता तू मृत्यूलाही आपला सखा करून घेतलंस. अशा गोष्टींचा विचार करणंसुद्धा सामान्य माणसांच्या आवाक्याबाहेरचं आहे. खरोखरच तू अलौकिक आहेस!

तू स्वतःच्या लग्नाची खूप स्वप्नं रंगवली होतीस; तसेच तुझं लग्न व्हावं अशी आमचीही मनापासून इच्छा होती. पण...

ज्योती, हा 'पण' नेहमीच आयुष्यात घात करतो.

आम्ही आमच्या दृष्टीने तुला आयुष्यभर फुलासारखं जपण्याचा प्रयत्न केला. पण मनासारखं जगता येत नव्हतं म्हणून तुला मृत्यू जवळचा वाटत गेला.

कदाचित असाध्य आजाराच्या त्रासातून सुटका व्हावी म्हणून तुला मृत्यूची ओढ जास्त वाटत असावी. तुला हवं तसं जगू देणं आमच्या हातात होतं. पण बेटा, आम्ही तुला कसं मरू देणार होतो?

कधी-कधी आम्ही जे काही सांगायचो त्याचा तू उलटा अर्थ घ्यायचीस आणि ते साहजिकच होतं. कारण तुझ्या आजारामुळे तुझी मनःस्थिती ठीक नसायची. तू चिडचिड करायचीस. मग तुझ्याशी कसा संवाद साधायचा हे आम्हांलाही कळायचं नाही. अर्थात, हे फक्त काही काळ झालं. नैराश्याचे दिवस गेल्यानंतर तू पुन्हा हसतखेळत राहू लागलीस.

आपण खूप गोष्टी एकत्र केल्या. विविध सहली, हृदय-ज्योत परिवार ट्रस्टची स्थापना, समाजकार्य, 'हृदयाची गोष्ट' हा माहितीपट. आपण तिघं, शीतल, हरीश, प्रीतम आणि स्वाती प्रत्येक विषयावर कायमच सांगोपांग चर्चा करत असू आणि एक मताने सर्व निर्णय घेत असू. किती सुंदर कुटुंब आहे आपलं... आणि तूही आहेस त्यामध्ये सामील!

तुझ्या आयुष्यात अत्यंत शारीरिक त्रास असतानासुद्धा जे समाजकार्य केलं आहेस त्याला तोड नाही. धडधाकट असूनही आम्हांला जे जमलं नाही ते तू करून दाखवलंस. हृदय-ज्योत परिवार न्यासामार्फत तू जन्मजात हृदयदोष असलेल्या मुलांसाठी केलेल्या सामाजिक कामाची समाजाने, वारंवार तुझा सन्मान करून नोंद घेतली आहे. वर्तमानपत्रांत असंख्य वेळा तुझ्या कामाच्या बातम्या फोटोसकट आलेल्या होत्या. रहिमतपूरच्या मातोश्री स्नेहलता माने 'आदर्श माता' सन्मानाने तुला गौरवण्यात आलं. श्रीमती लक्ष्मीबाई दगडूशेठ हलवाई श्रीसंस्थान दत्त

मंदिर ट्रस्टतर्फे करवीर पीठाचे शंकराचार्य विद्यानृसिंह सरस्वती यांच्या हस्ते 'गुरुमाहात्म्य' पुरस्काराने सन्मानित करण्यात आले. याशिवाय, इतरही अनेक सामाजिक संस्थांकडून तुझ्या सामाजिक बांधिलकीसाठी तुला जीवनगौरव पुरस्काराने गौरवण्यात आलं.

तुझ्या हृदय-ज्योत परिवार न्यासाचं उद्‌घाटन नटश्रेष्ठ श्रीराम लागू यांच्या हस्ते झालं. तसेच 'हृदयाची गोष्ट' या माहितीपटाचं उद्‌घाटन डॉ. श्रीराम लागू, डॉ. अनिल अवचट, डॉ. जगदीश हिरेमठ, ज्येष्ठ अभिनेत्री दीपा लागू, अनंत दीक्षित यांच्या उपस्थितीत झालं. यापेक्षा अजून काय भाग्य लागतं! खरं तर समाजकार्यातून तू खूप लोकांपर्यंत पोहोचलीस. तुझ्यामुळे आम्हांलाही समाजात ओळख मिळाली.

तुझं मृत्युपत्र वाचणं हे आमच्यासाठी सर्वात कठीण काम होतं. तुझ्या कर्तृत्वाचा आलेख बघताना आमची मान उंचावत होती. पण मुलाचं मृत्युपत्र वाचून त्याप्रमाणे आवराआवरी करायची यासारखं मरणप्राय दुःख झेलायला मोठं मानसिक बळ लागतं.

वास्तविक जीवनात लग्न होऊ शकत नसल्यामुळे मृत्यूलाच आपला प्रियकर मानून त्याच्याशी लग्न करण्यासंबंधीचा तू केलेला विचार केवळ थोर विचारवंतच करू शकतो. मृत्यूशी लग्न करण्यासाठी मृत्युपश्चात तुला लाल साडी नेसवून, सर्व सौभाग्यलंकार घालून नवरीसारखी तुझी या जगातून दुसऱ्या जगात पाठवणी केली. तुझ्या मृत्युपत्रातील इच्छेप्रमाणेच सर्व धार्मिक विधी केले. फक्त मृतदेहाची स्थिती चांगली नसल्याने विद्युतदाहिनीत अंत्यसंस्कार करावे लागल्यामुळे कार्तिकला अग्नी देता आला नाही. ही खंत आम्हांला नेहमीच राहील. पण बेटा, तू आम्हला समजून घेशील याची खात्री आहे.

तुझ्या अस्थींचं विसर्जन घरातील सर्व मंडळींसह नाशिकला केलं.

तेराव्या दिवशी तुझ्या सर्व लाडक्या मैत्रिणींना आणि सर्व मावसबहिणी, मामेबहिणी आणि भाच्यांना बोलावून गेट-टुगेदर केलं. तू त्यांना जशा भेटवस्तू दिल्या असत्या, तशा सर्वांना देऊन तुझ्या आठवणीत सर्वांनी आनंद साजरा केला.

तुझ्या इच्छेप्रमाणे दर महिन्याला काही संस्थांना आणि गरजू व्यक्तींना आर्थिक मदत केली आहे आणि यापुढेही तुझ्या आठवणीसाठी देतच राहू. तू हयात असतानाच ४० हजार रुपयांची बँकेत मुदत ठेव ठेवून, येणाऱ्या व्याजाची मॉडर्न कला, शास्त्र आणि वाणिज्य महाविद्यालय, गणेशखिंड रोड, पुणे येथे 'ज्योती मुंगसे प्रेरणा पुरस्कार'ची स्कॉलरशिप सुरू केली होती. तुझ्या मृत्यूनंतर त्यात आणखी

६० हजार रुपयांची भर घातली. शिक्षणासाठी धडपडणाऱ्या गरीब विद्यार्थ्यांना मदत व्हावी, या उद्देशाने ही स्कॉलरशिप सुरू केली आहे.

तुझ्या मृत्युपत्रातील ९० टक्के गोष्टींची पूर्तता करण्याचा आम्ही आटोकाट प्रयत्न केला आहे. काही बाबी आमच्या आवाक्याबाहेरच्या होत्या. त्याबद्दल तू आम्हांला माफ करशील अशी अपेक्षा!

तू अर्ध्या वाटेवरच आमची साथ सोडून गेलीस. तू आम्हांला हवी होतीस. तुझं जगणं सुसह्य व्हावं यासाठी आम्ही प्रयत्नांची पराकाष्ठा केली; पण यश आलं नाही. तुझ्या आठवणीत जगण्याशिवाय आमच्याकडे पर्याय नाही. तुझ्या पालनपोषणात काही उणिवा राहिल्या असतील तर त्यांना केवळ आम्हीच जबाबदार आहोत. त्याबद्दल आम्ही दिलगीर आहोत.

आणि हो, एक खुर्ची कायम रिकामी असते आपल्या घरात, तुझ्यासाठी!

सदैव तुझेच,

आई-बाबा

■

डॉ. प्रतिभा देशपांडे
पीएच.डी.
(मानसशास्त्रीय प्रथमोपचार)

डॉ. प्रतिभा देशपांडे यांनी 'समुपदेशन मानसशास्त्र' (Counseling Psychology) या विषयात एम.ए. केले आहे. ऑस्टिन, प्रिन्स्टन आणि स्टॅनफोर्ड या आंतराष्ट्रीय विद्यापीठांमधून समुपदेशन मानसशास्त्राशी संबंधित त्यांनी अनेक ऑनलाइन अभ्यासक्रम पूर्ण केले आहेत.

नातेसंबंधांतील गुंतागुंत, वैवाहिक समस्या आणि मानसिक आघातांचे व्यवस्थापन याविषयीच्या समुपदेशनामध्ये त्यांनी उल्लेखनीय काम केले आहे.

कौटुंबिक नातेसंबंधांवर आधारित ११ पुस्तके त्यांनी लिहिली आहेत. मानवी नातेसंबंध आणि भावभावना समजून घेण्याला समर्पित असलेली पुस्तकांची मालिकाच त्यांनी प्रसिद्ध केली आहे.

पुण्यातील SPACE या ज्येष्ठ नागरिकांसाठी कार्य करणाऱ्या स्वयंसेवी संस्थेच्या त्या विश्वस्त आणि सचिव आहेत.

डॉ. प्रतिभा यांना आंतरराष्ट्रीय पर्यटनाची आवड असून देशविदेशांतील खाद्यपदार्थांमध्ये त्यांना विशेष रुची आहे.

www.ingramcontent.com/pod-product-compliance
Lightning Source LLC
LaVergne TN
LVHW050844051026
849532LV00006BA/2098
* 9 7 8 9 3 9 5 1 3 9 4 3 4 *